வலசை வெளியிடையில்

வலசை வெளியிடையில்

□ கட்டுரைகள் □

யூமா வாசுகி

Valasai Veliyidaiyil Essays in tamil
Yuma vasuki
First Published: December, 2019
Published by
Bharathi Puthakalayam
7, Elango Salai, Teynampet, Chennai - 600 018
Email: thamizhbooks@gmail.com / www.thamizhbooks.com

வலசை வெளியிடையில்
கட்டுரைகள்
யூமா வாசுகி
முதல் பதிப்பு: டிசம்பர், 2019
வெளியீடு:

7, இளங்கோ சாலை, தேனாம்பேட்டை, சென்னை - 600 018
தொலைபேசி : *044-24332424, 24332924, 24356935*

விற்பனை நிலையங்கள்
திருவல்லிக்கேணி: *48, தேரடி தெரு* | **பெரம்பூர்:** *52, கூக்ஸ் ரோடு*
வடபழனி: பேருந்து நிலையம் எதிரில் அடையார் ஆனந்தபவன் மாடியில்
ஈரோடு: *39, ஸ்டேட் பாங்க் சாலை* | **திண்டுக்கல்:** பேருந்து நிலையம்
நாகை: *1, ஆரியபத்திரபிள்ளை தெரு* | **திருப்பூர்:** *447, அவினாசி சாலை*
திருவாரூர்: *35, நேதாஜி சாலை* | **சேலம்:** பாலம் *35,* அத்வைத ஆஸ்ரமம் சாலை,
சேலம்: *15, வித்யாலயா சாலை* | **கரூர்:** நாரத கானசபா அருகில் *(Near TNGEA - Office)*
அருப்புக்கோட்டை: *97/33, விருதுநகர் மெயின்ரோடு.*
நெய்வேலி: சி.ஐ.டி.யூ அலுவலகம், பேருந்து நிலையம் அருகில்,
மதுரை: *37A,* பெரியார் பேருந்து நிலையம் | **மதுரை:** சர்வோதயா மெயின்ரோடு,
குன்னூர்: *N.K.N* வணிகவளாகம் பெட்போர்ட் | **செங்கற்பட்டு:***1* டி., ஜி.எஸ்.டி சாலை
விழுப்புரம்: *26/1,* பவானி தெரு | **திருநெல்வேலி:** *25A,* ராஜேந்திரநகர்,
பாளையங்கோட்டை | **விருதுநகர்:** *131,* கச்சேரி சாலை
கும்பகோணம்: ரயில் நிலையம் அருகில் | **வேலூர்:** *S.P. Plaza 264,* பேஸ் *II ,*
சத்துவாச்சாரி. | **தஞ்சாவூர்:** காந்திஜி வணிக வளாகம் காந்திஜி சாலை
விருதாசலம்: *511H,* ஆலடி ரோடு | **திருச்சி:** வெண்மணி இல்லம், கரூர் புறவழிச்சாலை
பழனி: பேருந்து நிலையம் | **தேனி:** *12H,* மீனாட்சி அம்மாள் சந்து, இடமால் தெரு
கோவை: *77,* மசக்காளிபாளையம் ரோடு, பீளமேடு | தி.மலை: முத்தம்மாள் நகர்,
நாகர்கோவில்: *699,* கே.பி.ரோடு, ஆர்.வி.புரம்,
சிதம்பரம்: *22A/ 18B* தேரடி கடைத் தெரு, கீழவீதி அருகில்
கடலூர்: *55,* பாஷியம் ரெட்டி தெரு; மஞ்சக்குப்பம்

நினைத்த நூல்கள்... நினைத்த நேரத்தில்...

ரூ.200/-
அச்சு : பிரிண்டெக், சென்னை - 600 005.

சமர்ப்பணம்

தக்கை வே.பாபுவுக்கும்
ஸ்ரீபதி பத்மநாபாவுக்கும்

வாசகப்புரவை

தக்கது செய்பவர்க்கும்
மிகுதி புரிபவர்க்கும்

...உண்மையிலேயேதன்னைநிர்ப்பந்தஇருட்டுசூழ்ந்திருப்பதைப் புரிந்துகொள்ளும்போது, இளமை கடந்திருந்தது. தன் தட்டிலிருந்து அவன் நிதானமாக ஒரு கவளம் வாழ்வை எடுக்கும்போது, அந்தப் பைசாசம் அவசர அவசரமாக வாரி அள்ளி வாயில் திணித்துக்கொள்கிறது. அதன் மிகக்கூர் நக முனைகளையும் சருமத்தின் பயங்கரச் சொரசொரப்பையும் அவன், தன் பருக்கைகள் தீர்வதனூடாக பேரச்சத்துடன் உணர்கிறான். விடுபடும் திசை தேடி அற்றலைந்து களைக்கும்போதில்தான் தரிசனம்போல உறைக்கிறது. அவன் செல்லமான வளர்ப்புப் பிராணிகள்போன்றிருந்த அந்த நான்கு திசைகள் அல்ல இங்கே! ஒன்றொடொன்று சிக்கிப் பிணைந்து முறுக்கிக்கொண்டு கிடக்கும் வன்மங்கொண்ட பல நூறு பெருந்திசைகள்! பேதமை மாறா பிள்ளைப் பார்வையுடன் அவன் குழம்பித் திகைத்து உறைந்துபோனான்...

நன்றி
பாரதி புத்தகாலயம்
ஆர்.காளத்தி
வன்மிகநாதன்
விஜயன் ஆர்.சிம்சிம்

பக்கங்களில்...

ஒன்று

1.	மேன்மை பளிச்சிடாத எளிமை	13
2.	மரணத்தின் தரிசனம்	16
3.	ஆதியின் ஓவியத்துடன் நான் உரையாடினேன்	23
4.	வானவன் மாதேவி: மனிதத்தின் கம்பீரம்	28
5.	ஒளியின் திறப்புகள்	32
6.	என்றும் மனதில் கவிதை வேண்டும் – ஆற்றூர் ரவிவர்மா	37
7.	சக்தி வை. கோவிந்தன் எனும் மாபெரும் பதிப்பாளர்!	48

இரண்டு

8.	வலசை வெளியிடையில்...	56
9.	மீட்பர்களின் வருகைக்கு வழி சமைப்போம்	89
10.	கட்டற்றுப் பறப்பதும் நுகம் சுமப்பதும்	120
11.	அக்கா எனும் குலதெய்வம்	128
12.	திசைக்குழப்பம்	140
13.	என் பழைய குறிப்பேடு உயிர்த்தெழுகிறது	145
14.	கரும்பூஞ்சைப் படலத்தில் வெண்ணிறக் காளான்கள்	149
15.	யாரோ என் புத்தகங்களைக் களவாட சதி செய்கிறார்கள்!	156
16.	ஒரு கேள்வியும் பதிலும்	162
17.	சிறார் இலக்கியம்	164
18.	தன்னை ஈந்து கனிந்த கலைத்துவம்	166

மூன்று

19.	பிதற்றி ஒலிக்கும் சில சொற்கள்	178
20.	ஓவியவெளி	182
21.	அவசத்தில் முகிழ்த்த சிறகுகள்	185
22.	இடுக்குப் பாதையிலொரு பயண எத்தனம்	188
23.	மனசாட்சி என்ற ஒன்றை நோக்கி...	191
24.	காலாதீத தூய்மையின் தூதன் கிருபா	195
25.	கடவுளின் தாய்மை முகம் கனிந்த கவிஞன்	197

ஒன்று

மேன்மை பளிச்சிடாத எளிமை

கவிஞர் ராஜமார்த்தாண்டனுக்கான அஞ்சலி

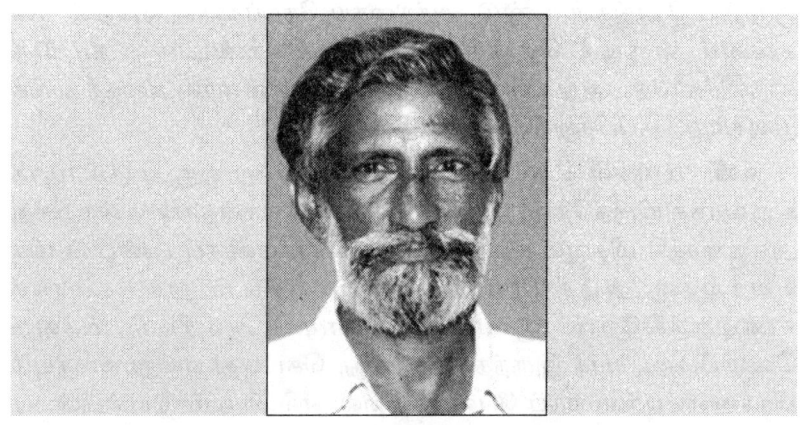

செய்தி கிடைத்தவுடன், என் தகப்பனுக்குச் சமமான ஒருவர் இறந்துபோனார் என்று என் மனைவியிடம் சொன்னேன். கவிஞரும் விமர்சகருமான ராஜமார்த்தாண்டனை அனேகர் இப்படித்தான் தகப்பன் ஸ்தானத்தில் கருதியிருந்தார்கள்.

இலக்கிய வாசகர்கள் நன்கறிந்த பெயர் ராஜமார்த்தாண்டன். பலகாலத் தொடர்பு அவருக்கும் எனக்கும். ராயப்பேட்டை நாகராஜ் மேன்ஷனில் ஒரு சிற்றறை. இரண்டு கட்டில்கள் உள்ளே. ஒரு கட்டிலில் குவிக்கப்பட்டிருக்கும் நூற்றுக்கணக்கான புத்தகங்கள். சுவர் அலமாரியிலும் கட்டில்களுக்குக் கீழும் புத்தகங்கள்... அறையின் பெரும்பகுதி இடத்தை புத்தகங்கள் பிடித்துக்கொள்ள மீந்ததில் அவர் ஒடுங்கி வாழ்ந்திருந்தார். பிசாசுபோலப் பிடித்திருந்த புத்தக பிரேமை. அத்துடன் மதுப் பிரியம்.

அவரது எளிமை பல சந்தர்ப்பங்களில் எனக்கு வியப்பளித்திருக்கிறது. கடுஞ்சொல் பேச்சை அவரிடமிருந்து ஒருபோதும் கேட்டதில்லை. மகனைப்போல என்னை அரவணைத்து வைத்திருந்தார். அவரது செல்லம் பெற்ற சிலரில்

நானும் ஒருவன். நிறைய நாட்கள் அவருடனேயே உண்டு உறங்கியிருக்கிறேன். போதை ஏற ஏற, அன்பு கனிந்து கனிந்து வரும் அவருக்கு. செம்மாந்த விழிகளில் ஒளிர்வு கூடிக்கூடி வரும். ஏதோ ஒரு ஏக்கம், வாஞ்சை, தூய நேசம் குப்பென்று பெருகி வந்து அவருக்கு மூச்சுத் திணறலை உண்டாக்கும். அப்போதைய சுவாசம் மிகவும் கனத்து மெல்லிய சீற்றத்துடன் இருக்கும். கண்களில் நீர் கசிய என்னைக் கட்டியணைத்து உச்சி முகர்ந்து சீராட்டிய சந்தர்ப்பங்கள் உண்டு. எந்தக் காரணத்தையும் காட்டிக்கொள்ளாமல் குமுறிய நேரங்கள் உண்டு. அத்தகைய நேரங்களில் ஒன்றில் என் கன்னம் வருடிக் கெஞ்சிக் கேட்டுக்கொண்டார், "தம்பீ நீ காதலிக்காதே... அது உனக்கு வேண்டாம்... உன்னால் அதைத் தாங்க முடியாது... தப்பித்துக்கொள்..."

என், 'மஞ்சள் வெயில்' நாவலில் அவரை ஒரு பாத்திரமாக உருவாக்கியிருந்தேன். அந்தப் பாத்திரம் தான்தான் என்றறிந்து அண்ணாச்சி மிகவும் சந்தோஷப்பட்டார். மனிதப் பண்பின் மிக உயர்வான அம்சங்களை நான் அவரிடம் துலக்கமாகக் கண்டிருக்கிறேன். ஆனால், எல்லாமும் அவரிடம் மிகவும் வெளிப்படையாக இருந்தன. நல்லது, கெட்டது என்று எதையும் பிரக்ஞைப்பூர்வமாகப் பேணவில்லை. எல்லாமும் இயல்பின்படி இருந்தன, நாம் புரிந்துகொள்வதில் எந்தச் சிக்கலும் இல்லாதபடி.

தினமணியின் முதுநிலை உதவியாசிரியர், புத்தகங்கள் எழுதியவர், புதுமைப்பித்தன் தொடர்பானவற்றில், தமிழ்க் கவிதை குறித்து ஆய்ந்து தேர்ந்த அறிவு கொண்டிருந்தவர். கொல்லிப்பாவை சிற்றிதழின் ஆசிரியர். பிரமிள், ஜெயகாந்தன், சுந்தர ராமசாமி போன்ற தமிழில் புதுத்தடம் போட்ட பற்பல படைப்பாளிகளின் உற்ற நண்பர் என்றெல்லாம் இவரைப் பற்றி அறிந்தவர்களால்கூட மிக அற்பமான முறையில் அண்ணாச்சி எள்ளப்படுவதை சில நேரங்களில் நான் பார்த்திருக்கிறேன். பணிவார்ந்த ஒரு குறுஞ்சிரிப்புடன் அந்த ஏளனங்களைக் கடந்துபோவார் அண்ணாச்சி.

குழந்தைமை நயம் மிகுந்த அந்தக் கபடற்ற குறுஞ்சிரிப்பு, சமயங்களில், சோர்வூட்டும் வகையிலான தளர் முகபாவம், ஆயிரம் தொடர்புகளுடன் இருந்தாலும் உள் நின்று விகசிக்கும் தனிமை. எதனாலோ மனம் உருக மொட்டை மாடியிலமர்ந்து நட்சத்திரங்களை ஏறிட்டு மௌனித்திருக்கும் பலவீனமான அவர் தோற்றம்... அண்ணாச்சி, மார்க்வெஸின் ஏதோ ஒரு கதையில் வரும்

சிறகுகளுடைய முதியவரையும், தஸ்தயேவ்ஸ்கியின் நேர்மையான திருடன் கதையில் வரும் அந்த மது நேசனையும் கணப்பொழுது நினைவுபடுத்துகிறார்.

உயிருக்குப் பேராபத்தோ என்று ஐயுறும் கிடப்பில் நான் அண்ணாச்சியை சிலமுறை பார்த்திருக்கிறேன். அவற்றிலிருந்தெல்லாம் அனாயாசமாக மீண்டு வாழ்க்கைக்குள் வந்தவர்தான். இன்னுமிருப்பார் காலத்தில், இன்னும் இயங்குவார் என்ற நம்பிக்கையை ஏற்படுத்தியவர்தான். சாலை விபத்தில், சாலையோரம் ரத்தம் பெருகக் கிடந்துபோனார்.

கவிதை உபாசகரே, என் அண்ணனே... உங்கள் குரல், உச்சரிப்பு, நடை, நீங்கள் எனக்களித்த ஆதரவு, எனக்குத் தந்த நம்பிக்கை, கண்ணீர் கலந்து எனக்களித்த முத்தங்கள்... எல்லாவற்றையும் சுமந்தபடி கடந்த இரண்டு நாட்களாய் அலைந்தேன். உங்களை அறிந்த நண்பர்களைத் தஞ்சமடைந்தேன். உங்களைக் குறித்துப் பேசினோம். உங்கள் எளிமையின் தடங்களில் எங்கள் கிலேசத்தின் மலர்களை அர்ப்பணித்தோம். நெஞ்சிலொரு வலியுடன் உங்கள் இன்மையை உணர்கிறேன்... இரவு உணவில் என் கண்ணீர்த்துளிகள் விழுந்தன...

தினமணி கதிர் (14/06/2009)

மரணத்தின் தரிசனம்

திரைப்பட உதவி இயக்குநர் அமரர்,

வைரக்கண்ணுவின் நீர்மேகம் நாவலுக்கான முன்னுரை

காலம் மிகக் கடந்துவிட்டது. இதற்கு மேல் இந்த வேலையை ஒத்திப்போட இயலாது. இந்தக் குறிப்பை எழுதும் வேலையை என்னால் முடிந்தளவு தாமதப்படுத்திவிட்டேன். பல நாட்களாக, 'எழுதி முடித்தாயிற்றா' என்று விசாரித்துவரும் எண்ணற்ற தொலைபேசி அழைப்புகளுக்கு ஏதேதோ சாக்குப்போக்குகள் சொல்லி தட்டிக்கழித்து தப்பித்துவிட்டேன். இதோ இங்கே பாதை முடிவடைந்தது. வைரக்கண்ணுவைப் பற்றி நினைக்கும்போது ஏற்படும் பதற்றமும், பரிதவிப்பும், நிராசையும்தான் இதற்குக் காரணம். அவர் மரணம் ஏற்படுத்திய பாதிப்பிலிருந்து – நண்பர்களே, நான் இன்னும் மீளவில்லை. இந்த இடத்தில் என் இதயத் துடிப்பின் கதி மாறுகிறது. ரோமங்கள் குத்திட்டு நிற்கின்றன. பனித்தூசுகளைப்போல என் விழிகளில் கண்ணீர் சேகரமாகத் தொடங்குகிறது. அவரை எனக்குத் தெரியாது. நாங்கள் நண்பர்கள் கிடையாது. அவரது மரணத்துக்குப் பிறகுதான் மிக நெருங்கிய நண்பர்களானோம்.

திரைப்படச் சங்கங்களின் திரையிடலின்போதோ புத்தகச் சந்தையின்போதோ அவரை நான் பார்த்திருக்கிறேன். நண்பர்கள்

அஜயன்பாலா, பாண்டியராஜன் ஆகியோரது பேச்சிலிருந்து அவரைப் பற்றி சிறிதளவு கேள்விப்பட்டிருக்கிறேன்.

அவர் சினிமாத்துறையில் பணியாற்றிவருகிறார். இலக்கியத்தில் மிகவும் ஆர்வமுடையவர். தீவிர வாசகர். படைப்பாளி. முக்கியமாக, அவர் எனது ஊரான பட்டுக்கோட்டைக்குப் பக்கத்தில் உள்ள கிராமத்தைச் சேர்ந்தவர். என் நினைவிலிருந்தவை இவைதான். அவர் எனது, 'ரத்த உறவு' நாவலைப் படித்துவிட்டு நல்ல அபிப்பிராயம் சொன்னதாக நண்பர் சிவதாணு தெரிவித்தார். 'ரத்த உறவு' நாவலின் களமும் பட்டுக்கோட்டையைச் சுற்றியுள்ள பகுதிகள்தான். எனவே ஊர்ப் பாசத்தினால்கூட வைரக்கண்ணு அப்படிச் சொல்லியிருக்கலாம்.

ஒருநாள் ஆழ்வார்பேட்டை சிக்னலில் உள்ள சாம்கோ ஹோட்டலில் சாப்பிட்டுக்கொண்டிருக்கையில் அழைப்புக் குரல் கேட்டுத் திரும்பிப் பார்த்தேன். பக்கத்து மேசையில் வைரக்கண்ணுவும் சிவதாணுவும் அமர்ந்திருந்தார்கள். என்னைக் கூப்பிட்ட சிவதாணு நல விசாரிப்புகளுக்குப் பிறகு, படித்துப்பார்க்கச் சொல்லி அவரது சிறுகதைத் தொகுப்பைக் கொடுத்தார். சிவதாணுவின் சிறுகதைத் தொகுப்பை எஸ்.பொ.வின் 'மித்ர' பதிப்பகம் வெளியிட்டிருந்த சமயம் அது. அப்போதுதான் நானும் வைரக்கண்ணுவும் சற்று நேரம் பேசிக்கொண்டிருந்தோம். மிக நெருக்கமாக முகம் பார்த்துப் பேசிய அந்த சில நிமிடங்களில் அவரது உருவம் தெளிவாகப் பதிந்தது என்னுள் – மறுமுறை எங்காவது பார்த்தால் சட்டென்று அடையாளம் கண்டு கொள்ளக்கூடிய அளவுக்கு.

இடையில் பல மாதங்கள் கடந்துவிட்டன. மருதா பதிப்பகம் வெளியிட்ட, அஜயன்பாலாவின் சிறுகதைத் தொகுப்பான, 'மயில்வாகனன் மற்றும் கதைகள்' நூலுக்கு LLA வில் வழமைசாராக் கூட்டம் ஒன்றுக்கு ஏற்பாடு செய்திருந்தனர். பார்வையாளனாக நானும் கலந்துகொண்டேன். கூட்டம் முடியும்போது ஒன்பது மணியிருக்கும். பெரும்பாலோர் விடைபெறவும் நாங்கள் சிலபேர் ஒதுங்கி நின்றோம். இயல்புப்படி, குடித்துவிட்டுக் கொஞ்சம் சந்தோஷமாக இருக்கலாமே என்று தோன்றிவிட்டது. விழா நாயகனான அஜயன்பாலா அதற்குரிய ஏற்பாடுகளில் இறங்கினார். மதுபான வகைகளை வாங்கிக்கொண்டு நண்பர் ராஜகோபால் தங்கியிருந்த மேன்ஷனின் மொட்டைமாடிக்குச் சென்றோம். மொட்டைமாடியின் விசாலமான பரப்பு அரையிருளாய் இருந்தது. மது அருந்தும்போது அதனோடு சேர்ந்து மனதிற்கு உவப்பாக

இருக்கிற இடமாயிருந்தது. நாங்கள் பத்துப் பதினொரு பேர் இருந்திருப்போம் நாங்கள். இசைவான, அழகான மனநிலையிலிருந்தோம். அருந்துதலைத் தொடங்கினோம். நேரம் எங்கள் மீது பூவுதிர்த்துக் கடந்தது. ஆயிற்று. குன்றுகளின் உச்சியிலிருந்து தோகை விரிக்கும் மயில்கள்போல வசீகர போதை கூடி வந்தது. அந்த மயில்களே அலகால் உந்தி உந்தி எங்கள் மூடிகளைத் திறந்துவிட்டன. பாட்டு கிளம்பியது. ஒருவர் பாட மற்றவர் தொடர்ந்தார். மிகப் பழைய பாடல்கள். விருந்து, களைகட்டிக்கம்பீரமாய் நிகழ்ந்தது. மகிழ்ந்து பாடி ஆனந்திக்காதவர் ஒருவரும் இல்லை அந்தக் குழுவில். நீரில் மூழ்கும்போது மேலே ஏறிவந்த கனிந்த அன்பை முத்தங்களாகப் பகிர்ந்துகொண்டனர் ஒருவருக்கொருவர். அந்த எங்கள் சமூகத்துக்கு மேலும் தேவைப்பட்டது திரவமென்னும் திரவியம். வாங்கி வந்தார்கள். உபசரித்துக்கொண்டார்கள். உற்சாகத்தின் நுனியைக் கண்டுபிடித்துவிட்ட மாத்திரத்தில் பரவசமாய் சரசரவென்று முழுவதையும் பிடித்து இழுத்துக்கொண்டார்கள்.

உள்ளே ராஜகோபாலின் அறையில் உட்கார்ந்து சிவதாணு அழுதுகொண்டிருப்பதாக யாரோ சொன்னார்கள் என்னிடம். வியப்பும் அதிர்ச்சியுமாயிருந்தது. அங்கே ஓடிச் சென்று பார்க்கும்போது கட்டிலில் சிவதாணு அமர்ந்திருந்தார். அவர் மடியில், தொலைபேசி எண்கள் குறிக்கப்பட்டிருக்கும் சிறிய டைரி கிடந்தது. அவர் காதில் பிடித்திருந்த கைப்பேசியில் எதிர் முனையிலிருந்து யாரோ பேசுவது கீச்சுக்குரலாகக் கேட்டது. சிவதாணு ஒன்றும் பதில் சொல்லவில்லை. தாடை நெஞ்சில் படும்படித் தாழ்ந்திருந்த அவர் தலையின் நடுக்கத்தைக் கண்டு நான் உசுப்பினேன். அவர் சற்றே நிமிர்ந்து கைப்பேசியில் பேசினார். அவர் விழிகளிலிருந்து கரகரவென்று பெருகிக்கொண்டிருந்தது கண்ணீர். அழுகையில் வாய் கோணலாகி எச்சில் வடிந்தது. உடையெல்லாம் தொப்பலாக நனைந்த வியர்வை. கதறலும் குமுறலுமாக அவர் கைப்பேசியில் செய்தி சொன்னார்: “ஆமாம் சார். வைரக்கண்ணு செத்துட்டான், சார். இப்பத்தான் சார் தகவல் வந்தது. கோடம்பாக்கம் பெஸ்ட் ஹாஸ்பிட்டல்ல சடலம் கெடக்கு சார்...”

வைரக்கண்ணுவைத் தெரிந்தவர்களுக்கெல்லாம் கைப்பேசி மூலம் அவசர அவசரமாக செய்தி தெரிவித்துக்கொண்டிருந்தார் சிவதாணு. ஒவ்வொரு தடவை சொல்லும்போதும் தலையைத் தகர்த்ததுபோன்ற பேரோலம் புறப்பட்டது அவரிடமிருந்து. நெஞ்சு வெடித்துவிடும்படியான கதறல் அது. “நல்ல நண்பன்

அவன்... நல்ல நண்பன் அவன். சிறுவயசுக்காரன். ஹார்ட் அட்டாக்குன்னு சொல்றாங்க. அவன் புள்ளைங்க ரொம்பச் சின்னப் புள்ளைங்களா இருக்குதுங்க, ரொம்ப நல்லவன்...” நண்பர்கள் அனைவரும் செய்வதறியாது அவரையே பார்த்துக்கொண்டிருந்தோம். மிகுதுயரில், இழப்பின், ஏக்கத்தின் உச்ச வலியில் உலைந்து குழைகிறவரிடம் எதுவொன்றும் பேச முடியவில்லை. நண்பனின் மரணச் செய்தி கேட்டு இந்தளவு துன்புற்று வருந்துகிற, இந்தளவு பரிதவிக்கிற வேறு யாரையும் நான் பார்த்தது இல்லை.

மது விருந்து அத்துடன் முடிவடைந்தது. எல்லோரும் ஆட்டோ பிடித்து பெஸ்ட் மருத்துவமனைக்குச் செல்வதாக ஏற்பாடு. “வைரக்கண்ணுவின் உடலை எடுத்துக்கொண்டு அவர் ஊருக்குச் செல்ல வேண்டியிருந்தால் துணைக்கு நீங்கள் வருவீர்களா?” என்று சிவதாணு என்னிடம் கேட்டார். நான் உடனே சட்டைப் பையையும் பேண்ட் பையையும் துழாவிப் பார்த்துவிட்டு, “என்னிடம் பணம் இல்லையே” என்று சொன்னேன். “பணத்திற்கு நான் ஏற்பாடு செய்துகொள்கிறேன். நீங்கள் வரமுடியுமா?” என்று அவர் கேட்கவும் நான் சம்மதித்தேன்.

இரவு மணி பதினொன்றான சமயமாயிருக்கும். இரண்டு ஆட்டோக்களில் பெஸ்ட் மருத்துவமனைக்குப் புறப்பட்டுச் சென்றோம். அங்கே மருத்துவமனைக்கு முன்னால் பத்துப் பதினைந்து பேர் நின்றிருந்தனர். எல்லோரும் செய்தி கேள்விப்பட்டு வந்தவர்கள். சில போலீஸ்காரர்களும் இருந்தார்கள்.

அறைக்குள் வைரக்கண்ணுவின் உடலை சுத்தப்படுத்திக்கொண்டிருப்பதாகவும் சற்று வெளியே காத்திருக்கும்படியும் ஒரு செவிலி சொன்னார்.

சிறிது நேரம் கழித்து நாங்கள் அந்த அறைக்குள் பிரவேசித்தோம். வைரக்கண்ணு சலனமற்று நீட்டி நிமிர்ந்து படுத்திருந்தார். இல்லை, படுத்திருந்தான். பூப்போல இருந்தான். இறந்து சற்று நேரமே கழிந்திருந்ததால் மலர்ச்சி இன்னும் வாடவில்லை. அன்றைக்கென்று துல்லியமாக சவரம் செய்த கன்னங்களில் டியூப்லைட் வெளிச்சம் தோய்ந்திருந்தது. நெடிய உறக்கத்திலிருந்து ஆயாசமாக விழித்து, “என்ன, எப்போது வந்தீர்கள்” என்று கேட்கப்போவதைப்போல சாதாரணமாகப் படுத்திருந்தான். அவன் உதட்டோரத்தில் தென்பட்ட ஒரு நுரைத் திவலையைத் தவிர மாற்றமாக ஒன்றுமில்லை. தைரியமான அந்த இளமை, மரணம் இது என்று சொல்ல முடியாமல்

தவித்தது. ஒரு நேர்த்தியான, நாகரிகப் பாங்கான சட்டையை அன்றைக்குத் தேர்ந்தெடுத்து அணிந்திருந்தான். அறையெங்கும் இறுதி மலத்தின் வாடை. தலைமாட்டில் நின்று சிவதாணு தேம்பிக்கொண்டிருந்தார்.

அறைக்குள் இருந்த செவிலி, எல்லோரையும் வெளியே அனுப்பிவிட்டு என்னிடம் சொன்னார்: "நீங்கள் கொஞ்சம் வெளியே இருக்கிறீர்களா? 'பாடி' க்கு உடை மாற்ற வேண்டும். "இல்லை, இங்கேயே இருக்கிறேன்" என்று சொன்னேன். அந்த செவிலி கேட்டார்: "யார் சார் இவர்?"

"இவர் பெயர் வைரக்கண்ணு. சினிமாவில் உதவி இயக்குநராக இருந்தார்."

"ம்... அதானே பார்த்தேன். சினிமா சம்பந்தப்பட்ட ஆட்களெல்லாம் செய்தி கேள்விப்பட்டு வருகிறார்களே என்றுதான் கேட்டேன்... இவருக்கு எல்லா நடிகர்களையும் தெரியுமா?"

"தெரியும்."

வைரக்கண்ணு அணிந்திருந்த பேண்ட்டைக் கழற்றிவிட்டு லுங்கி அணிவிப்பதற்கிடையில் கேட்டார்: "அப்போ, நடிகர்களெல்லாம் இங்கே வருவாங்களா?"

மலைத்து மலைத்து அவன் முகத்தையே பார்த்துக்கொண்டிருந்து சொன்னேன்: "தெரியாது. யாராவது வந்தாலும் வரலாம்."

"கமலஹாசன் வருவாரா, சார்?" அவர் கண்களில் ஆர்வம் பொங்கியது. நான் லேசாகப் புன்னகைத்தேன்.

வைரக்கண்ணு போட்டிருந்த செருப்புகளை ஒரு பாலிதீன் பையில் போட்டு என்னிடம் கொடுத்தார் அவர்: "இந்தாங்க, இவரு போட்டிருந்தது."

நான் வைரக்கண்ணுவின் சிகையையும் கன்னங்களையும் தடவிப்பார்த்தேன். அவனுடன் எனக்கு மானசீகமாக ஒரு உரையாடல் தொடங்கியிருந்தது.

"இவரு உங்களுக்கு என்ன வேணும்?"

"நண்பன்..."

"அப்டின்னா நீங்க மட்டும் பாடிக்குப் பக்கத்துல இருங்க. அனாவசியமா கூட்டம்போட வேண்டாம்."

அவன் செருப்புகளைக் கையிலேந்தி ஏதேதோ முனகியபடி அவனுடன் பல நிமிடங்கள் தனிமையில் இருந்தேன். செவிலி வெளியே சென்றிருந்தார்.

கடுமையான நெஞ்சு வலி என்று ஒரு ஆட்டோவில் இந்த மருத்துவமனைக்கு வந்திருக்கிறான். வந்த இடத்தில் இது சம்பவித்திருக்கிறது. மருத்துவமனை நிர்வாகத்தினர் அவன் வசமிருந்த தொலைபேசி எண்கள் குறிக்கப்பட்ட நோட்டைப் பார்த்து சிலருக்கு தகவல் தெரிவித்திருக்கின்றனர். தங்கள் பாதுகாப்புக்காக போலீசுக்கும் அறிவித்திருந்தார்கள். ஊரில் இருக்கும் வைரக்கண்ணுவின் மனைவிக்கு, உற்றார் உறவினர்களுக்கு செய்தி போய்ச் சேர்ந்ததா என்று தெரியவில்லை.

வைரக்கண்ணுவை வேறு பெரிய அறைக்கு மாற்றினார்கள். அங்கே அவனையும் என்னையும் தவிர வேறு யாருமில்லை. கதவைத் தாழிட்டுவிட்டு அவன் முகத்துக்கு மிக அருகில் அமர்ந்து அவன் நெஞ்சைத் தட்டிக்கொடுத்தபடியே வெகுநேரம் பேசினேன். எனக்கு நினைவு தெரிந்ததிலிருந்து இதுவரையில் இறந்துபோன ஒருவருடன் இவ்வளவு அண்மையில் இருந்தது இல்லை. இடையறாது அவன் மார்பை நீவிவிட்டுக்கொண்டு, நான் நினைத்த எல்லாவற்றையும் அவனிடம் சொன்னேன். ஏதோ ஒரு விஷயம் பற்றி அவனுக்கு வாக்குக் கொடுத்ததாக ஞாபகம். அவன் சுபாவமாக செவிமடுத்துக்கொண்டிருந்தான். ஒரே ஊரைச் சேர்ந்த இரண்டு கலைஞர்களல்லவா? பகிர்வதற்கு விஷயங்கள் இருந்தன. ஏன் இப்படியாயிற்று என்று கேட்டேன், சமாதானப்படுத்தினேன், ஆறுதல் சொன்னேன், நம்பிக்கை கொடுத்துத் தேற்றினேன், விடைகொடுத்தேன், இனியும் தாங்க முடியாது எனும் கட்டத்தில் வெடித்து அழுதேன். என் குரல் கேட்டு கதவைத் தட்டி உள்ளே வந்த செவிலி, “அழுவதாயிருந்தால் வெளியே போய்விடுங்கள்!” என்று அதட்டினார். “இல்லை. நான் அழாமலிருக்கிறேன்” என்று அவரை அனுப்பிவிட்டு மௌனமாக அவன் பக்கத்தில் வெகுநேரம் அமர்ந்திருந்தேன். என் வாழ்வின் மிக அரிய நேரம் அது. வினோதமும் நுட்பமும் எல்லையற்ற அன்பும் பேருணர்வின் அலைகளெனப் புரண்டு செறிந்து வந்தன.

வெளியே பெரிய அளவில் கூட்டம் கூடியிருந்தது. நடிகர் நாசரும் அவர் மனைவியும் வந்து சென்றதைக் கவனித்த செவிலி என்னிடம் வந்து மீண்டும் கேட்டார்: “கமலஹாசன் வருவாரா, சார்?”

தலையசைத்துவிட்டு வெளியே வந்து சிவதாணுவிடம் வைரக்கண்ணுவின் செருப்புகளை ஒப்படைத்தேன். அஞ்சலியின் வாசகங்கள் முற்றுப்பெற்றன. அப்போதுதான் வந்த ஒருவரைப் பார்த்து, “லிங்குசாமி... நம்மளயெல்லாம் விட்டுட்டு வைரக்கண்ணு போயிட்டான்!” என்று கூச்சலிட்டார் சிவதாணு.

*

இந்த நாவல் எளிமையான சொல்லல் முறையைக் கொண்டிருக்கிறது. காலங்காலமாக நான் புழங்கிய இடங்களைச் சுற்றியே கதை நிகழ்வதால் தனிப்பட்டமுறையில் இதன் மீது எனக்குப் பிரியமுண்டு. வாழ்ந்து பெற்ற கிராமத்து அனுபவங்கள் அவற்றின் இயல்பான அடையாளங்களோடு தெளிவாகப் பதிவு செய்யப்பட்டிருக்கின்றன. இந்த நாவலில் பிரதானமாக உந்திநிற்பவர்கள் மல்லிகாவும் வெட்டிக்குண்டானும். எதிரெதிரான நிலைகளில் அவர்களின் வாழ்க்கை அமைந்திருக்கிறது. மல்லிகாவின் குணாம்சமே இதை நாவலாக்கியிருக்கிறது. கிராமக் கலாசாரத்தின், மனித உறவுச் சிக்கல்களின் உள் நரம்புகளைக் கொண்டு பின்னப்பட்ட இந்தக் கதை, நெடுகிலும் அதன் உயிர்த்துடிப்பைக் காப்பாற்றி வைத்திருக்கிறது. இதன் சூழல் சித்திரிப்புகள் அதற்கான ஊர்ஜிதத்துடனும், வைரக்கண்ணு தன் ஊரின் மீது கொண்ட பிரியமாகவும் வெளிப்பட்டிருக்கின்றன. உண்மை என்பது எவ்வளவு தீவிரமாகவும், நம்புவதற்கியலாதபடியும் இருக்குமென்பதற்கு மல்லிகா ஒரு உதாரணம். இந்தக் குறிப்பிட்ட பாத்திரத்தின் மீது சம்சயப்படுவதற்கு வாய்ப்பு இருக்கிறது. ஆனால், இதைவிடவும் மோசமான நிலைகளில் உள்ள பெண்களை என் கிராமங்களில் நான் அறிவேன்.

முதல் நாவல் எனும் சலுகையைக் கோராமலே தன் சொந்த வலுவில் காலூன்றி நிற்கிறது இது. என் மண் ஒரு சினிமாக் கலைஞனை, நல்ல கதையாசிரியனை இழந்துவிட்டது. நம்முடையது போல அவன் மரணமும் தள்ளிப்போடப்பட்டிருந்தால் அவன் இன்னும் நிறையச் செய்திருப்பான். தன் தம்பி வரைந்த சிலேட்டை எல்லோரிடமும் காட்டிப் பெருமிதங்கொள்ளும் சிறுவனைப்போலச் சொல்கிறேன்:

"படித்துப்பாருங்கள். தன் முதல் முயற்சியை நன்றாகச் செய்திருக்கிறான்."

12/10/2005

ஆதியின் ஓவியத்துடன் நான் உரையாடினேன்

எழுத்தாளர் மணா தொகுத்த, 'ஆதிமூலம் - அழியாக் கோடுகள்'
எனும் நூலில் இடம்பெற்றது

மற்ற அனேகரைப்போலவே ஆதிமூலத்தின் மீது காதல் கொண்டிருந்தவன்தான் நானும். கும்பகோணம் ஓவியக் கல்லூரியில் சேர்வதற்கு முன்பாகவே ஒருசிறிது கேள்வியுற்றிருந்த இந்தப் பெயர், கல்லூரியில் இணைந்த பிறகு காலந்தோறும் துலங்கிவந்தது. அது, மனதின் சுபாவமான ஓர் உறுப்புபோல நிலைபெற்றுவிட்டது. இறந்துவிட்டார் என்று இரவில் வந்த செய்தி, மிகு அபத்தமாகவும் சற்றும் பொருத்தமற்றதாகவும் தோன்றியது இதனால்தான். ஆதிமூலம் என் மன அரூபத்தின் ஒரு பகுதி. அது கலை என்பதையும் தாண்டி அவருடைய உரையாடல், உடல்மொழி, இணக்கத்தின் பௌதிக அடையாளங்களையும் கொண்டது. அதன் பசுமை என் இளம்பருவத்துக் கதிரவனிடமிருந்து வந்தது. இந்த உலகில் எந்த மனிதனாவது தன் இளம்பருவக் கதிர் வெம்மையை இழக்கும், தொலைக்கும் சாத்தியம் இருக்குமானால், என்னுள் அரிதாக எப்போதாவது மேலெழுந்தும், பலபோது அடியுறைந்து கிடப்பதுவுமான ஆதி எனும் நிகழ்வு வெளிறிப்போகவும் வாய்ப்பிருக்கிறது. அவரது இறப்புச் செய்திக்குப் பிறகு ஒருவிதமான

பதற்றம் நீடித்தது. கைக்குக் கிடைத்த சில எண்களுக்கு நானும் இந்தச் செய்தியை அறிவித்துக்கொண்டிருந்தேன். ஒவ்வொரு எண்ணுக்கும், ஆதி இறந்துவிட்டார் என்று சொல்லும்போதெல்லாம் ஓர் இறுக்கம் முறுகிவந்தது. அந்த வீட்டில் நான் சர்வ ஊர்ஜிதமாக என் இருப்பை ஸ்தாபித்து முடித்திருக்கையில், வீட்டைப் பற்றிய பிரக்ஞையே அற்று அதனுள்ளே இளைப்பாறி எனக்கான சக்தியைச் சேகரித்துக்கொண்டிருக்கையில் அந்த வீடு தகர்ந்துவிட்டது என்று அறிவிப்பது எவ்வளவு பொய்! அநாகரிகம்!

படிக்கும் காலத்தில் அவரைப் பற்றிக் கேள்வியுற்ற சந்தர்ப்பங்கள் நிறைய. அவருடைய கோட்டுச் சித்திரங்களும் ஓவியங்களும் அந்த வழியே எதிர்ப்பட்டன. என்னிடமும் என் நண்பர்களிடமும் தன்னியல்பாக உருவாகி வந்தது அவருக்கான ஒரு நாயக அந்தஸ்து. நான் அவரது ஆராதகனானேன். ஏறத்தாழ எல்லோருமே கல்லூரிக்காலத்தில் அவரை நோக்கித்தான் திரும்பியிருந்தோம். அப்போது அவரைப்போலப் பெரிதும் செல்வாக்குப் பெற்றிருந்த மற்றொரு ஓவியர் இல்லை என்று சொல்லலாம்.

சிறுபத்திரிகைகளில் தொடர்ந்து அவரது சித்திரங்கள் வெளிவந்து கொண்டிருந்தன. அவர் அமைத்த முகப்புடன் புத்தகங்கள் மிகவும் காணக்கிடைத்தன. அந்தச் சித்திரங்களின் வசீகரமும் புதுமையும் எடுத்த எடுப்பிலேயே சலனப்படுத்தும் வல்லமை கொண்டிருந்தன. அந்தச் சித்திரங்களை முன்வைத்து சிந்தனையை அகட்டிக்கொள்ளத் தெரியாவிட்டாலும், முதற்பார்வையிலேயே அவற்றின் மாறுபாடான அம்சம் என்னை வெகுவாக ஈர்க்கும். பல வருடங்களுக்கு முன்பு ஜி.நாகராஜனின் 'நாளை மற்றுமொரு நாளே' நாவலுக்கு அட்டைப்படமாக ஆதி ஒரு கடிகாரத்தை வரைந்திருந்தார். அதில் எனக்கான திறப்பு தட்டுப்படுவதாகத் தோன்றியது. நான் பின்தொடரத் தொடங்கினேன்.

மா.அரங்கநாதனின், 'பொருளின் பொருள் கவிதை' நூலுக்கான அட்டைச் சித்திரம், பல்வேறான ஆளுமைகளின் உருவப்படங்கள், மகாராஜாக்கள், காந்திகள், கி.ரா.வின் கதைக்கு விகடனில் தொடர்ந்து வரைந்த படங்கள் என நான் பார்க்குந்தோறும் அவருடனான மானசீக உறவு வலுப்பட்டுவந்தது. நான் அந்தப் படங்களைப் பிரதி செய்து பழகினேன். அவரது, நுண்கோடுகளாலான இருள் வெளிச்ச உத்தியை என் பல சித்திரங்களில் பயன்படுத்தினேன். அவரிடமிருந்துதான் என் கோடுகளுக்குக் கொஞ்சம் சுதந்திரம்

வாங்கிக் கொடுத்தேன். இது மிகவும் முக்கியம். ஆமாம், அவரிடமிருந்துதான் என் கோடுகளுக்குச் சுதந்திரம் வாங்கிக் கொடுத்தேன்.

அவரைப் பற்றிய செய்திகள், பேட்டிகள் வரும்போதெல்லாம் எளிதில் அணுக முடியாத தொலைவில் உள்ள புனிதராகத்தான் அவரை நினைத்துக்கொண்டிருந்தேன். 'மிளகுக்கொடிகள்' எனும் மலையாளக் கவிதைகளின் தமிழ் மொழிபெயர்ப்பு நூலுக்கும், விட்டல்ராவின் 'காலவெளி' நாவலுக்கும் அவர் எழுதியிருந்த முன்னுரைகள் அவரது இலக்கியச் சார்பையும் அறியத் தந்தன.

சென்னைக்கு வந்து கணையாழியில் வேலைக்குச் சேர்ந்த பிறகு ஒரு நேர்காணலுக்காக அவரைத் தொடர்புகொண்டேன். சந்திக்கக் குறித்த நேரத்தில், எழுத்தாளரும் நண்பருமான பெருமாள் முருகனும் உடனிருந்தார். அப்போதுதான் நேரடியாக ஆதியை முதன்முறையாகப் பார்க்கிறேன். அவர் நீண்ட நேரம் பேசிக்கொண்டிருந்தார். அவரது ஈஞ்சம்பாக்கத்து வீடு அப்போதுதான் கட்டி முடிக்கப்பட்டிருந்தது என்று நினைக்கிறேன். என் பெருமதிப்புற்குரிய, நான் வெகுகாலமாகவே கேள்விப்பட்டு நேசித்துவந்த, தமிழ் ஓவிய நவீனத்தின் அலங்கார வாயிலான அவர், ரொம்பவும் சாந்தமாக, ஆக எளிமையாக எங்களிடம் உரையாடினார். எனக்கு மிகமிகவும் நெருக்கமானவராக அவரை உணர்ந்தேன். அவரது அப்போதைய முகபாவமும், குரலும் நிறைந்த ஈரத்துடனிருக்கின்றன இன்றும்.

அன்று அவருடனேயே உணவருந்தினோம். அவருடைய கோப்புகளிலிருந்து நிறையப் படங்களை ஒவ்வொன்றாக எடுத்துக் காட்டிப் பேசிக்கொண்டிருந்தார். நான் பத்திரிகைகளிலும் புத்தக அட்டைகளிலும் பார்த்த அனேக படங்களின் ஒளிப்படப் பிரதிகளைத் தவிர, அந்தக் கோப்புகள் முழுதும் இன்னும் நிறையப் படங்கள் இருந்தன.

பிறகு ஏதோ வேலையாக அவர் உள்ளே சென்றார். நானும் பெருமாள் முருகனும் ஒரு அறைக்குள்ளிருந்த பெரிய வண்ண ஓவியங்களிடம் வந்தோம். அவை, ஆதியின் அப்ஸ்ட்ராக் ஓவியங்கள். பெரிய அளவானவை. நான் வெகுநேரம் அந்த ஓவியங்களையே பார்த்துக்கொண்டிருந்தேன். ரொம்பவும் ஆசையாகப் பார்த்துக்கொண்டிருந்தேன். அது, நூதனமான ஒரு உணர்வாக இருந்தது. உண்மையிலேயே அந்த நேரத்தில் அந்த

ஓவியங்களுக்கும் எனக்குமிடையில் ஒரு மௌன உரையாடல் நிகழ்ந்தது என்று திடமாகச் சொல்ல முடியும். அந்தச் சூழலா, அப்போதைய மனநிலையா, நிறங்களின் மாந்திரீகமா... என்னவென்று எனக்குத் தெரியவில்லை. ஓவியம் என் மனதில் இனித்த அரிதான நேரம் அது. நான் ஆழ்ந்திருந்தேன், அனுபவித்தேன். பிற்பாடு இந்த அனுபவத்தைப் பின்வரும் இதே வார்த்தைகளில் பல நண்பர்களிடம் பகிர்ந்திருக்கிறேன்: “ஆதியின் ஓவியத்துடன் நான் உரையாடினேன்!” எங்கும் அக்ரிலிக் வர்ணக் கலவைகள் நிறைந்திருந்தன. விதவிதமான தூரிகைகள், கழுவிய பின்னும் நிறத்தின் தடம் விடாத முனைகளுடன் உள்ள தூரிகைகள், ஓவியக் கித்தானின் நெடி, சுவரோரமாக வரிசையாக வைக்கப்பட்டிருந்த ஓவியங்கள்... நான் லாகிரி வயப்பட்டிருந்தேன். லாகிரி என்பதைவிட, சந்தோஷமும் கொஞ்சம் சாந்தமுமான மனநிலை. அவர் பயன்படுத்திய தூரிகைகளில் ஒன்றை எனக்குத் தர வேண்டும் என்று கேட்டேன். குடுவைக்குள்ளிருந்து அவர், கனமான, நீளமான தூரிகையொன்றை எடுத்துக் கொடுத்தார். அதன் முனையில் மண்ணெண்ணை வாசனையுடன் வெளிர் நீல நிறத்தின் சாயல் படிந்திருந்தது.

தமிழ் நவீன ஓவியத்தின் தலைக்கட்டத்தில் பெரும்பங்காற்றிய ஆதி, இலக்கியத்திற்கு அணுக்கமாகவே தன் போக்கை அமைத்துக்கொண்டிருந்தார். முக்கியமான இலக்கியப் படைப்பாளிகள் அத்தனை பேருக்கும் அவருடன் உறவு உண்டு. சென்னையிலும் அயலிலும் ஆதியின் வெகுதீவிர ரசிகர்கள் பலரை நான் சந்தித்திருக்கிறேன். அவர்களில் பெரும்பாலோர் இலக்கியவாதிகள். மற்றவர்கள், இலக்கியத்துடன் தொடர்புடையவர்கள். எழுத்தாளர், முன்றில் மா. அரங்கநாதனின் மகன் மகாதேவன் அவருடைய தலையாய ரசிகர்களில் ஒருவர். அவர் ஆதியின் ஓவியங்களை ரசித்துப் பேசி நிறையக் கேட்டிருக்கிறேன். ஆதியின் பாதிப்பை அப்படியே உள்வாங்கிக்கொண்டவர்களும், திரித்து சுவீகரித்தவர்களும் நிறைய உண்டு. உலகளாவிய அங்கீகாரம் பெற்ற நிலையில் அவரது பிற்காலத்திய அப்ஸ்ட்ராக்ட் ஓவியங்களுக்காக அவர் கடுமையான விமர்சனங்களை எதிர்கொண்டார்.

லலித்கலா அகாடெமியில் நடந்த ஒரு நிகழ்ச்சியில் (ஓவியரும் நண்பருமான திரு. விஸ்வம் ஏற்பாட்டில்) என் ‘ரத்த உறவு’ நாவலைப் பற்றி ஒரு கட்டுரை எழுதி வாசித்தார் ஆதிமூலம். பலகால

இலக்கிய வாசிப்பு அவருக்கு எளிதான சொல்முறையையும் தெளிவான பார்வையையும் கொடுத்திருந்ததை உணர முடிந்தது. அந்தக் கட்டுரை கணையாழியில் வெளிவந்தபோது பலர், அது பற்றிக் குறிப்பிட்டுப் பேசினார்கள். ஆதி என் நாவலை வாசித்ததையும் அது பற்றிக் கட்டுரை எழுதியதையும் ஓவியன் எனும் நிலையில் எனக்குக் கிடைத்த பெரிய நன்மையாகக் கருதுகிறேன்.

எப்போதாவது அவரைச் சந்திக்க நேர்வதுண்டு. என்னுடன் கொஞ்சம் நேரத்தை விருப்புடன் செலவிடுவார். வின்யாசா ஆர்ட் கேலரிக்கு ஒருமுறை வரச்சொல்லி, அவரது ஓவியங்களின் தொகுப்பான *'Between the lines'* நூலை அன்பளித்தார். அரிய வகைமாதிரி அவர். என்போன்றோர் அவர்பால் ஈர்க்கப்பட்டோம். அவரிடமிருந்து கற்றுக்கொண்டோம். நம் ஓவிய மேதமையின் பொற்சின்னமான அவரை வணக்கத்துடன் நினைவுகூர்கிறேன்.

சில ஆண்டுகளுக்கு முன் என் திருமண அழைப்பிதழை அவருக்கு அனுப்பியிருந்தேன். உடனே பதில் வந்தது. உடல்நிலை சரியில்லாமல் இருப்பதாகவும், இந்த நிலையில் வெளியூர் பயணம் ஒத்துக்கொள்ளாது என்றும் கடிதம் எழுதி, அவரது எக்ஸிபிஷன் கேட்லாக்குடன் அனுப்பியிருந்தார். எங்களுக்கிடையிலான கடைசித் தகவல் பரிமாற்றம் இதுதான். நெருக்கமான பழக்கம் என்று ஏதுமில்லாமல் என் மனம் இசைந்து நாடிய மூத்த சகா அவர். என் மனதின், என் வாழ்வின் ஒரு பகுதி. இந்த நீக்கமற்ற தன்மை நிரந்தமென்று நான் அறிவேன்; என்னளவிலும் தமிழ்ச் சமூகத்தின் அளவிலும்.

இறப்பு மெல்லணைத்து நடத்தியிருக்கும்போல. அவர் படுத்திருந்தது, உறக்கச் சாந்தம்போன்றிருந்தது. நானும் நண்பன் சுதீர் செந்திலும் தலைகுனிந்து கடப்பாட்டை அறிவித்துக்கொண்டோம், நம் சார்பில்.

●

வானவன் மாதேவி: மனிதத்தின் கம்பீரம்

வானவன் மாதேவி, இயல் இசை வல்லபி சகோதரிகளை சந்திக்க, பெங்களூரில் வசிக்கும் நண்பர் சீனிவாசன்தான் முதன்முதலாக என்னை அழைத்துச் சென்றார். அந்த முதல் சந்திப்பிலேயே சகோதரிகள் நோயின் காரணத்தால் மிகவும் மெலிந்து, எலும்புகளைத் தோலால் போர்த்தியதுபோன்று இருந்தார்கள். ஆனால், முகங்களில் துருதுருப்பு, குறும்பு லட்சணம், வாஞ்சையைத் தூண்டும் முகக்களை. என் வருகையில் ஏற்பட்ட அகமலர்ச்சியை அவர்களின் வார்த்தைகளின் மூலம் அனுபவித்தேன்.

ஏறத்தாழ பத்து வயதுவரை நன்றாக இருந்த சகோதரிகள் பிறகு தசைச் சிதைவு நோயால் (மஸ்குலர் டிஸ்ட்ரோபி) பாதிக்கப்பட்டார்கள். மிகக் கொடிய நோய் அது. சிறுகச்சிறுக உடல் உறுப்புகளின் செயல்பாட்டை முற்றிலும் பாதிக்கக்கூடியது. பிறகுதான் இந்த வாழ்க்கை அவர்களுக்கு மிகப் பயங்கரமான யுத்தக்களமாக ஆயிற்று.

நான் பார்த்தபோது சகோதரிகளுக்கு இருபது, இருபத்தைந்து வயது இருக்கும். நோயில் வீரியத்தால் அவர்களின் உடல்கள் முழுமையாக இயக்கம் இழந்திருந்தன. பார்க்க, பேச, சிந்திக்க முடியுமே தவிர, அவர்களால் இருக்கும் இடத்தை விட்டு நகர முடியாது. நாற்காலியில் உட்கார வைத்துத் தூக்கி வருவார்கள்; அல்லது கரங்களில் ஏந்தி வருவார்கள். தொலைதூரங்களுக்குச் செல்ல வேண்டும் என்றால், அசையா நிலையில் கார் பயணம். கைப்பேசியை யாராவது அவர்களின் காதில் வைத்தால், வரும் அழைப்புகளுக்குப் பதில் சொல்வார்கள். அவர்களுக்கு சாப்பாடு கொடுப்பது, சிறு பிள்ளைகளுக்குப் புகட்டுவதுபோல.

சில நேரங்களில் நான் புறப்படும்போது என்னையறியாது அவர்களுக்குக் கை கொடுப்பேன். அவர்களின் முழங்கால்களில் துவண்டு கிடக்கும் கைகள் லேசாகத் துடிக்குமே தவிர, என்கரத்தைப் பற்றிக்கொள்ள எழாது. அவர்கள் முகங்களில் இயலாப் புன்னகை ஒன்று தோன்றும். அந்த விழிகளில் மிளிரும் பெரும் சாந்தமொன்று என்னை வகிர்ந்துபோகும். அப்போது நான் திடுக்கிட்டுப் பிரக்ஞை கொள்வேன்.

எங்கள் முதல் சந்திப்பில் அவர்கள் சிரித்துப் பேசினார்கள். பள்ளிச் சிறுமிகளுக்கான உற்சாகம், கேலி, கிண்டல், மகிழ்ச்சி எல்லாமிருந்தும் அவர்கள் முன்னால், என்னால் நிலைகொள்ள முடியவில்லை. என் இயல்பு தத்தளித்தது. அவர்கள் பாற்பட்ட ஆற்றாமையாலும் கிலேசத்தாலும் என்னால் அந்தச் சூழலுடன் பொருந்த முடியாது போயிற்று. இவர்களுக்கு இப்படி நேர்ந்துவிட்டதே, வாழ்வின் பசுமைகளெல்லாம் இவர்களைப் புறமொதுக்கிப் போயிற்றே, என்ன இது, என்ன இது என்ற என் தவிப்பினிடையே, அவர்கள் தாங்கள் வாசித்த நூல்களைப் பற்றியெல்லாம் சொல்லிக்கொண்டிருந்தார்கள்.

பேச்சினிடையே வந்து விழுந்த சிறு மௌனத்தில் நான் தயக்கத்துடன் கேட்டேன்: "இந்த தசைச் சிதைவு நோயைக் குணப்படுத்த முடியாதா?" அதற்கு வானவன் மாதேவி கலகலவென்று சிரித்தபடி பதில் சொன்னார்: "சிகிச்சைகளின் மூலம் காலத்தைச் சற்று நீட்டித்துக்கொள்ளலாம். நோய் முற்றினால் இறந்துபோகவேண்டியதுதான்." அந்த வார்த்தைகளில் துயரமில்லை, ஏக்கமில்லை, விரக்தியில்லை, ஒரு இலகுவான மனநிலை மட்டும். பக்குவத்தின் அனாயாசம். சட்டென்று என் கண்களில் நீர் கட்டியது.

அன்று அவர்கள் இல்லத்தில் நண்பர்கள் துணையுடன், அவர்களின் ஆதவ் டிரஸ்ட் சார்பாக, மாற்றுத்திறன் குழந்தைகளுக்கு ஓவியப் பயிற்சி அளித்தேன். அந்தக் குழந்தைகளுக்கான ஒரு பொழுதுபோக்கு, மகிழ்ச்சி. அதன் பிறகு வெளிவந்த என் 'சாத்தானும் சிறுமியும்' கவிதை நூலை, என் சிரம் தாழ்ந்த காணிக்கையாக அந்த சகோதரிகளுக்குச் சமர்ப்பித்தேன்.

தசைச் சிதைவு நோயால் பாதிக்கப்பட்டவர்களுக்கும், மாற்றுத் திறனாளிக் குழந்தைகளுக்கும் சிகிச்சை அளிப்பதற்காக இவர்களின் 'ஆதவ் டிரஸ்ட்' அடிக்கடி முகாம்கள் நடத்தியது. தூரத்தொலைவான இடங்களிலிருந்தெல்லாம் அவர்களை அழைத்து வந்து சிகிச்சையளித்தது. அவர்களுக்கு நம்பிக்கையை மீட்டுக் கொடுத்தது. எதையும் எதிர்கொள்ளும் திடத்தை உருவாக்கியது. சகோதரிகள் இந்த சேவைகளில் தங்களைப் பூரணமாக ஐக்கியப்படுத்திக்கொண்டார்கள். தங்கள் வாழ்க்கையை அர்ப்பணித்தார்கள். தீய்க்கும் சுய தழலிலிருந்து சுடர் சமைத்துக் காட்டினார்கள். மருத்துவர்களும் எழுத்தாளர்களும் கல்வியாளர்களும் பிற துறையைச் சேர்ந்தவர்களும் தொடர்ந்து அந்த முகாம்களில் கலந்துகொண்டு நிறைவாக பங்களிப்புச் செய்தார்கள். சகோதரிகளின் இந்தச் செயல்பாடுகள் தமிழகம் முழுதும், அப்பாலும் அறியப்பட்டன. ஊடகங்கள் சகோதரிகளைக் கொண்டாடின. சில விருதுகள் அவர்களை வந்தடைந்தன.

என் மகன் மூளை முடக்குவாதத்தால் பாதிக்கப்பட்டவன். வானவன் மாதேவி அவனுக்குத் தொடர்ந்து மருந்து அனுப்பிக்கொண்டிருந்தார். கொரியரில் வரும். இல்லையென்றால் யாரிடமாவது கொடுத்து அனுப்புவார். அடிக்கடி அவனைப் பற்றிக் கனிவுடன் விசாரித்துக்கொண்டிருப்பார். ஒருமுறை அவர் ஏதோ வேலையாக சென்னை வந்தபோது என்னைக் கைப்பேசியில் அழைத்தார்: "உங்கள் வீடு எங்கே இருக்கிறது என்று சொல்லுங்கள். வந்து உங்கள் மகனைப் பார்த்துவிட்டு வந்துவிடுகிறேன்." நான் வழி சொன்னேன். அரை மணி நேரத்துக்குப் பிறகு வீட்டு வாசலில் கார் வந்து நின்றது.

சன்னலருகே அமர்ந்திருந்த வானவன் மாதேவி, "நான் இறங்கி மறுபடியும் காரில் ஏறுவது சிரமம். உங்கள் மகனைத் தூக்கி வாருங்கள். இங்கிருந்தபடியே பார்த்துக்கொள்கிறேன்" என்றார். நான் என் மகனைத் தூக்கிக்கொண்டு கார் சன்னலருகே வந்தேன்.

அவரைப் பார்த்தவுடனே என் மகன் மகிழ்ச்சிக் கூச்சலிட்டு அவர் தலைமுடியைப் பற்றிக்கொண்டான். அவன் இழுக்கும்போது அவருக்கு வலித்தது. சிரித்தபடி லேசாக முகம் சுளித்தார். மாதேவியின் அம்மா பதறிப்போய், "அப்படிச் செய்யாதே, அக்காவுக்கு வலிக்கும், வலிக்கும்" என்றார்கள். நான், மாதேவியின் தலையிலிருந்து என் மகனின் விரல்களை மெதுவாகப் பிரித்துவிட்டேன். அவருக்கு வலித்தாலும் எனக்கு உள்ளூர மகிழ்ச்சி. இப்படியாவது என் மகன் வானவன் மாதேவியைத் தொட்டுவிட்டானே!

அந்த வாக்கியம்... "நோய் முற்றினால் இறந்துபோக வேண்டியதுதான்" என்று வானவன் மாதேவி அன்று சர்வசாதாரணமாகச் சொன்ன வாக்கியம் இன்று ஜனவரி பதினைந்தில் நிறைவேறியது. சற்றும் எதிர்பார்க்கவில்லை. வந்த செய்தியை நம்ப முடியவில்லை. குறுக்கும் நெடுக்குமாக அலைந்துகொண்டிருந்தேன்.

மனிதத்தின் கம்பீரம் தன் முப்பத்து ஏழாம் வயதில் நிலம் நீங்கி என்றுமாய் நம் அகம் பிணைகிறது. வாழ்க நீ, என் கண்ணே! உனக்கு என் முத்தங்கள். நீ நேசங்களின் ஜீவநீராவாய்! எங்கும் எந்நிலையிலும் வாழ்வுப் பேரார்வ ஒளியாவாய்!

புதிய தலைமுறை, 26 ஜனவரி, 2017

ஒளியின் திறப்புகள்

எம்.வி.தேவன்
15/01/1928 – 29/04/2014

தன் பன்முக ஆற்றலால் மலையாளக் கலாசாரத்துக்குச் செழுமை சேர்த்தவர் எம்.வி.தேவன். ஓவியர், சிற்பி, கட்டடக் கலைஞர், எழுத்தாளர், பேச்சாளர், கலை இலக்கிய விமர்சகர் ஆகிய நிலைகளில் கடந்த அறுபது ஆண்டுகளுக்கும் மேலாகக் கேரள சமூகத் தளத்தில் நிறைந்து ஒளி வீசிய ஆளுமை. தான் ஈடுபட்ட துறைகளிலெல்லாம் தன் தனித்துவத்தைக் காலத்தில் நிலைக்கச்செய்து முன்மாதிரியாக இருப்பவர். 1948ல் ராய்சௌத்ரி, கே.சி.எஸ்.பணிக்கர் ஆகியோரின் சீடனாக 'மத்ராஸ் ஸ்கூல் ஆஃப் ஆர்ட்ஸ்' இல் (இப்போதைய சென்னை ஓவியக் கல்லூரி) ஓவியம் பயின்றவர். கலையிலும் அரசியலிலும் சமூக வாழ்க்கையிலும் அநீதிகளை இரக்கமற்றுக் கேள்விக்குட்படுத்துவதில் தீவிரம் கொண்டிருந்தவர். கலையின் நவீனத்துவத்தில் இவர் கொண்டிருந்த தாகம், சமகாலத்தின் கலைப் பிரக்ஞையை வலுப்படுத்தியது; பார்வையை விரிவாக்கியது.

முதல் ஓவியம்

தேவன் தன் ஒன்பதாவது வயதில், நாலப்பாடன் மொழிபெயர்த்த 'ஏழைகள்' (*Les Miscrables* – புகழ்பெற்ற பிரெஞ்சு எழுத்தாளர் விக்டர் யூகோ எழுதியது) நூலின் மூன்பு பகுதிகளையும் வாசித்து முடித்தார். புத்தகங்களைப் படித்துவிட்டு மூடிவைத்தபோது, அந்த நாவலின் நாயகனான 'ழாங் வால் ழாங்' – ஐ வரைய வேண்டும் என்று தோன்றியது. அதுதான் அவர் வரைந்த முதலாவது 'தொழில்முறை' ஓவியம்.

பல வருடங்களுக்குப் பிறகு வைக்கம் முகமது பஷீர், 'மூன்று சீட்டுக்காரனின் மகள்' எனும் தன் நூலின் கையெழுத்துப் பிரதியை தேவனிடம் கொடுத்துவிட்டுச் சொன்னார்: "டேய் தேவா, இந்தக் கதைக்கு நீ வரைய வேண்டும். நீ வரையும்போதுதான் கதாபாத்திரங்களுக்கு உயிர் கிடைக்கும்..."

கதாபாத்திரங்களுக்குச் சித்திரங்கள்

தங்கள் கதாபாத்திரங்களை தேவன் வரைய வேண்டும் என்று பல எழுத்தாளர்கள் விரும்பினார்கள். ஒவ்வொரு படைப்பிலும் ஆழ்ந்து அதன் ஆன்மாவை உணர்ந்து தேவன் வரைந்தார். அப்படி அவர் வரைந்த ஓவியங்கள், வாசகர்களின் இதயங்களில் என்றும் நீங்காதிருந்தன. தேவனின் கோடுகள், இலக்கியப் படைப்புகளுக்கு அதுவரை இல்லாதிருந்த வலிமையையும் ஒளியையும் பெற்றுத் தந்தன. பிற்பாடு வந்த கலைஞர்களுக்கு தேவனின் இயக்கம் பெரும் தூண்டுதலாக அமைந்தது.

நவீனக் கலையின் புத்தெழுச்சியுடன் மலையாள ஓவிய அரங்கில் நிறைந்திருந்தவர் தேவன். உலக ஓவியக் கலையில் நடைபெறும் மாற்றங்களைத் தன் நிலத்தின் கலைஞர்களுக்கு காலத்தே அறிமுகப்படுத்தியதும் அவர்தான். கேரளத்தின் முதல் ஓவிய முகாம், பொண்ணானியில் தேவனின் தலைமையில் நடந்தது. சோழமண்டலம் ஓவியர் கிராம உருவாக்கத்திற்காக கே.சி.எஸ்.பணிக்கருடன் இணைந்து செயல்பட்டார். பணிக்கர் அவரது குரு, வழிகாட்டி.

மலையாளப் பெருங்கவி சங்ஙம்புழா கேட்டுக்கொண்டபடி அவரது படைப்புக்குத்தான் முதலில் வரைந்தார் தேவன். இதில் அவருக்குக் கிடைத்த பத்து ரூபாய்தான் அவருக்கு முதன்முதலில் கிடைத்த ஊதியம். சங்ஙம்புழாவின் 'ரமணன்' எனும் நூலுக்கான

சிறப்புப் பதிப்புக்கும் தேவன் முகப்பு அமைத்தார். வைக்கம் முகமது பஷீரின் 'பூவன்பழம்', 'ஆனவாரியும் பொன்குரிசும்', 'ஸ்தலத்தே பிரதான திவ்யன்' ஆகிய நூல்களுக்கும் வரைந்தார். மூன்று சீட்டுக்காரனின் மகள் நூலுக்கு வரைய வேண்டும் என்று விரும்பினாலும் மலையாள கலா கிராமத்தின் உருவாக்க வேலைகளில் ஈடுபட்டிருந்ததால் அது சாத்தியப்படவில்லை. இந்த வருத்தம் நெடுநாட்களாக அவர் மனதிலிருந்தது.

கலை நாடுவோர் கலந்துரையாடுவதற்கு ஒரு இடம் வேண்டும் என்பது, மலையாளத்தின் கலாசார நாயகர்களில் ஒருவரான எம்.கோவிந்தனின் கனவு. இதையே தேவன் தன் நண்பர்களுடன் இணைந்து முயன்று மலையாள கலா கிராமமாக உருவாக்கினார். மய்யழி நதிக்கரையில் அமைந்திருக்கும் மலையாள கலா கிராமத்தின் ஒவ்வொரு அணுவிலும், தேவன் எனும் பெருங்கலைஞரின் அர்ப்பணிப்பு கலந்திருக்கிறது. கொச்சியில் 'கேரள கலா பீடம்' உருவானதிலும் தேவனின் பங்கு காத்திரமானது.

நவீன ஓவியத்திற்கான வாயிலாக அமைந்த தேவன், முந்நூறுக்கும் அதிகமான நூல்களுக்கு முகப்புச் சித்திரங்கள் தீட்டியுள்ளார். அவற்றில் எம்.டி.வாசுதேவன் நாயரின் 'இருட்டின் ஆன்மா', ஆனந்தின் 'மரண சர்ட்டிபிகேட்' ஆகியவற்றுக்கான முகப்போவியங்கள் குறிப்பிடத் தக்கவை. சங்கம்புழாவிலிருந்து எம்.கோவிந்தன்வரையிலான பெரும் படைப்பாளிகள் பலருடனும் அவருக்கு என்றும் நீங்காத ஆன்ம உறவு இருந்தது. நேசமும் கருத்துப் பரிமாற்றமும் விமர்சன வாதங்களும் கலை இலக்கிய உயர்வை நோக்கிய எத்தனமும் கொண்ட உறவு.

இலக்கியம் குறித்த தேவனின் கட்டுரைகள் அதிர்வுகளை ஏற்படுத்தியவை. இவரது 'தேவஸ்பந்தனம்' எனும் நூல் பல விருதுகளைப் பெற்றது. இவரது 'தேவயானம்', 'சுதந்திரத்தைக்கொண்டு நாம் என்ன செய்தோம்?' ஆகிய நூல்கள் கடும் சர்ச்சையை ஏற்படுத்தின. ஐயப்பப்பணிக்கரின் கவிதைத் தொகுப்புக்கு தேவன் எழுதிய முன்னுரை, நவீன கவிதை பற்றிய சிறந்த பதிவாக முக்கியத்துவம் பெற்றிருக்கிறது.

பன்முகத்தன்மை

"எம்.வி.தேவன் மேடையில் பேசும்போது எந்த முன் ஆயத்தங்களும் மேற்கொள்வதில்லை. அவர் பேசுவதை அப்படியே தட்டச்சு செய்து அச்சுக்கு அனுப்பினால் அது மிகச் சிறந்த

கட்டுரையாக வெளிவரும். அவ்வளவு சுத்தமான மொழி அவருக்கு" என்று மலையாள எழுத்தாளர் டி.பத்மநாபன் குறிப்பிடுகிறார். "தேவன் பத்தாம் வகுப்புவரை படித்தவர். ஆயினும் அவர் மலையாளத்தில் பேசுவதைவிட ஆங்கிலத்தில் அருமையாகப் பேசுவதை நான் வியந்து கேட்டிருக்கிறேன்.

"1996ல் மதராசியில் ஒரு கூட்டத்தில் தேவனும் சுகுமார் அழிக்கோடும் (சுகுமார் அழிக்கோடு கேரளத்தின் பெரும்புகழ் பெற்ற இலக்கியப் பேச்சாளர், விமர்சகர், எழுத்தாளர்) பேசினார்கள். தேவனின் அழகான ஆங்கிலப் பேச்சு முழுதும் மறுநாள் 'தி இந்து' பத்திரிகையில் வெளிவந்தது. அதனுடன் ஒரு வாக்கியம் இப்படி இருந்தது: 'நிகழ்ச்சியில் சுகுமார் அழிக்கோடும் பேசினார்!'

"இங்கிலாந்தில் உள்ள முக்கியமான பதிப்பகத்தார், உலகத்தின் சிறந்த கட்டடங்களைப் பற்றி ஒரு புத்தகம் வெளியிட்டார்கள். எம். வி. தேவன் வடிவமைத்த கட்டடங்களும் அதில் இடம் பெற்றிருந்தன. அவற்றிலொன்று என் சகோதரியின் மகளுக்காக அவர் கட்டிக்கொடுத்த வீடு" என்றும் பத்மநாபன் குறிப்பிட்டிருக்கிறார்.

எனினும் தனக்குப் பெரும் வியப்பைத் தந்தது தேவனின் மனவிசாலம்தான் என்றும் பத்மநாபன் கூறுகிறார். "தேவனின், விவாதத்திற்கிடமான ஒரு கருத்தை எதிர்த்து எம்.டி. வாசுதேவன் நாயர் வழக்குத் தொடுத்திருந்தார். இருவரும் வருடக்கணக்காக நீதிமன்றம் ஏறி இறங்கினார்கள். ஆனால் நான் உறுதியாகச் சொல்கிறேன். தேவனுக்கு எம்.டி.யின் மீது எந்த வெறுப்பும் இல்லை. நுணுகி நுணுகி ஆராய்ந்து பார்த்தாலும் அந்த மனதில் துளிக் களங்கத்தையும் கண்டுபிடிக்க முடியாது..."

ஆனால் தேவனுக்கும் சில மனத்தாங்கல்கள் இருந்தன. அது சூழலைப் பற்றியது. தேவன் தன் சீடர்களிடம் இப்படிச் சொன்னார்: "நான் இறந்த பிறகு என் கல்லறையில் இப்படிக் குறிப்பிட வேண்டும்: 'லலித கலை' (Fine Art) லலிதமும் அல்ல, கலையும் அல்ல.'" கலையின் மீது மரியாதை இல்லாத காரணத்தால் அவர் இப்படிச் சொல்லவில்லை. கலைக்கும் கலைஞர்களுக்கும் இந்தச் சமூகத்திடமிருந்து ஏற்ற ஆதரவோ கௌரவமோ கிடைக்காததுதான் அவரது கோபம்.

கட்டடக் கலைஞர்

"ஏன் இப்போதெல்லாம் நீங்கள் வரைவதில்லை?" என்ற கேள்விக்கு தேவன் சினந்து சொன்ன பதில் இது: "ஏன் வரையவில்லை என்று என்னிடம் கேட்பதற்கு இங்கே யாருக்கு என்ன தகுதி இருக்கிறது? வரைபவர்களுக்காக இங்கே யார் என்ன செய்தார்கள்? வரைந்ததைக் காட்சிப்படுத்துவதற்கு ஏதாவது வசதி இருக்கிறதா? பத்து ஓவியங்களைச் சேகரித்து அவற்றைப் பத்துப் பேரிடம் காட்டுவதற்கு ஏற்ற இடத்தை ஏற்பாடு செய்பவர்கள் கேட்கட்டும், நான் பதில் சொல்கிறேன்..."

துயரமும் எரிச்சலும் நிறைந்த அந்த வார்த்தைகள் முடியும் முன்பே அவரிடம் அடுத்த கேள்வி வந்து விழுந்தது: "அதனால்தான் நீங்கள் கட்டடக் கலைக்குத் திரும்பினீர்களா?"

"ஆமாம், இங்கே மக்களுக்குக் கட்டடம்தான் வேண்டும். அந்தத் தேவையாவது நிறைவேறட்டும்."

ஒருமுறை 'மனோரமா' பத்திரிகையில் வாரந்தோறும் தொடர் பகுதி எழுத வேண்டும் என்று தேவனிடம் கேட்டார்கள். அவர் ஏற்றுக்கொண்டார். அப்போது, "நீங்கள் இந்தத் தொடர் பகுதியை எழுதுவதற்கு இரண்டு நிபந்தனைகள் இருக்கின்றன" என்று அவரிடம் சொன்னார்கள். அதற்கு அவர் இப்படிப் பதில் சொன்னார்: "நான் எந்த நிபந்தனைக்கும் கட்டுப்பட்டவன் அல்ல என்று உங்களுக்குத் தெரியாதா?"

ஓவிய ஆலோசகராகவும் செயல்பட்டார் தேவன். கேரளத்தில் மிக அதிக வீடுகளையும் தேவாலயங்களையும் அரங்கங்களையும் லாரிபேக்கர் பாணியில் குறைந்த செலவில் இயற்கைப் பொருட்களைக் கொண்டு வடிவமைத்தார். அவரது கட்டடக் கலைக்குச் சான்றாக கேரளத்தில் 250 வீடுகள் இருக்கின்றன.

சென்னை லலித்கலா அகாடமியின் செயலராகவும் கேரள லலித்கலா அகாடமியின் தலைவராகவும் தேவன் செயல்பட்டார்.

தன் பரிமாணங்கள் பலவற்றிலிருந்தும் ஒளி நிகழ்த்திய ரத்தினம் மறைந்தது. அந்த ஒளியின் திறப்புகள் நிலைத்திருக்கின்றன.

'இந்து - தமிழ்' நாளிதழ்

என்றும் மனதில் கவிதை வேண்டும்
– ஆற்றூர் ரவிவர்மா

1930 - 2019

நவீன மலையாளக் கவிதையின் ஆசான்களில் ஒருவரான, அந்தக் கவிதைக்கு மிகப் புதியதொரு பாணியை, முகத்தை உருவாக்கிக் கொடுத்தவர் ஆற்றூர் ரவிவர்மா.

கேரளத்தின் திருச்சூர் அருகே ஆற்றூர் எனும் கிராமத்தில் பிறந்தார். அது மலையடிவார கிராமம். திருவிழாக்களுக்கும் கொண்டாட்டங்களுக்கும் பழங்கதைகளுக்கும் பஞ்சமில்லாத பிரதேசம். இவற்றையெல்லாம் பார்த்தும் கேட்டும்தான் ஆற்றூர் வளர்ந்தார். தனது படைப்பாற்றலை விழிக்கச் செய்ய இவையும் காரணமாக இருந்திருக்கலாம் என்று, தன் முதிர்ந்த வயதில் நினைவுகூர்கிறார் ஆற்றூர். இவரது கவிதைகளில் கிராமிய பிம்பங்களும் கிராமிய சூழலும் இடம் பெறுவதற்கான மூலமும் இவைதான்.

எட்டாம் வகுப்பு படிக்கும்போது தன் முதல் கவிதையை எழுதினார். அந்தக் காலத்தில், கவிதையைப் பிரசுரிப்பது பற்றி எதுவும் தெரியாது.

நிறைய வாசிப்பதற்கான சூழல் ஆற்றூரில் இருந்தது. இளம் பருவத்தில் நிறைய நாவல்கள் வாசித்தார். அங்கே, ஓ.சந்துமேனோனின் 'இந்துலேகா' படித்ததெல்லாம் இறுதிவரை அவர் நினைவில் தங்கியிருந்தது. சமஸ்கிருதக் கலப்பு அதிகம் உள்ளவற்றை பெரும்பாலும் வாசித்தது இல்லை. எளிமையான மலையாள உரைநடைகளைத்தான் பெரிதும் விரும்பி வாசித்தார். வளர்ந்த பிறகு அந்தக் கிராமத்தை விட்டு இடம் பெயர நேர்ந்தது. நகரத்தில் வாழும்போதும் என்றும் அவரது நினைவுகள் தன் கிராமத்தைச் சூழ்ந்தே இருந்தன. இப்படி இவரது கவிதைகளில், ஊர் துறந்து வந்தவனின் நினைவிலுள்ள கிராமம் இடம்பெறுகிறது.

அவர் உயர்நிலைப் பள்ளி மாணவராக இருக்கும்போதே கம்யூனிஸ்ட் கட்சி வலுப்பெற்றிருந்தது. அப்போது அவர் பொதுவுடைமை இலக்கியங்கள் வாசித்தார். காவல்துறையால் தேடப்படும் இயக்கத் தலைவர்கள் ஆற்றூருக்கு வந்து தலைமறைவாக இருப்பார்கள். அவர்களுடன் பழகியதன் மூலம் கம்யூனிஸ்ட் சார்பு ஏற்பட்டது.

வெகுகாலம் கழித்து கோழிக்கோட்டில் சாமூதிரி கல்லூரியில் இன்டர்மீடியட் படிக்கும் காலத்தில், அதே கல்லூரியில் மலையாள ஆசிரியராகப் பணிபுரிந்தவர் கோருப்பணிக்கர். ஆற்றூரும் கோருப்பணிக்கரும் காலையில் ஒன்றாகத்தான் கல்லூரிக்குச் செல்வார்கள். அன்று கோருப்பணிக்கர், கோழிக்கோட்டிலிருந்து வெளியான 'யுவசக்தி' எனும் பத்திரிகையில் பத்தி எழுதிவந்தார். அவரது பத்தியில்தான் ஆற்றூரின் கவிதை முதன் முதலில் பிரசுரமானது. இதன் மூலம் ஆற்றூரை உற்சாகப்படுத்துவதுதான் அந்த ஆசிரியரின் நோக்கம். பிறகு, கோழிக்கோட்டிலிருந்து வெளிவந்துகொண்டிருந்த முற்போக்கு இலக்கிய இதழ்களில் கவிதைகள் எழுதத் தொடங்கினார் ஆற்றூர்.

சாமூதிரி கல்லூரியில் படிக்கும்போது கம்யூனிஸ்ட் கட்சி செயல்பாடுகளில் தீவிரமாக ஈடுபட்டார். எப்போதும் போராட்டங்களில் கலந்துகொண்டதால் அந்தக் கல்லூரியிலிருந்து வெளியேற்றப்பட்டார்.

அந்த சமயத்தில், ஆற்றூரின் நம்பிக்கைகளிலும் செயல்பாடுகளிலும் மதிப்பு கொண்ட நண்பர் ராகவப்பணிக்கர் (மாத்ருபூமி நிருபர்), அவர் கிறிஸ்தவக் கல்லூரியில் சேர்ந்து படிப்பதற்கு உதவி செய்தார். விரைவிலேயே, அங்கே ஆசிரியராக

இருந்த, கவிஞரும் விமர்சகரும் பேச்சாளருமான ஆர். ராமச்சந்திரனுடன் நெருக்கம் ஏற்பட்டது. கவிதையில் ஆற்றூரை மிகவும் ஊக்கப்படுத்தினார் ராமச்சந்திரன். அவரது கவிதை வாழ்வில் மிகவும் செல்வாக்குச் செலுத்தியவர் ராமச்சந்திரன் மாஸ்டர்தான். அவர் இறக்கும்வரை அவருடன் ஆற்றூருக்கு நல்ல நெருக்கம் இருந்தது.

பிற்காலத்தில் ஆற்றூர் இடதுசாரி அரசியலில் அவநம்பிக்கை கொண்டார். ஆயினும், நக்சல்பாரி இயக்கத்தில் தீவிர அனுதாபம் காட்டினார்.

'என் இளம்பருவத்தில் நான் ஒரு சரியான கம்யூனிஸ்ட் கட்சிக்காரனாக இருந்தேன்' என்று சொல்லும் ஆற்றூர், 'என்னை நாத்திகன் என்று சொல்லலாம். ஆனால், கலாசார ரீதியாக நான் நாத்திகன் அல்ல. பாரதிய கலாசாரத்தை அறிவதற்காக நான் நிறைய யாத்திரைகள் செய்திருக்கிறேன். மனைவியுடன் இமாலயத்துக்குச் சென்றிருக்கிறேன். பாரதிய கலாசாரத்தை பின்தொடர்வதற்கான முயற்சியின் பகுதிதான் இந்த யாத்திரைகள். இவை பரிசளித்த காட்சிகளும் அனுபவங்களும் ஒருபோதும் என்னைவிட்டு அகலாதவை' என்று கூறுகிறார்.

வரலாற்று நினைவுச் சின்னங்களையும் கோயில்களையும் மீண்டும் மீண்டும் பார்ப்பதில் ஆற்றூருக்கு ஆர்வம் அதிகம். 'தஞ்சை பிரகதீஸ்வரர் கோயில்போன்ற அற்புதக் காட்சியை எத்தனை முறை பார்த்தாலும் சலிப்பதில்லை. அவ்வளவு பெரிய, அழகான ஒரு கோயிலை அந்தக் காலத்தில் கட்டியெழுப்பியவர்களைப் பற்றி என்னதான் சொல்வது!' என்று வியக்கிறார். இமாலயத்தைக் குறித்த சிலிர்ப்பும் என்றும் மனதில் உண்டு.

படிப்பு முடிந்த பிறகு சென்னை மாநிலக் கல்லூரியில் விரிவுரையாளர் பணியில் இணைந்தார். அந்த சமயத்தில்தான் எம்.கோவிந்தனுடன் அணுக்கம் ஏற்பட்டது. அவரும் அவர் நண்பர்களும் எம். கோவிந்தனின் சபையில் நிரந்த உறுப்பினர்கள் ஆனார்கள். 'உண்மையில் எங்களுக்கெல்லாம் குருவாக இருந்தவர் எம்.கோவிந்தன். என் வாழ்க்கைப் பார்வையைத் திருத்திய குரு. அவர் அளவுக்கு என்னைப் பாதித்த மற்றொருவர் இல்லை' என்கிறார் ஆற்றூர்.

ஆற்றூருக்கு தமிழின் மீது நெருக்கம் ஏற்படுவதற்கு முதற் காரணம், எம். கோவிந்தனுடனான பழக்கம்தான். தமிழ்

கற்றுக்கொள்வதற்கான மற்றொரு காரணம், இசையின் மீதுள்ள ஆர்வம். கர்நாடக இசைப் பாடல்கள் எல்லாம் தெலுங்கிலோ தமிழிலோதான் இருந்தன. தெலுங்கு கற்றுக்கொள்ள முடியாது என்று அவருக்குத் தோன்றியது. பிறகு அவர் தமிழ்ப் பாடல்களும் பேச்சுகளும் கேட்டு தமிழ் கற்றுவந்தார். பாட்டின் வரிகளை வாசிக்கவும் பழகிக்கொண்டார். அப்போது தமிழ்நாட்டில் செய்த அதிகமான யாத்திரைகளும் தமிழ் கற்றுக்கொள்ள உதவின. எம்.கோவிந்தன், சுந்தர ராமசாயின் 'ஜேஜே சில குறிப்புகள்' நாவலை ஆற்றூருக்கு வாசிக்கக் கொடுத்தது அந்த சமயத்தில்தான். அதிலிருந்துதான் ஆற்றூருக்கு நவீனத் தமிழ் இலக்கியத்தின் பாற்பட்ட தீவிரமான வாசிப்பு தொடங்கியது.

சுந்தர ராமசாமியின் 'ஜேஜே சில குறிப்புகள்' தான் ஆற்றூர் முதன் முதலில் தமிழிலிருந்து மலையாளத்துக்கு மொழிபெயர்த்த நூல். பிற்காலத்தில்,

400 தமிழ்க் கவிதைகளை, 'புதுநாநூறு' எனும் பெயரில் மொழிபெயர்த்திருக்கிறார். ஜி. நாகராஜனின் 'நாளை மற்றுமொரு நாளே', சல்மாவின் 'இரண்டாம் ஜாமங்களின் கதை', 'பக்தி காவியம்' எனும் தலைப்பில் சைவ நாயன்மார் கவிதைகள் முதலியவற்றை மலையாளத்தில் மொழிபெயர்த்தார். வாழ்வின் இறுதிக் கட்டத்தில் வெகுகாலமாக, தோழமைக் கவிஞர் மாதவன் அய்யப்பனுடன் சேர்ந்து கம்பராமாயணத்தை மலையாளத்தில் மொழிபெயர்த்துவந்தார். இந்தப் பணி நிறைவு பெறவில்லை.

ஜேஜே சில குறிப்புகள் மொழிபெயர்ப்பு தொடர்பாக ஆற்றூர், நாகர்கோயிலுக்கு வந்து சுந்தர ராமசாமியைச் சந்தித்துப் பேசுவதுண்டு. சுந்தர ராமசாமி தமிழும் மலையாளமும் நன்கறிந்தவர் என்பதால், தன் நாவலின் மொழிபெயர்ப்பு குறித்து அவருக்குச் சில கருத்துகள் இருந்தன. உரையாடல் நீண்டது. இறுதியில், நாவல் மலையாளத்தில் வரும்போது பெரும் வரவேற்புப் பெற்றது. இதற்குள் சுந்தர ராமசாமிக்கும் ஆற்றூருக்குமான தோழமை ஆழப்படவே அடுத்ததாக, சுந்தர ராமசாயின் 'ஒரு புளிய மரத்தின் கதை' நாவலையும் மலையாளத்துக்கு மொழிபெயர்த்தார் ஆற்றூர்.

ஜேஜே சில குறிப்புகள் நாவல் மொழிபெயர்ப்பு நடந்துகொண்டிருக்கும் காலத்தில் சுந்தர ராமசாமியின் வீட்டுக்கு வரும்போது ஒருமுறை அங்கே ஜெயமோகனைச் சந்தித்தார் ஆற்றூர்.

பிறகு ஜெயமோகனின் எழுத்துகளை வாசித்தபோது அவர் மீது நேசமும் மதிப்பும் கொண்டார். 'கடும் அவநம்பிக்கையிலிருந்தும் தாழ்வு மனப்பான்மையிலிருந்தும் என்னை மீட்டவர் ஆற்றூர் ரவிவர்மாதான். அந்த நிழலிலிருந்துதான் என் எழுத்து வளர்ந்தது' என்று குறிப்பிடுகிறார் ஜெயமோகன்.

ஆற்றூர், கேரளத்தில் தலச்சேரி பிரண்ணன் கல்லூரியில் மலையாளப் பேராசிரியராகப் பணியாற்றியபோது இவரது மாணவர்களில் ஒருவராயிருந்தார் தற்போதைய கேரள முதல்வர் பினராயி விஜயன். தன் மாணவர் விஜயனைக் குறித்து ஆற்றூரின் நினைவு இது: 'பொதுவாக விஜயன் அமைதியாக இருப்பார். படிப்பு தொடர்பான விஷயங்களில் தீவிரமாக இருப்பார். அதிகமாகப் பேசமாட்டார்...'

ஆற்றூர் ரவிவர்மாவின் கவிதைகள் குறித்து ஜெயமோகன், 'ஆற்றூரின் ஒவ்வொரு வார்த்தையிலும் ஒவ்வொரு பிரபஞ்சம் இருக்கும். யார் கவிஞர் எனும் கேள்விக்கு நான் எளிதில் தரக்கூடிய விடை ஆற்றூர்தான்' என்கிறார்.

மலையாள நவீன கவிதையின் முன்னோடிகளில் முக்கியமானவர் ரவிவர்மா. சுண்டக் காய்ச்சிய, அதாவது 'குறுகத் தரித்த கவிதையின் அப்போஸ்தலர்' என்று சிறப்பிக்கப்படுகிறார்.

அமைதியான மேற்பாங்கும் வலுவான அடியோட்டமும் கொண்டவை அவரது கவிதைகள். மலையாள நவீன கவிதையின் வடிவம், உக்கிரம், மொழி, அரசியல் பரிணாமம் முதலியவையெல்லாம் ஆற்றூர் மூலமாகவே சாத்தியமாயின. கலாசார வகைமைகளின், நிலம்சார்ந்த அடையாளங்களின் மொழித் தன்மைகளை ஆற்றூர் கவிதைகள் வெளிப்படுத்தின. அவை, நவீன மலையாளக் கவிதையின் கிளாசிக் என்று புகழப்படுகின்றன. கவிதை, உரைநடை, மொழிபெயர்ப்புகள் மூலமாக தமிழுடன் ஆத்மார்த்த பிணைப்பும் பரிமாற்றமும் கொண்டிருந்த பெருங்கலைஞர் அவர்.

நிறைய வருடங்களில் மிகக் குறைவான கவிதைகளே ஆற்றூர் எழுதியிருக்கிறார். 2012 வரையிலான, ஒட்டுமொத்தக் கவிதைகள் அடங்கிய தொகுப்பில் 143 கவிதைகளே இடம் பெற்றிருக்கின்றன. வெகு நீண்ட காலத்தில் இவ்வளவு குறைவாக கவிதைகள் எழுதியதற்குக் காரணம் கேட்டபோது அவர் சொல்கிறார்: 'நிறையப் படிக்க வேண்டும். வாசிப்புக்காகத்தான் நான் நிறைய நேரம்

செலவிட்டேன். வாசிப்பின் மூலமாகத்தான் கற்பனையின் உலகம் மனதில் உருவாகிறது. அப்படி ஆனதற்குப் பிறகுதான் கவிதை உருவாகிறது. அதுமட்டுமல்ல, கவிதை எழுதுவது எனக்கு சுலபமல்ல. கவிதை சிலருக்கு தடையற்ற பெருக்காக இருக்கிறது. ஆனால் எனக்கு அப்படி அல்ல. நான் கவிதை எழுதுவதில் கலைரீதியான பிரயத்தனங்கள் நிறைய இருக்கின்றன. மிகவும் பிரயாசைப்பட்டுத்தான் நான் ஒவ்வொரு கவிதையையும் எழுதுகிறேன். கிராஃப்டுக்காகத்தான் எனக்கு அதிக நேரம் செலவாகிறது. கவிதை எழுதுவது எனக்கு ஒரு போராட்டம்தான். இரண்டு விதமான கவிஞர்கள் இருக்கிறார்கள். ஒரு சாராருக்கு கவிதை ஒரு பெருக்கு. மறு சாராருக்கு, உள்ளாழ்ந்த அனுபவத்தை, அதன் உணர்ச்சியும் இயல்பும் கெடாமல் மொழிக்கு மாற்றுவது என்பது மிகவும் கஷ்டமான விஷயம். எளிதாகச் சொன்னால், சுய அனுபவங்களை தீவிரமாக வெளிப்படுத்துவது என்பதுதான் என் கவிதை. என் மனதைப் பாதிக்காத எதைப் பற்றியும் நான் எழுதியதில்லை. அனுபவங்களைத் தீவிரமாக வெளிப்படுத்த வேண்டும் எனும் கட்டாயம் எனக்கு இருப்பதால் கவிதை எழுதுவது எனக்கு ஒரு போராட்டமாகத்தான் இருக்கிறது. கவிதை எழுதும்போது, என்னையே நான் ஒரு அந்நியனாகத்தான் காண்கிறேன்...'

ஒரு கவிதையை நீண்ட காலம் தன் வசம் வைத்திருந்து பலமுறை படித்துப் பார்த்து ஒவ்வொரு முறையும் அடித்துத் திருத்தி எழுதி செம்மையாக்கித்தான் பிரசுரத்துக்குக் கொடுப்பார் ஆற்றூர். இப்படிப் பலமுறை வாசித்து கவிதையின் பல வரிகளை அடித்த பிறகு, முதலில் எழுதியதில் பாதிக்கும் மேற்பட்ட வரிகள் நீக்கப்பட்டிருக்கும்.

இறுதிக் காலத்தில் நினைவுகள் மங்கியிருந்தாலும், பேசும்போது பழைய நினைவுகளை மீட்டெடுக்க சிரமப்பட்டாலும், தான் எழுதிய கவிதைகளைப் பற்றிப் பேசும்போது துல்லியமான நினைவாற்றலுடன் பேசுவார். தன் கவிதைகளை மீண்டும் மீண்டும் அடித்துத் திருத்தி எழுதியிருந்ததுதான் இதற்குக் காரணம்.

தான் எழுதும் காலம், நவீன கவிதையின் காலம் எனும் தீவிரப் பிரக்ஞை கொண்டவர் ஆற்றூர். நவீன கவிதை இப்படித்தான் இருக்க வேண்டும் எனும் உறுதியான நிலைப்பாடு கொண்டவர். விரித்து எழுத வேண்டிய தேவை இல்லை. தேவையற்ற எந்த வார்த்தைக்கும்

கவிதையில் இடம் இல்லை. குறைந்த வரிகளில் அதிக கருத்துகளை வெளிப்படுத்த வேண்டும் என்பதே இவர் எண்ணம். இவரது இந்தக் கருத்துக்கு ஆதரவாக, ஸ்பானியக் கவிஞர் யுவான் ராமொான் ஹிமனேஸின் வரிகளை மேற்கோள் காட்டுகிறார் மலையாளக் கவிஞர் அனிதா தம்பி: 'கவிதையில் வார்த்தை துல்லியமாக இருக்க வேண்டும். வாசிப்பில் வார்த்தை மறைய வேண்டும், அதன் அகம் மட்டும் மிச்சமாக வேண்டும். போக்கை மட்டும் வெளிப்படுத்தி தண்ணீரை மறைக்கும் நதிபோல.'

இவரது புகழ் பெற்ற கவிதைகளில் ஒன்றான 'சம்க்ரமணம்' (சூரியன் ஒரு ராசியிலிருந்து இன்னொரு ராசிக்கு மாறக்கூடிய நிலைமாற்றம்) ஆரம்பத்தில் ஏறத்தாழ நூற்று நாற்பது வரிகளைக் கொண்டதாக இருந்தது. பிறகு இது திருத்தப்பட்டு மாற்றப்பட்டு, எழுபதுக்கும் குறைவான வரிகள் கொண்டதாயிற்று. வீட்டின் உள்ளே பற்பல வேலைகளில் மூழ்கி உருகியழியும் ஒரு வீட்டம்மாவைப் பற்றிய கவிதை இது. ஒவ்வொரு ஆணையும் தன் வீட்டுக்கு உள்ளே பார்க்கத் தூண்டும் கவிதை. அல்லது, தன் வாழ்க்கைத் துணைக்கு முன்னால் தலைகுனியச் செய்வது. இந்தக் கவிதை குறித்து ஆற்றூர், 'இப்படியொரு எண்ணம், சில கேள்விகள் மனதில் வந்தபோது இந்தக் கவிதையை எழுதினேன். அது இப்படி இருக்க வேண்டும், வரிகள் எப்படி அமைய வேண்டும் என்பது குறித்த எண்ணங்கள் எனக்கு ஆரம்பத்தில் இல்லை. எழுத எழுத, இது இப்படி மாறிவிட்டது' என்கிறார்.

. கவிதை எழுத வேண்டும் என்றோ, கவிஞராக அறியப்பட வேண்டும் என்றோ எந்தக் கட்டாயமும் ஆற்றூருக்கு இல்லை. அதே நேரத்தில், அவரது கவிதை கைவிட்டுப் போகாதிருப்பதில் – அதன் கலையும் மொழியின் ஒழுங்கும் இழப்பாகாதிருப்பதில் கவனம் கொண்டிருந்தார். கவிதை எழுதவில்லை என்றாலும், பிரசுரிக்கவில்லை என்றாலும் எப்போதும் மனதில் கவிதை இருக்க வேண்டும் எனும் நிர்ப்பந்தம் கொண்டவர்.

தான் எழுதியவற்றில் மிகவும் குறைவான கவிதைகளைத்தான் அவர் பிரசுரத்துக்கு அனுப்பினார். தன் அக வாழ்க்கையில் அவர் கவிஞராக இருந்தார், கவிஞராகவே வாழ்ந்தார். ஆனால், மற்றவர்கள் அவரைக் கவிஞராக நினைக்க வேண்டும் எனும் எதிர்பார்ப்பு அவருக்கு இருந்ததில்லை.

'தாளம் மொழிக்குத் தவிர்க்க முடியாதது. அது பிரக்ஞைப்பூர்வமாக உண்டாக்குவது அல்ல. அது நம் மொழியில் இயல்பாகவே உள்ளது. அது கவிதைக்கும் ஏற்புடையது' என்பது ஆற்றூரின் கருத்து.

இளைய கவிஞர்களைப் பார்க்கும்போதெல்லாம், 'கவிதை இருக்கிறதா?' என்று கேட்பது அவர் வழக்கம். 'இல்லை' என்று சொன்னால் அதை விரும்ப மாட்டார். 'எழுத வேண்டும்' என்று வலியுறுத்துவார். சில நேரங்களில் இப்படியும் சொல்வார்: 'எழுதவில்லை என்றாலும் பரவாயில்லை. எழுதாமல் இருப்பதில் திருப்தியடையாமல் இருந்தால் போதும்.'

வெகுகாலமாகச் சந்திக்காமல் இருந்த இளைய கவிஞர்கள் அவர் வீட்டுக்குச் செல்லும்போது, 'நீங்கள் வரவில்லை என்றாலும் பரவாயில்லை. உங்கள் கவிதைகள் வந்தால் போதும்' என்று கேட்டுக்கொள்வார்.

ஆற்றூரைப் பற்றி 'மறுவிளி' (எதிர்விளி) எனும் தகவல்படம் (நான்கு வருட காலம் கொண்டு எடுத்த 90 நிமிடப் படம்) எடுத்த மலையாளக் கவிஞர் அன்வர் அலி, 'திருச்சூர் வரும்போதெல்லாம் ஆற்றூரைக் காணச் செல்வேன். என் கவிதையை அவரிடம் வாசித்துக் காட்டுவேன். என் பல கவிதைகள் அவருக்குப் பிடிக்காது. இது சரியாக வரவில்லை – இது கவிதையாக ஆகவில்லை – இது கம்யூனிகேட் ஆகவில்லை' என்றெல்லாம் கறாராகச் சொல்வார். கவிதை அவருக்குப் பிடித்திருந்தால், அருமையாக இருக்கிறது! என்று குழந்தைபோல குதூகலிப்பார். எங்கள் கவிதை இளம்பிராயத்தை விமர்சனப்பூர்வமாகவும் அனுபவரீதியாகவும் வழிநடத்தியவர் ஆற்றூர் ஒருவரே! ஆற்றூரைப் பற்றிப் படம் எடுக்க என்னைத் தூண்டியது எது? அவர் கவிதைகள் கொடுத்த ஆழமான வாசிப்பு அனுபவம் மட்டுமல்ல. என் எழுத்து கவிதை ஆவதற்கு நான் நடத்தும் முயற்சிகளுக்குக் குறுக்கே, அவரது எழுத்துமுறை ஒரு பெரிய தடையை வைத்தது. இதுதான், ஆற்றூரின் கவிதைகளுக்குள் நான் ஆழ்ந்துபோகவும் அதைக் காட்சிகளாக சித்திரிக்க முயன்றதற்கும் காரணம்.'

'வாசித்துத் தீர்ப்பதற்கானதல்ல, திரும்பத் திரும்ப வாசித்துத் திறப்பதற்கானவை ஆற்றூரின் கவிதைகள். யார் வாசகர்கள் என்று கேட்டால், வேறொரு இடத்திலோ காலத்திலோ இருந்து வாசிக்கும் சிலரால் நாம் எழுதுவதை அனுபவிக்க முடியலாம். அவர்கள்தான்

வாசகர்கள் என்று ஆற்றூர் சொல்வார். அந்தக் காலம் இடம் கடந்த வாசிப்புகளினூடேதான், மீண்டும் மீண்டுமான வாசிப்புகளினூடேதான் மகாகவிகள் தோன்றுகிறார்கள். ஆற்றூர் ரவிவர்மா எனும் மலையாளத்தின் மகாகவி, இனிமேல்தான் நம் கவிதை வரலாற்றில் தோன்றப்போகிறார் என்று நான் கருதுகிறேன்' என்பவையும் அன்வர் அலியின் வரிகள்.

'போல' என்று ஆற்றூர் கவிதையில் பல இடங்களில் வரும் உவமைகள் குறித்து அனிதா தம்பி இப்படி சிலாக்கிக்கிறார். 'கவிதைகளில் கவிஞரின் கையெழுத்தாக வெளிப்படும் நிறைய 'போல'களை நான் பார்த்தேன். அவை வெறும் உவமைகள் அல்ல. கவிதைகள் முழுதும் ஒற்றையாகவும் இரட்டையாகவும் பறந்து வந்து அமரும் 'போல'கள். பறக்கவிருக்கும் மூன்று போலகள், நான்கு போலகள். இந்தப் 'போல' களின் சாவி வரிகளினூடே நடந்தால், வானுக்கோ, சிகரத்துக்கோ, காட்டுக்கோ, அருவிக்கோ' என்பதுபோல பற்பல அனுபவ உலகத்துக்குச் சென்றடையலாம் – அவை ஒரு கவிதைக்குள் பல கவிதைகளை அடக்கம் செய்கின்றன; ஒரு கவிதையிலிருந்து பல கவிதைகளை விடுவிக்கின்றன.'

ஈழ விடுதலைப் போராட்டம் குறித்து ஆற்றூரின் கவிதை இது. நான் ஆற்றூரை நோக்கிச் செல்வதற்கு கதவுகளை விரியத் திறந்தது இந்தக் கவிதைதான் என்கிறார் அன்வர் அலி. அவர் ஆற்றூரைப் பற்றி எடுத்த தகவல் படத்தின் பெயரும் இதுவே.

எதிர்விளி

நீங்கள் சொல்லிக்கொண்டிருப்பது
எனக்குக் கேட்கிறது
சொல்லாமலிருப்பது
என்னில் எதிரொலிக்கிறது
நமக்கு ஒரே ஒலி ஒரே பொருள்
ஒரே மௌனம்

ஊர் முற்றங்களில்
பொங்கல் விழாக்களில்
கோலமிட

நமது விரல்கள்
ஒன்றாக மடங்கி விரிகின்றன

ஒரே கடலின்
இரு பக்கமும்
நாம் பலியிட்டோம்
மொட்டை போட்டோம்
நாம் காண்பது ஒரே ஆழம்

இக்கரையில் ஓர் ஊர்
ஒரு முப்பட்டி
ஒரு குலதெய்வம்
உங்களைக் காத்திருக்கிறது.

உங்கள் பேர்கள்
எனக்கு நன்கு அறிமுகம்
இடங்கள் அறிமுகம்
ரீகல் சினிமா
வீரசிங்கம் நூலகம்
பேருந்து நிலையம்
எல்லாம் என்னுடைய
காணாத காட்சிகள்

தபால் நிலையச் சாலை வழியாக
நடந்து போகும்போது
பாதையில் ஒரு கைப்பிடியளவு
ரத்தம்
உள்ளங்கைபோலப் பரவி
என்னிடம் முறையிடுகிறது
என்னை அதட்டுகிறது

என்னைத் துரத்துகிறது
கடலிறங்கி
கரையேறி
என் பின்னால் வருகிறது

நான் அதனிடம் சொல்கிறேன்
மன்றாடுகிறேன்
கெஞ்சுகிறேன்
நான் விசையோ குண்டோ அல்ல
வானரனோ வால்மீகியோ அல்ல
முழு வழுக்கையான
முன்பறகள் உதிர்ந்த
அரை வேட்டி மட்டும் அணிந்த
குண்டு துளையிட்ட
ஒரு வெறும் கேள்விக்குறி.

(1989ல் எழுதப்பட்டது. கவிதை மொழிபெயர்ப்பு, ஜெயமோகன்)

கே.ஆர். டோணி எனும் கவிஞர், தன் குரு ஆற்றூர் ரவிவர்மாவுக்கு விடை கொடுக்கும் கவிதையில் இப்படிச் சொல்கிறார்:

'இனி ஒரு கவிதை எழுதும்போது, அது எப்படி இருக்கிறது என்று தெரிந்துகொள்வதற்காக நான் முதலில் யாரிடம் செல்வேன்? கவிதையுடன் அந்த வீட்டுக்கே சென்று, சற்று நேரம் அங்கே அமர்ந்த பிறகு திரும்பி வர வேண்டியதுதான். அப்படிச் செய்தால்தான் எனக்கு திருப்தி ஏற்படும்...'

விகடன் 'தடம்' ●

சக்தி வை. கோவிந்தன் எனும் மாபெரும் பதிப்பாளர்!

12.06.1912 – 19.10.1966

ஆய்ந்து தேர்ந்து நூல்கள் வெளியிடுவோர் தமிழில் இன்றும் மிகக் குறைவு. பதிப்புத் துறையில் நெருங்கிப் பழகக் கிடைத்த வாய்ப்புகளில் பலரிடம், நூல் வெளியீட்டுக்குச் சற்றும் பொருத்தமற்ற, எதிரான குணங்களே மலிந்திருப்பதைக் காண்கிறேன். அங்கும் இங்கும் சிலர் முழு முற்றிலுமான ஈடுபாட்டுடன் தெளிந்த பிரக்ஞையுடன் இயங்கி வருவது மட்டுமே, சோர்விலிருந்து நம் சிந்தனைகளை செயல் நோக்கி நகர்த்துவதாயிருக்கிறது. தன்னால் இது சாத்தியமாக வேண்டும் என்ற பேராவலை கவித்துவ சுயநலமாகக் கொண்டவர்கள் அவர்கள்.

இதற்கான தோற்றுவாய் ஒன்றுண்டு. தமிழர்பால் காலம் இரங்கிய பொன்னேரம். அது ஓர் அதிமானுடனைத் தோன்றச் செய்ய உளங் கனிந்தது. வை. கோவிந்தன் பிறந்தார்.

பஞ்ச பூதங்களால் ஆனது உலகம் என்பது போல வை.கோவிந்தனின் உலகம் புத்தகங்களால் ஆனது. அரிதரிதாய் வகை பல எழுத்துக்கள் வாழும் உலகம் அது. உளமார்ந்த மோகமாகவும்

சமூகக் கடமையாகவும் அவர் பதிப்புத் துறையை வரித்துக்கொண்டார். அந்தக் களத்தில் அவர் தன் உணர்வுகளையும் தளராப் பெரும்பாடுகளையும் உயிரையுமே உவந்தளித்து செயல்புரிந்தார். தான் போற்றிய துறையை அறிவும் செறிவுமாக ஆக்கினார். அவர் வெளியிட்ட ஒவ்வொரு நூலிலும் அவரது ஆசி படிந்திருந்தது; மக்கள் வாழ்வுடன் புத்தகங்களை நெருக்கமாக்குவதற்கான ஏக்கம் மிகுந்திருந்தது.

புத்தகங்களின் மீது அவர் கொண்டிருந்த அமரக் காதலின் பித்து, அவரை இறுதிவரை அலைக்கழித்துக்கொண்டிருந்தது. அதனால் அச்சு ஊடகத்தில், மிக எளிமையாக நிகழ்வதுபோல அதிசயங்கள் சம்பவித்தன. குழந்தை வளர்ப்பைப் பற்றிக் குறிப்பிடும்போது, "தலையில் வைத்தால் பேன்கடிக்குமோ, தரையில் விட்டால் எறும்பு கடிக்குமோ என்றஞ்சி நெஞ்சில் வைத்து வளர்த்தோம்" என்று சொல்வதுண்டு. வை. கோவிந்தனும் இப்படித்தான் தன் நெஞ்சிலேற்றி நூல் வளர்த்தார். அதில் அளப்பரிய சிரத்தை கொண்டிருந்தார். அவர் தொழில் கவனத்தைப் பற்றி, ரா. கி. ரங்கராஜனின் கட்டுரையில் இடம் பெற்றிருக்கும் சில வாசகங்கள்:

"...அதிபர் கோவிந்தன் ஃபாரம் அச்சாகும்போது வாசல் புறத் திண்ணையில் அமர்ந்து மடியில் பிரித்து வைத்துக்கொண்டு படிப்பார். உடைசல் 'டைப்' தென்பட்டால் மெஷினை நிறுத்தி அந்தக் குறிப்பிட்ட எழுத்தை உருவி எடுத்து வேறு நல்ல டைப்பைப் பொருத்தச் சொல்லிவிட்டு, உடைசல் டைப்பை வாசலுக்கு எடுத்துப் போய்த் தெருவில் போட்டுவிட்டுத் திரும்புவார். (பிரஸில் விட்டுவைத்தால் மறுபடி அதே உடைசல் டைப் வரக்கூடும் என்ற எச்சரிக்கை உணர்வு).

அவர் நடத்திய 'சக்தி' (1939) மாத இதழ் பதினாறு ஆண்டுகள் வெளிவந்தது. சகல துறைகளையும் ஆட்கொண்டு, புதுப் புது கிளைகளுடன் திசைகளில் விரிந்த புதுமை இதழ். தி. ஜ. ர., சுப. நாராயணன், ரகுநாதன், கு. அழகிரிசாமி, ரா. கி. ரங்கராஜன், தமிழ்வாணன், அழ. வள்ளியப்பா, வலம்புரி சோமநாதன், ம. ரா. போ. குருசாமி போன்ற பலர் சக்தி ஆசிரியர் குழுவில் இடம் பெற்றிருந்தார்கள். சக்தி இதழைப் பற்றிக் குறிப்பிடும்போது 'சரஸ்வதி' பத்திரிகை ஆசிரியரும் வை. கோ.வின் நண்பருமான எழுத்தாளர் விஜயபாஸ்கரன், "...அன்றைய தமிழ்ப்

பத்திரிகைகளுக்கு முற்றிலும் மாறுபட்டு வழவழப்பான தரமான காகிதத்தில் பளிச்சென்று அச்சடிக்கப்பட்டு வெளிவந்த ‘சக்தி’ யில் தலைசிறந்த கவிஞர்கள் பாரதிதாசன், தேசிக விநாயகம்பிள்ளை, நாமக்கல் ராமலிங்கம்பிள்ளை ஆகியோரின் கவிதைகளும், டி.கே.சி., வெ.சாமிநாதசர்மா, மு.அருணாசலம், ராய.சொ., எஸ்.வையாபுரிபிள்ளைபோன்ற தமிழறிஞர்களின் கட்டுரைகளும், புகழ் பெற்ற சிறுகதை எழுத்தாளர் பலரின் சிறுகதைகளும் இதழ்தோறும் வெளிவந்தன...” என்று எழுதுகிறார்.

“இந்தப் (சக்தி) பத்திரிகையைக் கையில் எடுத்தவுடனே மிகவும் கவர்ச்சி தரக்கூடியதாக இருக்கிறது. உள்ளே நல்ல தாள். வெளியே நல்ல அட்டை. இவைபோலவே விஷயங்களும். பலருக்கும் பயன்படக்கூடிய நல்ல விஷயங்களாக இருக்கின்றன. ஒவ்வொரு கட்டுரையும் அறிவுக்கு உணவு ஊட்டக்கூடியதாக இருக்கிறது” என்று அறிஞர் வெ. சாமிநாதசர்மா சக்தி பத்திரிகை பற்றி மதிப்பிடுகிறார். மக்களுக்கு இதுதான் வேண்டும் என்று அன்று விடாப்பிடியாய் இருந்தவர் வை.கோ.. இந்த நேரத்தில், நான்கு சுவர்களுக்கு உள்ளே இருந்துகொண்டு மக்களுக்கு இதுதான் பிடிக்கும் என்று இறுமாப்புடன் முடிவு செய்து தன் இழிந்த ரசனைகளை நிறைவேற்றிக்கொள்ளும் ‘ஆசிரியர்கள்’ நிறைந்த இந்தக் காலத்தின் மலிவு ஆயாசமூட்டுகிறது.

வை. கோவிந்தன் தன் ‘சக்தி காரியாலயம்’ வாயிலாக ‘சக்தி’ மாத இதழையும், குழந்தைகளுக்கென்று ‘அணில்’ என்ற வார இதழையும், ‘மங்கை’ என்ற பெயரில் பெண்களுக்கான மாத இதழையும், சிறுகதைகளுக்கு ‘கதைக் கடல்’ எனும் மாத வெளியீட்டையும், காந்தியின் கட்டுரைகளை மட்டுமே தாங்கி வெளிவந்த மாதம் ஒரு நூலையும், ‘குழந்தைகள் செய்தி’ என்ற இதழையும் நடத்தினார். கொடையென்றல்ல, அவர்தம் இயல்பின் கொண்டாட்ட வெளிப்பாடுகள் இவை. சக்தி காரியாலயத்தின் மூலமாக தமிழில் முதன் முதலாக பாரதியின் கவிதைத் தொகுதியை ஒன்றரை ரூபாய்க்கு மலிவுப் பதிப்பாக வெளியிட்டதைத் தொடர்ந்து திருக்குறள், கம்பராமாயணம் ஆகியவற்றையும் மலிவுப் பதிப்பாக வெளியிட்டு சாதனையேற்றினார். அது பதிப்புத்துறையில் ஏற்பட்ட ஒரு புரட்சி. ராஜாஜியின், 350 பக்கங்கள் கொண்ட ‘வியாசர் விருந்தை’ இவர் முயற்சியால்தான் தினமணி ஒரு ரூபாய்க்கு வெளியிட்டது. வெளிவந்த அன்றே இந்த நூல் எண்பதாயிரம் பிரதிகள் விற்றது.

டால்ஸ்டாய் எழுதிய 'இனி நாம் செய்ய வேண்டியது யாது?' என்ற நூலைப் பிரசுரித்து தன் வெளியீட்டைத் தொடங்கிய சக்தி காரியாலயம், தயாரிப்புத் தரத்திலும் உள்ளடக்கத்திலும் மிகு உயர்வுடன் ஏறத்தாழ இருநூறு நூல்களை வெளியிட்டது. டால்ஸ்டாயின் 'போரும் அமைதியும்', பாரதியின் மனைவி செல்லம்மா பாரதியை எழுத வைத்துப் பிரசுரித்த 'பாரதியார் சரித்திரம்' வெ. சாமிநாதசர்மா மொழி பெயர்த்த 'பிளேட்டோவின் அரசியல்' ஆகிய நூல்களும் ஜே. சி. குமரப்பா, மார்க்ஸ், லெனின், ஏ.கே. செட்டியார், பரலி சு. நெல்லையப்பர், ஆர். சண்முகசுந்தரம், வ.ரா., புதுமைப்பித்தன், மாக்சிம் கார்க்கி, கு. அழகிரிசாமி ஆகியோரின் நூல்களும் அவற்றில் சில.

தன் பத்திரிகைக்கான பெரிய விளம்பர வருவாய் இழப்பாகக்கூடிய நிலையிலும் அவர்தம் தார்மிகம் சலனமுற்றதில்லை; சமரசங்களைச் சகிப்பதுமில்லை. காமராஜர், ராஜாஜிபோன்ற தலைவர்கள் பலர் அவரது நட்பை விரும்பினார்கள். பொதுவுடைமைக் கட்சி கடும் அடக்குமுறைகளுக்கு ஆட்பட்டிருந்த காலத்தில் இயக்கத் தோழர்களுக்குப் பரிவுடன் உதவி, அவர்களுடன் என்றும் நேசமாழ்ந்த உறவு கொண்டிருந்தார்.

"சக்தி வை. கோவிந்தன் அவர்கள் தமிழ்ப் பத்திரிகைத்துறை, பதிப்பகத்துறை ஆகியவற்றில் மாபெரும் சாதனைகள் புரிந்த பெரியார் ஆவார். தமிழகப் புதுமைக் கலை வளர்ச்சிக்கு அவர் ஆற்றியுள்ள தொண்டு பொன்னேட்டில் பொறிக்கத் தக்கதாகும். வை.கோவைப்போல் ஒரு புத்தகப் பிரியரை, விரிந்த மனம் படைத்த பதிப்பாளரை, தமிழக உழைப்பாளிகளுக்கு தேசிய, சர்வதேசிய கலாசார விஞ்ஞானச் செல்வங்களை வாரி வழங்கிய வள்ளலைக் காண்பது அரிது" என்று தாமரை இதழ் போற்றியது.

சுய நியதிக்கேதுவாக சகலத்தையும் தியாகித்து இறுதியில் திக்கற்று இறப்பினும், தமிழின் பெருமகன்களில் ஒருவராக வை.கோவிந்தன் நிலைபெற்றிருக்கிறார். அமைதியாய்ச்சுடர்விட்டு எம் வணக்கத்திற்கு இலக்காகி மனதில் அமைந்திருக்கிறார்.

நவீனத் தமிழின் பெருந்தச்சர்களில் ஒருவரான சி.சு. செல்லப்பாவும், "வை.கோ. என்று அழைக்கப்பட்ட கோவிந்தன் பெயரைச் சொல்லும்போது சக்தி பத்திரிகையும் சக்தி பிரசுரமும் கூடவே நினைவுக்கு வந்தே தீரும். அன்று இருந்த எல்லா

பத்திரிகைகளிலிருந்தும் முழுக்க மாறுபட்டு அமெரிக்க 'டைம்' பத்திரிகை மாதிரி என்று அதைப் பற்றிச் சொன்னதுண்டு. 'சக்தி பிரசுரம்' என்றால் பிரிட்டீஷ் பிரசுரமான 'பெங்குவின் வெளியீடு' என்று கருதப்பட்டதுண்டு. லட்சிய பத்திரிகை, லட்சிய பிரசுரம் இரண்டையுமே தன் வாழ்க்கை நோக்கமாகக் கொண்டவராகவே வாழ்ந்த வை. கோவிந்தன், தமிழ் பிரசுர உலகில் தனித்து நின்ற ஒரு லட்சியப் பதிப்பாளன். இன்று அவர் மாதிரி வேறு ஒரு பதிப்பாளன் கிடையாது" என்று சொல்கிறார்.

தன்னைச் சூழ்ந்த அனேகரின் உயர்வுக்குக் காரணமானவர் வை. கோவிந்தன். மிகப் புகழ் பெற்றவராய், எண்ணற்றோரின் அன்பிற்குரியவராய், தலைமுறைகளின் நன்றிக் கடனுக்குப் பாத்திரமானவராய் திகழ்ந்த வை. கோவிந்தன் வெற்றிகளீட்டியதுபோன்று ஏனோ விதியால் தோல்விகளாலும் தாக்குண்டார். தரித்திரப் புழுதியில் நலனழியச் சரிந்தார் தன் மனைவி மக்களுடன். பிறகு அவர் எழவில்லை. அவர் அரசோச்சிய காலத்தைப் பற்றி சரஸ்வதி விஜயபாஸ்கரன் நினைவுகூர்கிறார்:

"சென்னை ஆழ்வார்பேட்டையில் இன்று சங்கீத வித்வத் சபை (மியூசிக் அகாடமி) இருக்கும் இடத்தில்தான் அன்று சக்தி காரியாலயம் இருந்தது. போர்த்துக்கீசியர் கட்டிய பிரம்மாண்டமான கட்டடம். முன்புற வராந்தாவில் வலது கைப் பக்கத்தில் ஒரு சிவப்பு நிறத் திண்ணை சோபா மாதிரியிருக்கும். வை.கோ.வின் யதாஸ்தானம் அதுதான். அந்த வராந்தா ஒரு சங்கப் பலகை. தமிழகத்தின் தலைசிறந்த எழுத்தாளர்கள், பத்திரிகை ஆசிரியர்கள், அரசியல் பிரமுகர்கள் என்று எப்போதும் சபை நிறைந்திருக்கும். மாடியில் அவரது குடும்பமும் இருந்தது. கம்யூனிஸ்ட் தலைவர்கள் ரகசியமாக சந்தித்துக்கொண்ட இடமும் அவரது மாடிதான்..."

வை. கோவிந்தனின் மகன் அழகப்பன் ஒரு நேர்காணலில் சொன்ன ஒரு சம்பவம் மேற்குறித்த காட்சியின் இன்னொரு பக்கமாகிறது:

"...கடைசியா அப்பா - ராயப்பேட்டை பக்கம் சத்யசாய் லாட்ஜின்னு, கவுடியா மடத்துக்குப் பக்கத்துல ஒரு லாட்ஜ் இருக்கு. அந்த பில்டிங்குலதான் - யார் உதவியும் இல்லாம ஒரு ரூம் வாடகைக்கு எடுத்துத் தங்கியிருந்தாங்க. மியூசிக் அகாடமி இருக்கிற அதே ரோடுலதான்... நாங்கெல்லாம் ஊருல இருந்தோம். அப்பாவால குடும்பத்த சென்னையில வைக்க முடியல. அவங்க

தனியா இருந்து ரொம்பத் துன்பப்பட்டாங்க...இனி எழுதித்தான் சம்பாதிக்கணும்கிற நெலம வந்தபோது ஆள் உயிரோட இல்ல. எந்தக் கஷ்டமும் அவங்களப் பெரிய அளவில பாதிச்சது கிடையாது. எப்போதும் படிச்சிக்கிட்டேயிருப்பாங்க. அவங்க எழுத முயற்சி செஞ்சப்போ அவங்களுக்கு சாப்பாட்டுக்கே ரொம்ப சிரமமாயிருந்துச்சி...”

தமிழின் தீரா சாபத்திற்கான முக்கிய சாட்சிகளில் இதுவும் ஒன்று. வாரி வழங்கிய பெருந்தகையோர் வழியொதுங்கி நிராதரவாய் பரிதவித்து நிற்பது...

நியூ செஞ்சுரி புத்தக நிறுவனத்தின் முன்னாள் நிர்வாக இயக்குனர் அமரர் ராதாகிருஷ்ணமூர்த்தி ஒருமுறை நேர்ப்பேச்சில் சொன்னார்:

“எனக்கும் வை.கோ.வுக்கும் மிகவும் நெருக்கமான பழக்கம் உண்டு. எப்போதும் அவர் கையில் ஒரு புத்தகம் இருக்கும். கடைசி காலத்தில் சென்னையில் தன்னந்தனியா ரொம்பக் கஷ்டப்பட்டார். அரிதாக என்றாவது என்னைத் தேடி வருவார். மிக மிகத் தயங்கிக் கூச்சப்பட்டு ஏதாவது பணம் கேட்பார். நான் கொடுப்பேன். எனக்கு நிச்சயமாகத் தெரியும். வழியில் ஏதாவது நல்ல புத்தகங்களைப் பார்த்தால் அவரால் தன்னைக் கட்டுப்படுத்திக்கொள்ள முடியாது. இருக்கும் பணத்தைக் கொடுத்து புத்தகம் வாங்கிவிடுவார். இந்தக் காலங்களில் நான் பல முறை அவர் நிலை குறித்து மனங் கலங்கி அழுதிருக்கிறேன்...”

‘இந்து தமிழ்’ நாளிதழ்

இரண்டு

வலசை வெளியிடையில்...

பழங்காலத்தில், எலி போகாத இடமில்லை. குடிசைக்குள்ளும் சென்றது, அரண்மனைக்குள்ளும் போனது. அது, தான் பார்க்கும் எல்லாவற்றிலிருந்தும் கதைகளை உருவாக்கியது. கதைகள் அதன் குட்டிகளாயின. ஒவ்வொரு கதைக் குட்டிக்கும் தனித்தனி உடை. வெள்ளை, கருப்பு, பச்சை, நீலம், சிவப்பு என்று பலவிதமான உடைகள். கதைகள் எலியின் வீட்டில் வசித்தன. எலி சொல்லும் வேலைகளையெல்லாம் செய்தன. ஒரு நாள் ஒரு செம்மறியாடு ஓடி வந்து எலி வீட்டின் கதவில் மோதியது. அது பழைய கதவாக இருந்ததால் உடைந்துவிட்டது. உடனே கதைக் குட்டிகளெல்லாம் வெளியே ஓடிச் சென்றன. அவைதான் இப்போது பூமியெங்கும் சுற்றிக்கொண்டிருக்கின்றன.

- ஆப்பிரிக்க நாடோடிக் கதை

மக்களின் கலாசாரம், நாகரிகம், நம்பிக்கை, யுக்தி முதலியவற்றை மரபுரிமைச் செல்வங்களாக தலைமுறைதோறும்

வாய்மொழியாகவும் எழுத்திலும் பகிரும் நாடோடிக் கதைகளின் வசீகரமறியாதவர் எவருமில்லை. அவை, மொழிகளின் அளவு தொன்மை கொண்டு உலக சமூகத்தின் இணையற்ற செல்வங்களாகக் கொழித்திருக்கின்றன. பழமை ஏறும்தோறும் புதுமை வரித்துக்கொண்டிருப்பது இவற்றின் இயல்புகளில் ஒன்றாகும். காலதேசவர்த்தமானத்துக்கு அப்பாற்பட்டு, மனித மன ஒருமையின் சாட்சிகளாக விளங்குபவை.

கதைகள் சொல்வதும் கேட்பதும் ஆரம்ப காலத்திலிருந்தே மனிதனின் மனதுக்கினிதான செயல். சோமசர்மா எனும் விஷ்ணுசர்மா, படிப்பற்ற அறிவிலிகளாக இருந்த இளவரசர்களுக்கு கதைகள் (பஞ்சதந்திரக் கதைகள்) சொல்லித்தான் அவர்களை அரசாளும் தகுதியுடையவர்களாக ஆக்கினார் என்றும், காஷ்மீரத்துப் பேரரசன் ஸ்ரீஹர்ஷன் போரில் மாண்டுபோகவே, அவர் தாய் சூரியவதியின் புத்திரசோகத்தைப் போக்குவதற்காக சோமதேவரால் எழுதப்பட்டதுதான் 'கதாசரித் சாகரம்' (கதைக் கடல்) என்றுமறிகிறோம்.

பெரும்பாலான நாடோடிக் கதைகள் சுப முடிவுடன், நன்மையின் வெற்றியுடன் அமைந்திருப்பதால், வாசிப்பவர்களுக்கு மகிழ்ச்சியும் உற்சாகமும் அளிப்பவை. அதர்மத்தோடு போரிட்டு இறுதியில் தர்மம் வெற்றி பெறுகிறது. ஆரம்பத்தில் ஆதிக்கம் செலுத்திய கொடியவர்களும் சதிகாரர்களும் இறுதியில் தோற்றோடுகிறார்கள். ராட்ச உருவமும் பெரும் சக்தியும் கொண்ட தீய சக்திகளை இறுதியில், பலவீனர்களான எளிய மனிதர்கள் வீழ்த்தும் வீரக் கதைகளையும் இவற்றில் நாம் பார்க்கலாம். சுயநலமும் கெடுமனமும் ஆபத்துக்கும், அன்பு - கருணை - தர்மம் ஆகியவை நன்மைக்கும் இட்டுச் செல்லும் என்று கூறும் நாடோடிக் கதைகளைக் கேட்டு வளரும் குழந்தைகளுக்குள்ளும், இதே மதிப்பீடுகள் விதையிடப்படுகின்றன. காலத்தே அவை துளிர்ந்தோங்கி உறுதிப்படுகின்றன.

கதை கேட்கும் குழந்தைகள் அந்த நேரத்தில், நடப்புலகின் சலிப்பிலிருந்தும் வெறுமையிலிருந்தும் தப்பித்து, பேசும் விலங்குகளுடனும் வண்ணப் பறவைகளுடனும் தேவதைகளுடனும் –முற்றிலும் வேறுபட்ட அதிசய உலகங்களில் உலவிக்களிக்கிறார்கள். அவர்களின் மனம் மேலும் விரிவடைகிறது. அவர்களின் உணர்தல், இன்னும் நுட்பமடைகிறது. இந்தக் கதைகள் இல்லையென்றால் பால

பருவங்கள் ஈரம் சேராது வறண்டுபோகக்கூடும். கற்பனைகள் முடக்கமுறக்கூடும்.

நாடோடிப் பாடல்களில்,

“உடுப்பு – தடுப்பு
தத்திலி – புத்திலி
மக்கான் – சுக்கான்
பால் – பரங்கி
லடும் – லுடும்
ஜீ – ஜல்” என்பதுபோன்ற பொருளற்ற, ஓசையின்பத்தையும் பாடுவதன் உற்சாகத்தையும் நோக்கமாகக் கொண்ட சிறார் பாடல்களும் ஒரு வகை. “ஒரு குடம் தண்ணி ஊத்தி ஒரு பூ பூத்தது...” போன்ற விளையாட்டு சார்ந்த பாடல்களையும் நிறைய எடுத்துக் காட்டலாம்.

தாத்தா– பாட்டியிடமிருந்து கதை கேட்ட குழந்தைகள் தாங்களும் முதிர்ந்தவர்களாகி கதை சொல்லுமளவு என்றென்றும் தொடரும் மொழி உறவான இந்தக் கதைகளின் சில வகைமைகள், காரணகாரியத்துக்கு அப்பாற்பட்டவையாக இருந்தபோதிலும், அவை தமதான தனித்த தர்க்கத்தைக் கொண்டு நன்மையை நோக்கிச் சுட்டுகின்றன. இந்தக் கதைகளோடுதான் பின்னிக் கிடக்கின்றன இளம்பிராய நினைவுகள். பஞ்சதந்திரம், ஈசாப் கதைகள், அரபிக் கதைகள், ஜாதகக் கதைகள், கதாசரித்சாகரம்போன்றவற்றிலிருந்து வந்தவையும் நமது நாடோடிக் கதை உருவில் நிலைபெற்றிருக்கின்றன. தொடக்க கால உலக இலக்கியங்கள் பலவற்றுக்கும் நாடோடிக் கதைகளுடன் நெருக்கமான உறவு உண்டு.

நாட்டுப்புறங்களில் வாழ்பவர்கள் அனைவருமே கதை சொல்லிகளாக இருந்த காலம் ஒன்று இருந்தது. கதையறியாதவர்கள் அரிதான காலம். அரூப கதைப் பறவைகள் அவர்களைச் சுற்றி எந்த நேரமும் பறந்துகொண்டிருந்தன. இதயத்திலிருந்து செவிகளைச் சென்றடைந்தன. செவிகளிலிருந்து நாவின் வழியே பறந்தன.

உறக்கத்திற்கொன்று, உழைப்பிற்கொன்று, நடையிடையே ஒன்று, சச்சரவிலொன்று, சமாதானத்திலொன்று என்று, வாழ்க்கையின் எல்லாவித சந்தர்ப்ப சூழ்நிலைகளுக்கும் அவர்களிடம் கதைகளும் பாட்டுகளும் இருந்தன. வாழ்வின்

நுட்பங்கள், பரிமாணங்கள், மாயாஜாலங்கள், அறிவு, நகைச்சுவை, சாமர்த்தியம், சத்தியம், காதல், காமம், விழுமியங்கள், ஞானம், கற்பனையையெல்லாம் கோர்த்திணைத்த கதைகள், பாடல்கள்.

மூத்தோரும் இளையோரும் தொன்றுதொட்டு, கதைகளாலும் பாடல்களாலும் உருவாக்கிய பிரபஞ்சத்தில் பிள்ளைகள் களித்தார்கள். நாடோடிக் கதைகள், பிராணிகள் மற்றும் விலங்குக் கதைகள், தந்திரக் கதைகள், பேய்க் கதைகள், மோகினிக் கதைகள், புராணக் கதைகள், சிரிப்புக் கதைகள் என்று கணக்கற்ற வகைகளினூடே நாட்டுப்புறக் கதை சொல்லிகள் புதுப்புது உலகங்களைக் காட்டினார்கள், புதிய பார்வைகளைக் கற்பித்தார்கள். அவை மக்களின் வாழ்வைக் காட்டும் கண்ணாடிகளாகவும் இருந்தன. இன்றும், வீடுகளிலும் சிறுசிறு மக்கள் கூட்டங்களிலும் கதை சொல்லும் கதைசொல்லிகள், அமெரிக்காவிலும் ஆப்பிரிக்காவிலும் இருக்கிறார்கள். இவ்வகையில் நம்மிடையே வேலுசரவணன், விஜயகுமார், வனிதாமணி, சத்தீஷ், குமார்ஷா முதலியோர் குழந்தைகளிடையே செயல்படுகிறார்கள்.

கிடைக்காத திராட்சை புளிக்குமென்று சொல்லிப்போன நரி, தன் குரங்கு நண்பனின் இதயத்தை தன் மனைவிக்குக் கொடுக்க நினைத்த முதலை, தன் பிம்பத்தைப் பார்த்து கிணற்றில் விழுந்த சிங்கம்போன்ற கதைகளில் வரும் விலங்குகளும் பறவைகளும் உண்மையில் மனிதர்கள்தானே. யதார்த்தத்துக்கு அப்பாற்பட்ட பக்கங்களின் வழியே இவை துல்லியமான யதார்த்தத்துக்கே இட்டுச் செல்கின்றன. இவற்றோடு, நுட்பச் செறிவும் அர்த்த விசாலமும் கொண்ட சூஃபிகதைகளும் ஜென்கதைகளும் வெகுகாலத்திலிருந்து நம்முடன் பயணிக்கின்றன. இஸ்லாம், புத்தம், இந்து, யூதம், கிறிஸ்தவம், ஜைனம், ஷின்டோ, தாவோ முதலியவற்றிலிருந்தெல்லாம் பெருகிய கதைகள் பூவுலகில் பொழிந்துகொண்டிருக்கின்றன.

ஒவ்வொரு தேசத்து, ஒவ்வொரு பிராந்தியத்து நாடோடிக் கதைகளில் அந்தந்த இடத்துக்குரிய கலாசாரமும், தனி அடையாளங்களும், பிரத்தியேக இயற்கையும், உவமைகளும், மணமும், சொல்முறையும், சுவையும் பிணைந்திருப்பதைக் காணலாம். இந்த வாய்மொழிக் கதைகளில் ஒவ்வொரு காலத்திலும் ஏற்படும் மாற்றங்கள், அவற்றின் புராதனத்தையும் மரபையும் தேடும் முனைப்புக்கு இடையூறாகின்றன. சொல்பவர் மற்றும் கேட்பவரின்

கற்பனைக்கும் மனநிலைக்கும் வாழ்வுச் சூழலுக்கும் ஏற்றவாறு அவை பரிணமிக்கின்றன.

பல நாடுகளில் உள்ள பல கதைகள் தமக்குள் மிக நெருக்கமான ஒப்புமை கொண்டுள்ளன. நாடோடிக் கதைகள் ஒரு பிரதேசத்தில் தோன்றி, நூற்றாண்டுகளில் மற்ற இடங்களுக்குப் பரவுகின்றன என்றிருந்தாலும், கதைகள், பொதுவான மனித குணங்களின் அடிப்படையிலிருந்து உருவாவதால் ஒரே கருத்துடைய கதைகள் அந்தந்த நிலம், கலாசாரம் ஆகியவற்றுக்கான சிற்சிலமாற்றங்களுடன் பல்வேறு இடங்களில் சுயமாகவே தோன்றுவதற்கு வாய்ப்புகள் இருக்கின்றன என்றும் சொல்லப்படுகிறது. மனிதன் ஒரு இடத்தில் தேங்கிக் கிடப்பவன் அல்ல. அவன் பல்வேறு இடங்களுக்குப் பயணித்துக்கொண்டிருப்பவன். அவன் ஒரு இடத்தில் கேட்ட கதையை, தன் நாட்டுக்கு வந்து சொல்லும்போது இயல்பாகவே அவனது கற்பனைச் சேர்க்கைகளும் அதில் கலந்துவிடுகின்றன. எனவே ஒரு கதை, பல நாடுகளுக்கு உரிய கதையாகிறது. நாடோடிப் பாட்டுகளும் இப்படிப் பரவுகின்றன. இந்நாட்டுக்குரியது பிற நாட்டைச் சேர்ந்ததாகவும் வேறெங்கோ பிறந்தது இங்கு தோன்றியதாகவும் ஆகின்றன. கட்டுக் கதைகளைக் *(Mythology)* குறித்து ஃபிரன்ஸ் போயஸ் *(Franz Boas)* சொல்வது இது: “கட்டுக் கதைகளின் உலகம் உருவாக்கப்பட்டதே உடைக்கப்படுவதற்காகத்தான். அந்த சிதறிய துண்டுகளிலிருந்துதான் புதிய உலகங்களை உருவாக்க வேண்டும்.”

மேலும் விளக்குகிறார் டாக்டர் க. பஞ்சாங்கம். “சோஷலிச யதார்த்தவாதத்தின் மூல முதல்வராகக் கருதப்படும் மக்சீம் கார்க்கியும் நாட்டுப்புறக் கதைகளை வைத்து அழகான சிறுகதைகளைப் படைத்தார். புதுமைப்பித்தனும் அகலிகை கதை உட்பட, பல தொன்மங்களைத் தன் படைப்பாற்றலால் மறுபடைப்புச் செய்து, தன் புதிய சிந்தனைகளை மரபுமயப்படுத்தினார். இதுபோலவே சங்க இலக்கியத்தில் ஒரு முலை இழந்த திருமாவுண்ணி, இளங்கோகையில், வணிக குலத்தின் எழுச்சியைக் கூறும் கற்புக்கரசியாக வரவில்லையா? அதே கண்ணகி, நாயக்கர் காலத்தில் புகழேந்தி கையில், மதுரை சொக்கநாதனை வணங்கிக்கொண்டு பணத்துக்கு அலையும் பரத்தை மாதவியிடம் சண்டைக்குப் போகும் சக்களத்தியாகப் போய்விடவில்லையா? சங்கரதாஸ் சுவாமிகள் படைப்பில் அதே கண்ணகியும் கோவலனும்

மூவர்ணக் கொடியின் கீழ் தேசியப் பாடல் பாடவில்லையா? திராவிட இயக்கம் காரணமாக கருணாநிதி கையில், அவர்களே தமிழர் தம் பண்பாட்டைப் (?) பறைசாற்றுபவர்களாக மாறிவிடவில்லையா? உலகம் முழுதும் இதுபோன்ற எடுத்துக்காட்டுகளை நிறையக் காணலாம். எனவேதான் 'ரெனிவெல்லாக்,' 'உலகப் புகழ்பெற்ற படைப்புகள் எல்லாம், புதிதாகக் கதையை உருவாக்கிப் படைக்கப்பட்டவற்றைவிட, பழைய தொன்மங்களின் மீது மறுபடைப்புச் செய்யப்பட்டவையாகவே இருக்கின்றன' என்கிறார்."

வாய்மொழியாகப் பரவுதல், மரபு ரீதியானது, பல்வேறு வடிவங்களாக மாற்றமடைவது, ஆசிரியர் இல்லாமை, ஒருவித சூத்திரத்தில் அடங்குவது ஆகிய ஐந்து அம்சங்கள், நாட்டுப்புறவியலின் பொதுப் பண்புகளாக வரையறுக்கப்பட்டிருக்கின்றன.

ஒரு பாட்டை, தங்களுக்கு உரியதென்று பல நாட்டினர் உரிமைகோரும் நிலையில், அதன் வேரைத் தேடிப் போகும் ஒரு திரைப்படம்தான், 'Whose is this song.' பல்கேரிய பெண் இயக்குநர் அடேலா பீவா (Adela Peeva)வின் உணவுவிடுதியில் ஒரு பாட்டு ஒலிக்கிறது. அப்போது அங்கிருக்கும் பீவாவின் நண்பர்கள் (நண்பர்கள், கிரேக்கம், மாசிடோனியா, துருக்கி, செர்பியா ஆகிய நாடுகளைச் சேர்ந்தவர்கள்) ஒவ்வொருவரும், இந்தப் பாட்டு தங்கள் நாட்டைச் சேர்ந்தது என்று உறுதியாக வாதிக்கிறார்கள். இதன் காரணமாக, திரைப்படம் துருக்கி, கிரேக்கம், அல்பேனியா, போஸ்னியா, செர்பியா, மாசிடோனியா, பல்கேரியா என்று பயணிக்கிறது.

"நாடோடிக் கதைகளில் காணப்படும் முக்கியக் கதாபாத்திரங்கள் மூன்றுதான் என்பது ஒரு ஆய்வு முடிவு. நாயகன், எதிரி, அளிப்பவன் (நாயகனுக்கு அறிவுரைகள், அவனுக்கு உதவும் மந்திரப் பொருட்கள் ஆகியவற்றை அளிப்பவன்) ஆகிய மூன்று வகையில். மற்ற கதாபாத்திரங்களெல்லாம், இவர்களுடன் தொடர்புகொண்டு முக்கியமற்று நிலவுகின்றன. இந்த மூன்று கதாபாத்திரங்களை பிரதானமாகக் கொண்டே கதைகளில் சம்பவங்கள் ஏற்படுகின்றன. எனவே சம்பவங்களிலிருந்து சம்பவங்களை நோக்கியான போக்குதான் கதையாகிறது. இந்தப் போக்கின் தன்மையைக் கவனித்தால், இது எல்லாக் கதையிலும் ஒரேபோன்று இருப்பதைக்

காணலாம். அதாவது எல்லா நாடோடிக் கதைகளின் உள் அமைப்பும் இறுதி அமைப்பும் ஒரேபோன்றிருக்கும். அது தன்னளவில் முழுமையானது என்று பொருள். ஒரு கதைக்கு நூற்றுக்கணக்கான உருவ பேதங்கள் புழக்கத்தில் இருக்கலாம். அவை, அடிப்படையாக ஒரே கதையின் வேறுபட்ட உருவங்களாக இருக்கும். இந்த உள் அமைப்பையும் இறுதி அமைப்பையும் விரிவாக ஆராய்ந்த 'ப்ரோப்' (Vladimir yakovlevich propp) எனும் ரஷ்ய நாட்டாரியலாளர், கதைகளின் உள் அமைப்பை, செயல்பாட்டு ரீதியான அமைப்பு என்று குறிப்பிடுகிறார். ஆகமொத்தம் முப்பத்தொரு செயல்பாடுகள்தான் (Functions or Elements) கதைகளுக்கு இருக்கின்றன என்று நிரூபித்திருக்கிறார். உலகமுழுதும் உள்ள கதைகளின் பின்னணியில் அலன் டுன்டஸ் (Alan dundas) நடத்திய ஆய்வு, உலக நாடோடிக் கதைகளில் இவற்றைவிட அதிகமான செயல்பாடுகள் இல்லை என்று தெளிவுபடுத்தியிருக்கிறது. கதைகளின் வகைமை, அடிப்படையான சில சமத்தன்மையால் கோர்க்கப்பட்டிருக்கிறது" என்று, தன் 'வங்கக் கதைகள்' நூலில் மேற்கோள் இட்டிருக்கிறார் எம். என். நம்பூதிரி.

புராண, இதிகாசங்களில் பரவிக் கிடக்கும் எண்ணற்ற கதைகளுடன், நாட்டின் பல பகுதிகளில் இருக்கும் பல்லாயிரம் கதைகளும் சேர்ந்து, இந்தியா பெரும் கதைப் பெட்டகமாக விளங்குகிறது. முக்கியமாகக் குறிப்பிட வேண்டியது, உலகப் புகழ் பெற்ற 'பஞ்சதந்திரக் கதைகள்.'

சிங்கள நாடோடிக் கதைகள் குறித்து, இலங்கை நாட்டுப்புறவியலின் முக்கிய ஆளுமையான பார்க்கரின் (இலங்கையில் பிரிட்டிஷ் அதிகாரியாக இருந்த இவர், அந்த நாடு முழுதும் அலைந்துதிரிந்து நாடோடிக் கதைகளைச் சேகரித்து 'Folktales of ceylon' எனும் பெயரில் இரண்டு தொகுதிகளுள்ள பெருநூலை வெளியிட்டிருக்கிறார்) கூற்று இது: "இந்தியத் துணைக் கண்டத்தில் இருக்கும் எல்லா கதைப் போக்குகளையும் இலங்கைத் தீவின் கதை உலகத்திலும் நம்மால் பார்க்க முடியும். அவற்றுடன், தமிழ் மற்றும் தெலுங்கு நாடோடிக்கதைகளும் சிறிய மாற்றங்களுடன் நிறைய இருக்கின்றன. மரியாதை ராமன் கதைகள், மதனகாமராஜன் கதைகள் போன்றவை அதே வடிவத்திலேயே இங்கும் இருக்கின்றன. வட இந்திய இஸ்லாமிய கலாச்சாரம் கொண்ட கதைகள், இலங்கைக் கதை உலகில் காணப்படவில்லை."

இலங்கைக் கதைகளில், வழக்கம்போல சிங்கம் காட்டு ராஜாவாக இருந்தாலும் சிறுத்தை எப்போதும் முட்டாளாகவே இடம்பெறுகிறது. தந்திர வேலைகளுக்கு நரி.

வாய்மொழியாகத் தலைமுறைகளில் கடந்து வந்த பாலஸ்தீன நாடோடிக் கதைகள், ஒரு காலத்தில் அங்கே இஸ்லாமியர்களும் கிறிஸ்தவர்களும் யூதர்களும் பெரிய மோதல்கள் இல்லாமல் ஒன்றாக வாழ்ந்தபோது அவர்களுக்கிடையே திரட்டப்பட்டதால் வரலாற்று முக்கியத்துவம் பெற்று விளங்குகின்றன.

புராதன எகிப்து இலக்கியத்தின்தன்மையையும் சிறப்புகளையும் சரியாகப் புரிந்துகொள்ளும் வகையில், பெரிய அளவிலான படைப்புகள் எதுவும் இல்லை என்று தெரிகிறது. அப்படிப்பட்ட ஒரு இலக்கியச் செழுமை அவர்களுக்கு இருந்ததா என்று உறுதியாகத் தெரியவில்லை. எகிப்து கல்லறைகளிலிருந்து கிடைத்த சில படைப்புகள்தான் மிச்சமிருக்கும் அடையாளங்களாக இருக்கின்றன. பாரோக்களின் பிரமிடுகளில், பாரோக்களின் வீரதீரங்களின் புகழ் பாடும் கதைகளும் மந்திரங்களும் பிரார்த்தனைகளும் பரலோக வாழ்க்கையைப் பற்றியுள்ள விவரங்களும்பாப்பிரஸ்சுருள்களில்பதிவுசெய்யப்பட்டிருக்கின்றன. இவற்றிலிருந்தான கதைகளைத்தான் ஆய்வாளர்கள் வெளியுலகத்துக்குக் கொண்டுவந்தார்கள்.

ஜப்பான் நாடோடிக் கதைகளில் பிராணிக் கதைகளைவிட, கற்பனை வளம் வாய்ந்த மனிதக் கதைகளே அதிக இடம்பிடித்துள்ளன. இது அந்நாட்டுக் கதைகளின் சிறப்பம்சமாகக் குறிக்கப்படுகிறது. அங்கே நாடோடிக் கதைகளில், தனிப்பட்ட (Personal) விஷயங்களுக்குத்தான் முக்கியத்துவம், அறநெறி போதனைகளுக்கு அல்ல. தார்மீகத்தையும் அதற்கான உபதேசங்களையும் கண்டுபிடித்தது சீனர்கள் என்று ஜப்பானில் தொன்றுதொட்டு சொல்லப்பட்டுவருகிறது. அதற்கான காரணமாக வைக்கப்படுவது என்னவெனில், 'சீனர்கள் முற்றிலும் தார்மீகமற்றவர்கள். அதனால் அவர்களுக்கு இந்த தார்மீக நியமங்கள் கட்டாயத் தேவை. ஜப்பான்காரர்களுக்கு அவை தேவையில்லை. ஏனென்றால் அவர்கள் மனதில் நன்மை நிறைந்தவர்கள். ஜப்பான்காரன் தன் மனதுடன் பேசினாலே போதும்.' இது, ஜப்பானிய நாடோடிக் கதைகளில், பாத்திரங்களின் தன்மையை ஊகிக்க ஏதுவாகிறது.

துருக்கிக் கதைகள் பலவற்றில், ஒரு ஆணை நல்லவனாக்குவது பெண்ணின் அறிவுதான் என்று சொல்லப்படுகிறது. நகைச்சுவையும் கூரறிவும் வாய்ந்த கதைக்காரர் முல்லா நஸ்ருதீனின் கல்லறை துருக்கியில் இருக்கிறது. முல்லாவின் பிறப்பிடம் என்று கருதப்படும் பிரதேசத்தில் வருடாந்திரத் திருவிழாக்கள் நடத்தி நகைச்சுவைகள் உருவாக்கிப் பேசி மகிழும் வழக்கமும் உண்டு. துருக்கியர், முல்லாவின் கதைகள் கொண்ட சிறு நூல்களை வெளிநாட்டுப் பயணிகளுக்கு அன்பளிப்பார்கள்.

லத்தீன் அமெரிக்க நாடோடிக் கதைகளின் தன்மையை இவ்வாறாகக் குறிப்பிடுகிறது அந்த தொகுதிக்கு என்னால் எழுதப்பட்ட முன்குறிப்பு:

"நீர்நிலை கண்ணாடியாக மாறிக் கிடக்கும் வெளிமீதில் தோன்றிக் கடந்து செல்லும் பிம்பங்களின் இடையறாத உருமாற்றம். இவை, கதை சொல்லும் காலாதீத முதியோனின் முக பாவனைகளாகின்றன. கதை மொழிதலினிடையில் தனக்கேற்படும் உற்சாகத்தில் அவன் தன் தொடையைத் தட்டிக்கொள்கிறான். அப்போது சம்பவமாகிறான் நீர்மனிதன்! நிகழ்காலத்திலிருந்து கடந்ததன் தொலைவிற்குள் மனதால் தீண்டிப்பார்க்கும் மார்க்கேஸ், "ஆம்" என்கிறார். நெரூதாவிடமிருந்தும் ஆக்டோவியா பாஸிடமிருந்தும் வருகின்றன – இதே ஆமோதிப்புகள். அந்த மூதாதை கண்ணிமைத்து தலை சொடுக்கி குறுஞ்சிரிப்புடன், "கேள் இதை" எனத் தொடங்கும்போது பருந்தொன்று அழகியைக் கவர்ந்து போகிறது. தன் எழுத்து மேசையைத் தட்டி, "அப்படித்தான்" என்கிறார் ருல்ஃபோ. சித்திரிப்புகள் தொடர்கின்றன.

"தன் பணத்தைத் தேடி சவக் குழியிலிருந்து எழுந்து போகிறது அந்தப் பிணம்... 'வா நண்பனே' என்று மரணத்தை வரவேற்றுத் தன் உணவைப் பங்கிட்டுக்கொள்கிறான் யாசகன் – இளவரசிக்குப் புதிர்போட்டவன் விடைக்காகக் காத்திருக்கிறான் – சூரிய கன்னிகைகள்கடவுளுக்குப் படைக்கப்படுகிறார்கள். அந்த நேரத்தில் தன் நூலகத்தின் மிகப் பழைய புத்தகமொன்றை மூடிவைத்து, 'அப்படித்தான் நடந்தது' என்று சாட்சி கூறி, தன் சாய்விருக்கையில் ஓய்வாக அமர்கிறார் போர்ஹஸ்.

"மேலும் மேலும் அந்தக் கிழவன் சோர்வறியாது சொல்லிச் செல்கிறான். கேட்போர் அனைவர் முகங்களிலும் அவன் தன் மனதிலிருந்து உருவாக்கிக் கொடுத்த கண்கள். அவர்கள்

பார்க்கிறார்கள் – கரையிலும் கடலிலும் நடப்பதையெல்லாம், காடுகளுக்கோ மலைகளுக்கோ அப்பால் உள்ள விஷயங்களையெல்லாம், மிக ஆழத்திலும் மிக உயரத்திலும் நிகழ்வதையெல்லாம்...”

இந்து புராணக் கதைகள், யூத - கிறிஸ்தவக் கதைகள், சீன – பூட்டான் – பிலிப்பைன்ஸ் கதைகள், அமெரிக்கக் கதைகள், ஓஷ்யானிக் – ஸ்லாவிய கதைகள், ஆப்பிரிக்க – பெர்சியக் கதைகள், கிரேக்க – ரோமாபுரிக் கதைகள், சுமேரிய – எகிப்து கதைகள், கெல்டிக் (Celtic) கதைகள், ஜப்பானியக் கதைகள், நார்டிக் (Norse) கதைகள் எனவெல்லாம் வியாபித்திருக்கும் கதைகள் திரட்டப்பட்டு, பெருநூல்களாகத் தொகுக்கப்பட்டிருக்கின்றன.

சோவியத் ரஷ்யாவில் அரசாங்கமே செலவிட்டு நாட்டுப் பாடல்களைச் சேகரித்தது. 60களில் சோவியத் பிரசுரமொன்று, “சோவியத் யூனியனிலுள்ள மலைப் பிரதேசக் குடியரசான கிர்கீசியாவின் நாட்டுப்புற இலக்கிய ஆராய்ச்சியாளர்கள், பத்தாயிரம் கிர்கீசியப் பாடல்களையும் பழமொழிகளையும் கதைகளையும் சேகரித்துள்ளனர். அங்குள்ள கிராமங்களிலிருந்தும் மேய்ப்பர்களின் கூடாரங்களிலிருந்தும் நாட்டுப்புற இலக்கியச் செல்வங்கள் சேகரிக்கப்பட்டுள்ளன. இவை ஒரு பெரிய நூலாக வெளியிடப்படும்” என்று செய்தி சொல்கிறது.

ரஷ்யாவின் மாபெரும் கவிஞரான அலெக்ஸாந்தர் பூஷ்கின், தம் தேசத்து நாடோடிக் கதைகளை அறிமுகப்படுத்துகிறார்...

*

மாய உலகம்

ரஷ்யாவின் மணமிக்க மாய உலகத்திற்கு, அன்பானவர்களே, உங்கள் அனைவரையும் வரவேற்கிறேன்!

ஆரம்பமும் நடுவும் முடிவும் இல்லாத, திசையும் இலக்குமற்ற அற்புத உலகம் இது. அதன் நடுவில் முளைத்தெழுந்து, மாய உலகத்தை முற்றிலும் மூடும் விதத்தில் இலைக் குடை விரித்த மிகப் பெரியதொரு ஓக் மரம் இருக்கிறது. சூனியக்காரிகளும் மோகினிகளும் பேய் பிசாசுகளும் விருப்பப்படி ஓய்வெடுக்க ஓக் மரத்தின் கிளைகள் தாமாகவே கீழே தாழும். அந்தக் கிளைகள் கடலோரத்தைத் தொட்டு வருடுவதுண்டு.

ஓக் மரத்தைக் குறித்துச் சொல்லும்போது, ஒரு அறிவாளிப் பூனையைப் பற்றிச் சொல்லாமல் இருக்க முடியாது. எல்லா விஷயங்களைப் பற்றியும் அதற்கு நன்றாகத் தெரிந்திருந்தும் துரதிர்ஷ்டவசமாக அதற்குச் சுதந்திரம் கிடைக்கவில்லை. எந்த நேரத்திலும் ஓக் மரத்தையே சுற்றிக்கொண்டிருப்பதுதான் அதன் வேலை. மரத்தடியில் கட்டிய தங்கச் சங்கிலியின் மறு முனையில் அந்தப் பூனை கட்டப்பட்டிருக்கிறது. தங்கச் சங்கிலியால் கட்டப்பட்டிருந்தாலும் கட்டு கட்டுதானே? ஆனால் அறிவாளிப் பூனை துயருற்றுச் சோர்வடையவில்லை. இரவு பகலாக அது ஊண் உறக்கமின்றி இப்படி ஓக் மரத்தைச் சுற்றி நடந்துகொண்டிருக்கும்.

அறிவாளிப் பூனை அப்படி நடப்பதிலும் ஒரு சிறப்புத் தன்மை உண்டு. சில சமயம் அது இடமிருந்து வலமாக நடக்கும். மற்ற சில சமயம் வலமிருந்து இடப் பக்கமாக நடக்கும். அப்படி நடந்துகொண்டிருக்கும்போது அதன் நாக்கிலிருந்து இடைவிடாமல் வார்த்தைகள் உதிர்ந்துகொண்டிருக்கும். வலதுபக்கம் நடக்கும்போது உதிரும் வார்த்தைகள் அழகான பாட்டுகளாக இருக்கும். இடப் பக்கம் நடக்கும்போது ரஷ்ய மணம் கமழும் அருமையான கதைகளாக இருக்கும்!

அந்த மாய உலகத்தின் அற்புதக் காட்சிகள் என்னென்ன தெரியுமா?

சாந்தியடையாத ஆன்மாக்களைப்போல எண்ணற்ற குட்டிச் சாத்தான்கள் அங்கே குறுக்கும் நெடுக்குமாக அலைந்துகொண்டிருக்கின்றன. அவை விகாரமான சின்னஞ்சிறு உருவம் படைத்தவை. முரட்டுத்தனமானவை. இனி ஓக் மரக் கிளைகளில் யார் இருக்கிறார்கள்? அந்தக் கிளைகள் மச்சக் கன்னிகளின், ஜல கன்னிகளின் இருப்பிடம். கடலைத் தொட்டபடி தாழ்ந்திருக்கும் கிளைகளில் அவர்கள் விருப்பப்படி மகிழ்ந்திருப்பார்கள். அவர்கள் வசீகரமாகச் சிரித்து வழிப்போக்கர்களை கவர்ந்திழுப்பார்கள். சிரிப்பால் நிலவையும் அன்பால் அமிழ்தத்தையும் கோபத்தால் தீச் சுடர்களையும் உருவாக்குவதில் அவர்கள் வல்லவர்கள். இடையிடையே அவர்கள் மரக் கிளைகளிலிருந்து வழுக்கி இறங்கி தண்ணீரில் மறைந்துபோவார்கள். நாடோடிக் கதைகளிலும் மோகினிக் கதைகளிலும் நாயகியாகவோ, துணை நாயகியாகவோ இடம் பெறுவதற்கான போக்காக அது இருக்க வேண்டும்.

ஓக் மரத்தடியிலேயே நின்று கால்கள் வலிக்கின்றன, அல்லவா? இந்த மாய உலகத்தில் பார்ப்பதற்கு இன்னும் எத்தனையோ காட்சிகள் இருக்கின்றன! கொஞ்சம் விரைவாக நடங்கள்.

அதோ அந்த மணலில் பதிந்திருக்கும் பாதச் சுவடுகளைப் பார்த்தீர்களா? எத்தனை எத்தனைக் காலடிகள், எத்தனை எத்தனை வகைகள்! நீளமான பாதத் தடங்கள், சிறியவை, வளைந்தவை, கோடுபோன்று நேராக இருப்பவை... அவ்வாறு பிரதான சாலையிலும், பிரதான சாலையிலிருந்து பிரிந்து செல்லும் சிறிய சாலைகளிலும் காலத்தின் காலடித் தடங்கள்போலத் தெரியும் அவை என்ன தெரியுமா? மனிதக் கண்களுக்குத் தெரியாத விசித்திர விலங்குகள் நடந்து சென்ற கால் தடங்கள் அவை.

சன்னல்களும் வாயில்களும் எதுவுமில்லாத, வேலியும் சுற்றுச் சுவரும் இல்லாத அந்த வீட்டைப் பார்த்து வியந்துபோய் நின்றுவிடாதீர்கள். மாய உலகத்தில் இப்படியும் சில காட்சிகள் இருக்கும். அந்த வீடு எதன் மேல் நின்றுகொண்டிருக்கிறது என்று பார்த்தீர்களா? ஒரு கோழிக் காலின் மீதுதான் அது சற்றும் அசையாமலும் வீழ்ந்துவிடாமலும் நிற்கிறது. அது யாரின் வீடாகவும் இருக்கலாம். ஒருக்கால் அது சூனியக்காரி பாபாயாகாவின் வீடாக இருக்கலாம். இல்லையென்றால் வேறு எந்த சூனியக்காரியுடையதாகவும் இருக்கலாம். சிறிய இளவரசியைக் கவர்ந்துகொண்டு வந்து பெரிய சூளையிலிட்டுப் பொரித்துத் தின்ன வேண்டும் என்று இந்தக் கோழிக்கால் வீட்டில் கெட்ட மனங்கள் திட்டமிடலாம். இளவரசி அனைவரையும் ஏமாற்றிவிட்டுத் தனியாகவோ, இளவரசனின் உதவியுடன் வெள்ளைக் குதிரை மீதோ அங்கிருந்து தப்புவது வேறு விஷயம்!

மாய உலகத்தில் மாயங்கள் இல்லாமல் வேறு என்ன இருக்கப்போகிறது?

சில சமயம் முதலில் ஒரு பாலைவனம் இருக்கும். நொடி நேரத்தில் அது ஒரு அடர்ந்த காடாக மாறும். கடல் வற்றி காட்டருவியாகவும் நதிப்போக்கு மணற்போக்காகவும் மாறலாம். நாம் நம் கண்களையே நம்ப முடியாது, தெரியுமா? மாய உலகத்தில் விரைந்து நடக்கும் இந்த மாற்றங்கள் அவ்வளவு வியப்பானவை.

இதுவொரு விடியும் பொழுதென்று நினைத்துக் கொள்ளுங்கள். ஓக் மரத்திலிருந்து நாம் இந்தக் காட்சியைப் பார்க்கிறோம். ஆர்ப்பரித்து வரும் அலைகள் மணலில் ஏறுகின்றன. மணலின்

தாகத்தையெல்லாம் தணித்து அவை திரும்பிச் செல்லும். அடுத்த நொடி கடல் மாமாவுடன் முப்பது படைவீரர்கள் ஆயுததாரிகளாக கரையேறி வரலாம். யுத்தத்திற்கு ஆயத்தமாக கடல் ஆழங்களிலிருந்து வந்தவர்கள் அவர்கள். பக்கத்தில் உள்ள அரண்மனையில் சில சமயம் பதில் கிடைக்காத புதிர்கள் நிறைந்திருக்கலாம். அங்கே மகிழ்ச்சியாக வசிப்பது, சாகசமான ஒரு இளவரசனாக இருக்க வேண்டும். வயது முதிர்ந்த ராஜாவை இளவரசன் வீட்டுக் காவலில் வைத்திருப்பதையும் பார்க்கக்கூடும். அதற்குக் காரணம் என்னவோ?

அதையெல்லாம் கேட்காதீர்கள். கதையில் கேள்வியில்லையென்று உங்களுக்கும் தெரியும்தானே?

வேறொரு பகுதியில் ஒரு மந்திரவாதி சிறகுகள் இல்லாமல் காற்றில் பறப்பதைப் பார்த்தீர்களா? அவன் தன் தோளில் மயக்கமுற்ற ஒரு படை வீரனைச் சுமந்திருந்தாலும் வியப்பதற்கில்லை. காட்டுக்கும் கடலுக்கும் மேலே மந்திரவாதி, நீல மேகங்களை விலக்கிக்கொண்டு எங்கோ விரைந்து பறக்கிறான். அவன் எங்கிருந்து வருகிறான், எங்கோ போகிறான் என்பதைப் பற்றியெல்லாம் நமக்கு சந்தேகங்கள் எற்படலாம். அதைப் பற்றிக் கேட்பதால் பயனொன்றுமில்லை. எல்லா கேள்விகளுக்கும் பதில் தெரிந்தவர்கள் இந்த ரஷ்யாவில் யாரேனும் இருக்கிறார்களா? இந்தப் பூமியில் இருக்கிறார்களா?

கடும் இருட்டு நிறைந்த அந்த அறை, சூனியக்காரியின், அல்லது அரக்கனின் வசிப்பிடமாக இருக்க வேண்டும். அங்கிருந்து ஒரு பெண்ணின் துயர அழுகை கேட்கிறதல்லவா? அது ஒரு இளவரசியாகவும் இருக்கலாம். அவளுக்குத் தேவையானதையெல்லாம் செய்துகொடுத்து எப்போதும் உடனிருக்கும் அந்த ஓநாய், உண்மையில் யாராக இருக்கும்? முன்பிறவி உறவா, கணவனா, உதவியாளனா? ஓ, யாருக்குத் தெரியும்! இருட்டறைக்கு வெளியே ஒரு அரவைக் கல் எப்போதும் சுழன்றுகொண்டிருப்பதைப் பார்த்தீர்களா? அதற்கும் ஏதாவது ஒரு நோக்கம் இருக்க வேண்டும்.

சிம்மாசனத்தில் இருக்கும் கோசே ராஜாவின் முகம் ஏன் வாடியிருக்கிறது? அதற்குக் காரணமாக என்ன இருக்கும் என்று நாம் சிந்தித்து பல விஷயங்களைக் கண்டுபிடிக்கலாம். ஆனால் அதெல்லாம் முற்றிலும் சரியாகத்தான் இருக்க வேண்டும் என்றில்லை, முற்றிலும் தவறாகத்தான் இருக்க வேண்டும்

என்றில்லை. இவை இரண்டுக்கும் இடையில்தானே சரி மற்றும் சராசரியின் இடம் இருக்கிறது?

இப்படிச் சொல்லத் தொடங்கினால் மாய உலகத்தின் மாயக் காட்சிகள் தீராது. அப்புறம், இவையெல்லாம் நான் உருவாக்கியதில்லை தெரியுமா. நான் கடலோரத்தில் ஓக் மரநிழலில் அமர்ந்து காற்று வாங்கிக்கொண்டிருக்கும்போது அந்த அறிவாளிப் பூனை, பாட்டாகவும் கதையாகவும் சொன்னதுதான் இவையெல்லாம். நான் அவற்றை உங்களிடம் பகிர்ந்துகொண்டேன், அவ்வளவுதான்.

சரி, முடித்துக்கொள்ளட்டுமா?

அலெக்ஸாந்தர் பூஷ்கின்

*

பரவும் தன்மைகொண்ட நாடோடிப் பாட்டுகளும் கதைகளும் பெரும்பாலும், எங்கு சொல்லப்பட்டபோதிலும் எப்படிப்பட்ட மாற்றங்கள் ஏற்பட்டபோதிலும் அறத்தின் வெற்றியையே கொண்டாடுபவையாக உள்ளன.

எழுதப்பட்ட கதைகளில் மிகப் பழைய நாடோடிக் கதை, புராதன எகிப்தில் கி.மு. 1300களில் தோன்றிய, 'இரண்டு சகோதரர்களின் கதை' என்று கருதப்படுகிறது. பழைய நாடோடிக் கதைகளில், கி.மு. மூன்றாம் நூற்றாண்டில் எழுதப்பட்ட 'பஞ்சதந்திரக் கதைக'ளும் 'பென்டமெரோன் கதை'களும் (*Pentamerone* – பதினேழாம் நூற்றாண்டு தேவதைக் கதைகள். இத்தாலியக் கவிஞர் 'ஜியாம்பட்டிஸ்டா பசிலி' (*Giambattista Basile*) சேகரித்தவை) குறிப்பிடவேண்டியவை.

'கிரிம் சகோதரர்கள்' என்று அழைக்கப்படும், ஜெர்மனியைச் சேர்ந்த ஜேக்கப் கிரிம் (*Jacob Grimm*), வில்ஹெம் கிரிம் (*Wilhelm Grimm*) ஆகியோர் பத்தொன்பதாம் நூற்றாண்டில் நாடோடிக் கதைகளைச் சேகரித்தார்கள். தாங்கள் அறிந்த கதைகளுக்கு அப்பாற்பட்டு, மக்களிடம் தேடியலைந்து பற்பல நாடோடிக் கதைகளைத் திரட்டினார்கள். இவர்கள், கையெழுத்துப் பிரதியிலிருந்தும் பழைய நூல்களிலிருந்தும் மக்களின் பேச்சு வழக்கிலிருந்தும் சேகரம் செய்து தொகுத்த கதைகளே 'கிரிமின் நாடோடிக் கதைகள்' எனும் நூலாக, 1812க்கும் 1815க்கும் இடையில் வெளிவந்தன. இதன் பிறகு கிரிம் சகோதரர்கள் உலகமெங்கும் புகழ் பெற்றார்கள். இந்த வகையில் ஜேக்கப் கிரிம், 1864வரை ஏறத்தாழ எழுபது நூல்கள்

வெளியிட்டிருக்கிறார். இவற்றில் ஏறத்தாழ பத்து நூல்களில் வில்ஹெமின் பெயரும் உண்டு. கிரிம் கதைகள், இந்தியப் புராணக் கதைகள் - நாடோடிக் கதைகள் ஆகியவற்றுடன் பெருமளவு ஒப்புமை கொண்டுள்ளன. நாட்டுப்புறவியல் – நாட்டுப்புற இலக்கியம், நாட்டுப்புற பழக்கங்கள், நாட்டுப்புற கலைகள், நாட்டுப்புற அறிவியல் மற்றும் தொழில் நுட்பம் ஆகிய வகைப்பாடுகள் கொண்டுள்ளது.

அன்பு, ஆண் – பெண் உறவு, பிரிவு, மரணம், காதல், ஊடல், போட்டி பொறாமை, சண்டை, ஏக்கங்கள், கனவு, கேலி, நகைச்சுவை, மங்களம், மாயம், மது, வறுமை, துயரம், மகிழ்ச்சி, ஆசை, திறமை, சமயோசிதம், சூழ்ச்சி, கலை, கடவுள், பிரார்த்தனை, அனுக்கிரகம், தர்மம், வீரம், உழைப்பு, ஓய்வு, கொண்டாட்டம், சினம், இயற்கை, செழிப்பு, பஞ்சம், கொள்ளை, கலகங்கள், சடங்கு சம்பிரதாயங்கள், ஆவி, மோகினி, ஜென்மங்கள், பிசாசு, ராட்சசம், ராஜ்ஜியம், வேட்டை, மதம், வருணம், விலங்குகள், பறவைகள், விதி முதலியவற்றின் ஊடாக தமிழ் நாட்டுப்புற இலக்கியத்தின் பாடுபொருள் பிரபஞ்சம் - கதைப் பாட்டு, விடுகதை, ஏற்றப் பாட்டு, நடவுப் பாட்டு, களையெடுப்புப் பாட்டு, அறுவடைப் பாட்டு, வில்லுப் பாட்டு, கிளிப் பாட்டு, வஞ்சிப் பாட்டு, வழிநடைப் பாட்டு, வண்டிக்காரன் பாட்டு, படகுக்காரன் பாட்டு, துணிவெளுப்போர் பாட்டு, உலக்கைப் பாட்டு, விறகொடிப்போர்பாட்டு, பூப்பறிப்போர் பாட்டு, உப்பளப் பாட்டு, மேய்ப்பர் பாட்டு, வேட்டைப் பாட்டு, இயற்கைப் பாட்டு, சமரசப் பாட்டு, சடங்குப் பாட்டு, விளக்குப் பாட்டு, மழைக் கஞ்சிப் பாட்டு, பிச்சைப் பாட்டு, பொங்கல் பாட்டு, கோமாளிப்பாட்டு, கள்ளன்பாட்டு, மாரியம்மன்பாட்டு, கோடங்கிப் பாட்டு, குறிகாரிப் பாட்டு, குடுகுடுப்பைக்காரன் பாட்டு, ஏலேலோபாட்டு அல்லது கப்பல்பாட்டு, ஞானப் பாட்டு, உடுக்கடிப் பாட்டு, ஊஞ்சல் பாட்டு, கேலிப் பாட்டு, பண்ணத்தி, பிள்ளைத் தமிழ், மாலை, ஏசல், விருத்தம், கண்ணிகள், ஆனந்தக் களிப்பு, தெம்பாங்கு, குலவை, சிந்து, குறவஞ்சி, கும்மி, தும்பி, பள்ளு, இலாவணி, அம்மானை, ஒப்பாரி, தாலாட்டு, பழமொழி, நீதிபோதனை முதலான வடிவங்களிலும், சிலம்பாட்டம், ஒயிலாட்டம், மயிலாட்டம், ஒயிலாட்டம், தேவராட்டம், காவடியாட்டம், கோலாட்டம், பொய்க்கால் குதிரை, நாடகம், தெருக்கூத்து, கரடியாட்டம், புலியாட்டம், கரகாட்டம், காத்தவராயன்

கழுவேற்றம், நொண்டி நாடகம், தெருக்கூத்து, கழைக்கூத்து, கணியான் கூத்து, பாவைக் கூத்து, ஐந்தாங்கல், சடுகுடு முதலிய நிகழ்த்துக்கலைகளாகவும் விரிந்துகிடக்கிறது. ஒப்பாரியில் - நவரத்தின ஒப்பாரி, மோகனாங்கி ஒப்பாரி, எமலோக ஒப்பாரி, தெய்வலோக ஒப்பாரி, காந்தாமணி ஒப்பாரி, தங்கரத்தின ஒப்பாரி என்பதான வகைப்பாடுகளைப்போல, ஒன்றுக்குள் பலவாக இவை பொதிந்து கிடக்கின்றன. கூத்தில், அரசர்களுக்கான கூத்து, பொதுமக்களுக்கான கூத்து என்று இரண்டு வகை இருந்ததுபோல, இலக்கியங்களிலும் உயர்ந்த வர்க்கத்தினருக்கான இலக்கியங்கள், பொதுமக்களுக்கான இலக்கியங்கள் என இரண்டு பிரிவுகள் இருந்திருக்கின்றன.

தூக்குத்தூக்கி கதை, நல்லதங்காள் கதை, கோவலன் கதை, வள்ளித் திருமணம் முதலிய தமிழ்நாட்டுக் கதைகள், நாடகங்களாக எழுதப்பட்டு மக்களிடம் பரவிப் புகழ் பெற்றன. வித்துவான் சேஷையங்கார் இயற்றி 1875ல் வெளிவந்த, தமிழின் முதல் நாவல் என்று சொல்லப்படும் 'ஆதியூர் அவதானி சரிதம்' அம்மானைப் பாடல் வடிவில் உள்ளது.

பாடல்களின்போது உடுக்கை, பறை, தப்பு, தம்பட்டம், பம்பை, ஜால்ரா, கஞ்சிரா, கரடிவாத்தியம், வில், மகுடம், டேப், கைத்தாளம், நையாண்டி மேளம் முதலிய இசைக்கருவிகள் பயன்படுத்தப்பட்டன. நாட்டுப்புற இலக்கியங்களில் பல்லாயிரக்கணக்கானவை காப்பாரின்றி காலத்தில் அழிந்தன.

"பூர்வமான தமிழ்ப் பாடல்கள் எத்தனையோ தொலைந்துபோய்விட்டன. அகஸ்தியர் பாடல்கள் மிச்சம் ஒன்றுமே இல்லை என்று சொல்லும்படி எல்லாம் தொலைந்துபோய்விட்டன.

"முத்தொள்ளாயிரம் இரண்டாயிரத்து எழுநூறு பாடல்களில் நூறுதான் மிஞ்சியிருக்கின்றன.

"அவ்வையார் பாடல்கள், எல்லாம் போய், பத்தோ இருபதோ மிஞ்சியிருக்கின்றன.

"கம்பர் பாடல்களும் வேண்டிய மட்டும் தொலைந்து போய்விட்டன.

"இவற்றை எண்ணியெண்ணி நமக்கு மனம் நோகிறது. இனி,

இவ்வளவு கஷ்டத்தோடு இன்னொரு நஷ்டத்தையும் சேர்த்து கணக்கு வைக்க வேண்டியிருக்கிறது.

"நாட்டுப் பாடல்கள், ஆயிரக்கணக்கான வருஷங்களில் உண்டாகிவந்த பல்லாயிரக்கணக்கான பாடல்கள் தொலைந்துபோய்விட்டன. இந்த நஷ்டமே பெரிய நஷ்டம் என்றுகூடச் சொல்லத் தோன்றும். ஏனென்றால் அவை தாமாக அனாயாசமாக விளைந்த செல்வங்கள்.

"நாட்டுப்புறத்து மண்ணிலிருந்தும், மரத்திலிருந்தும், செடியிலிருந்தும், கொடியிலிருந்தும் பூத்த நறுமணம் கொண்ட மலர்கள் அவை. நம் கைக்கு வந்தவை மிகச் சில.

"அவற்றில் மிகச் சில மிகவும் பூர்வமானவை. வேறு சில சமீபத்தில் உண்டானவை. ஆனாலும் அவற்றில் தமிழ்நாட்டு மண்ணின் அற்புதமான மணம் கமழப் பார்க்கிறோம்.

"எத்தனையோ விஷயங்கள் பற்றி இந்தப் பாடல்கள் நம்முடன் ஒட்டிப் பேசுகின்றன. தமிழ் பாஷையின் லாவகங்களும் தாளங்களும் தேனினும் இனிய இன்னிசைகளும் அவற்றில் நிறைந்திருக்கின்றன" என்கிறார் இரசிகமணி.

இப்படிப்பட்ட நாட்டுப்புற இலக்கியங்களைப் பாணர், பாடினியர், விறலியர், வயிரியர், கூத்தர்போன்றவர்கள் வளர்த்துவந்தார்கள். பிற்பாடு காலப்போக்கில், பல வகைப்பட்டவர்களால் செல்வாக்குப் பெற்று வளர்ந்தது.

மக்களைக் கவர்ந்த வீர நாயகர்களைப் பற்றியும் நாடோடி இலக்கியப் பாணியில், 'தேசிங்குராஜன்கதை', 'கான்சாயபுசண்டை', 'கட்டமொம்மு சிந்து' முதலிய கதைப்பாடல்கள் தமிழில் எழுதப்பட்டுள்ளன. அழுகணிச்சித்தர், குதம்பைச்சித்தர்முதலியோர், நாட்டுப் பாடல்களைப்போலவே கவி புனைந்தவர்கள் என்று காணப்படுகிறது.

"படியாதவர்களால் அழகாகச் சிருஷ்டிக்கப்பட்ட இலக்கியமே கிராம இலக்கியம் என்பதை அறியும்போதும் ஒரு பெரிய உண்மையை நாம் தெரிந்துகொள்கிறோம். அதாவது, இலக்கியப் பண்பு என்பது மனிதனுடைய பிறவிக் குணங்களில் ஒன்று" என்கிறார், கு. அழகிரிசாமி. உலகத்தின் ஆதி காவியமான 'கில்காமெஷ்' நூலை மொழிபெயர்த்த க.நா.சு.வும், "ஆதி மனிதன் கவியாகவும் காவியம் உருவாக்கும் சக்தி பெற்றவனாகவும் இருந்தது தெரிகிறது" என்கிறார்.

நாட்டுப்புறக் கதைகள் பத்தொன்பதாம் நூற்றாண்டிலேயே நூல்களாக உருப்பெறத் தொடங்கிவிட்டன. நாடோடிக் கதைகளைத் தொகுப்பது, நாட்டாரியல் ஆய்வு, மறு உருவாக்கம் ஆகிய வகைகளில், அட்டாவதானம் வீராசாமி செட்டியார், பண்டித நடேச சாஸ்திரிகள், கா. அப்பாத்துரை, அரு. இராமநாதன், வை. கோவிந்தன், மு. அருணாசலம், கி. வா. ஜகன்னாதன், மதுரை முதலியார், இரா. இளங்குமரன், அ. லெ. நடராசன், பூ. வண்ணன், எஸ். சுப்பிரமணியம், அழ. வள்ளியப்பா, கி.ராஜநாராயணன், பாரததேவி, ஆறு அழகப்பன், செ. அன்னகாமு, நா.வானமாமலை, அ.மு.பரமசிவானந்தம், மு.வை.அரவிந்தன், ப.ரா. சுப்பிரமணியம், ஜெயமோகன், கோணங்கி, சு. சண்முகசுந்தரம், மெ. சுந்தரம், கவிஞர் வரதராசன், ர. அய்யாசாமி, வ.மு. இராமலிங்கம், முல்லை முத்தையா, வே.சரஸ்வதி வேணுகோபால், மு.ராமசாமி, அ.கா.பெருமாள், தொ.பரமசிவன், ஆ.சிவசுப்பிரமணியன், தே. லூர்து, சு. சக்திவேல், அ. ஆறுமுகம் முதலியோரின் செயல்பாடுகள் முக்கியமாகக் குறிக்கப்பட்டிருக்கின்றன.

பாலியல் சார்ந்த, தமிழக நாட்டுப்புறக் கதைகள் குறித்து கி.ராஜநாராயணன்., "பாலியல் கதைகள் எல்லா மொழியிலும் இருக்கு. அதை திரட்டுவதாலும், வெளியிடுவதாலும் நம் ஆச்சாரம் போய்விடும் என்று அரற்றுவது பேதமை. மானுடவியலில் இதெல்லாம் இருக்கு. மனுஷன் எங்கெல்லாம் இருக்கிறானோ, அங்கெல்லாம் மனுஷநாத்தம் இருக்கும். இல்லாததை நான் சொல்லவில்லை. இவை மக்களிடையே உள்ள கதைகள். ராஜநாராயணன் உண்டாக்கிய கதைகள் அல்ல. அதை அவ்வளவையும் சேகரிக்கணும். ஆபாசம் என்பதை ஒரு வாதத்துக்கு வைத்துக்கொண்டால்கூட, இதைத் தெரிந்துகொள்வதால் ஒருவன் கெட்டுவிடுவான் என்று சொல்ல முடியுமா? நான் சின்ன வயசில் இதுபோன்ற எவ்வளவோ கதைகள் வண்டிவண்டியா கேட்டிருக்கேன். பாலியல் சம்பந்தமான விஷய ஞானம் கிடைத்திருக்கிறதே தவிர, கெட்டுப்போய்விடுவோம் என்பதல்ல." என்கிறார்.

ஒரு கருத்துடைய கதை, இரண்டு பிரதேசங்களில் உலவும்போது மேற்கொள்ளும் மாற்றங்களுக்கு உதாரணமாக கீழ்க்கண்ட இரண்டு கதைகள் பயன்படுத்தப்பட்டிருக்கின்றன.

*

மாடப்புறா

(கேரளத்து நாடோடிக் கதை. எழுதியவர், சுமங்களா)

மாடப்புறா, மீனா எனும் பெண்மணியின் வீட்டு வாசலில் இருக்கும் ஒரு பலா மரத்தின் பொந்தில்தான் வசித்துவந்தது. மீனாவும் மாடப்புறாவும் நெருங்கிய நண்பர்கள். அடிக்கடி இருவரும் பல விஷயங்களைப் பற்றி பேசிக்கொண்டிருப்பார்கள். ஒருவருக்கொருவர் உதவி செய்துகொள்வார்கள். இப்படி ஒரு நட்பும் மரியாதையும் இருப்பதால்தான், மாடப்புறா மீனாவின் வீட்டு வாசலிலேயே முட்டையிட்டது. மொத்தம் ஐந்து முட்டைகள்.

"பாம்பும் காக்கையும் பூனையும் வந்து இந்த முட்டைகளைத் தின்றுவிடாமல் பார்த்துக்கொள்ளுங்கள்" என்று மீனாவிடம் சொன்னது புறா. பிறகு அது, இரை தேடுவதற்காக வெளியே பறந்து சென்றது.

அந்த முட்டைகளைப் பார்த்ததும் மீனாவுக்கு ஆசையை அடக்க முடியவில்லை. 'இந்த முட்டைகளை அவித்துத் தின்றால் நன்றாக இருக்குமே. இந்த முட்டைகளிலிருந்தெல்லாம் புறாக் குஞ்சுகள் வந்து அவை வளர்ந்துவிட்டால், பிறகு அவற்றின் தொல்லையைத் தாங்க முடியாதே. வாசலும் கிணற்றுத் தண்ணீரும் உத்திரமும் எல்லாம், அவற்றின் எச்சத்தால் அசிங்கமாகிவிடும். இந்த ஒரு புறாவின் தொந்தரவையே தாங்க முடியவில்லை. ஏதோ இத்தனை நாள் பழகிவிட்டோமே என்று பொறுத்துக்கொள்ள வேண்டியிருக்கிறது. இந்த முட்டைகள் பொரிந்து குஞ்சுகள் வரும்படி விடக்கூடாது. நாளைக்கு முட்டைக் குழம்பு வைத்துவிட வேண்டியதுதான்!' என்று நினைத்த மீனா முட்டைகளை எடுத்து ஒளித்து வைத்தாள்.

மாடப்புறா திரும்பி வந்து முட்டைகளைக் கேட்டது. மீனா அதைப் பொருட்படுத்தாமல் வீட்டு வேலைகள் செய்துகொண்டிருந்தாள். மாடப்புறா அவள் பின்னாலேயே சென்று, தன் முட்டைகளைத் தரும்படி மீண்டும் மீண்டும் கேட்டது. கடைசியில் பொறுமை இழந்த மீனா திரும்பி நின்று சொன்னாள்: "நான் உன் முட்டைகளைத் தர மாட்டேன். உன்னால் என்ன செய்ய முடியுமோ செய்துகொள்!"

அவள் இப்படி தன்னை ஏமாற்றுவாள் என்று மாடப்புறா கனவில்கூட கருதியதில்லை. ஆயினும் அவள் முட்டைகளை சமைப்பதற்கு முன்பு எப்படியாவது அவற்றை வாங்கிவிட வேண்டும். அதற்கு என்ன வழி?

மீனா, சமையலறை வாசலில் ஒரு வாழைமரம் நட்டு வளர்த்திருந்தாள். அது சாதாரண வாழை அல்ல. ஒரு குலையில், யானைத் தந்தம் அளவு பருமனுடைய ஆயிரம் காய்கள் காய்க்கும் அபூர்வ வாழை! மீனா அதை எங்கிருந்தோ கொண்டுவந்து அருமை பெருமையாக வளர்த்துவந்தாள். அந்த வாழையை முறித்துவிடுவதாக அச்சுறுத்தினால், அவள் முட்டைகளைத் திருப்பித் தந்துவிடுவாள் என்று மாடப்புறாவுக்குத் தோன்றியது. அது சென்று, தன் அலகையும் கால்களையும் பயன்படுத்தி வாழை மரத்தைக் குத்தி கீழே தள்ள முயற்சித்தது. ஆனால், ஒரு மாடப்புறாவுக்கு வாழை மரத்தைக் கீழே தள்ளுமளவு சக்தி இருக்குமா? வாழை மரம் சற்று அசையக்கூட இல்லை. மாடப்புறா விரைவிலேயே சோர்ந்துபோனது. மீனாவோ, அதைப் பார்த்துக் கை தட்டிச் சிரித்தாள்!

மாடப்புறா துயரத்துடன் வெளியே பறந்து சென்றது. என்ன செய்வது என்று தெரியாமல் ஒரு காட்டுக்குச் சென்று அமர்ந்தது. அப்போது அந்த வழியாக ஒரு பன்றி வந்தது. பன்றியைப் பார்த்தவுடன் மாடப்புறா சொன்னது: "பன்றி, பன்றி, நான் மீனாவின் வீட்டு வாசலில் ஐந்து முட்டையிட்டேன். அவள் அவற்றை எடுத்து ஒளித்து வைத்துக்கொண்டாள். நான் பலமுறை கேட்டுப்பார்த்தும் தர மறுக்கிறாள். நீ எனக்காக, அவள் சமையலறை வாசலில் இருக்கும் வாழைமரத்தைக் குத்தி வீழ்த்துவாயா?"

பன்றி கேலியாகச் சிரித்தது: "சரிதான், போ! கண்டவர்களின் வீட்டில் உள்ள வாழைமரத்தைக் குத்தி வீழ்த்துவதுதான் என் வேலையா? என்னால் முடியாது, மாடப்புறாவே!" என்று உறுமிக்கொண்டு சென்றது.

அப்போதுதான், வில்லையும் அம்பையும் கையில் பிடித்துக்கொண்டு அந்த வழியாக ஒரு வேடன் வந்தான். வேடனைப் பார்த்தவுடன் மாடப்புறா சொன்னது: "வேடனே, வேடனே, நான் மீனாவின் வீட்டு வாசலில் ஐந்து முட்டையிட்டேன். அவள் அவற்றை எடுத்து ஒளித்து வைத்துக்கொண்டாள். நான் பலமுறை கேட்டுப்பார்த்தும் தர மறுக்கிறாள். அவள் சமையலறை வாசலில்

இருக்கும் வாழைமரத்தைக் குத்தி வீழ்த்தாத பன்றி மீது நீ எனக்காக அம்பு விடுவாயா?"

வேடன் கேலியாகச் சிரித்தான்: "சரிதான், போ! கண்ட பன்றிகள் மீதெல்லாம் அம்பு விடுவதுதான் என் வேலையா? என்னால் முடியாது, மாடப்புறாவே!" என்று சொல்லிவிட்டு அவன் பாட்டுப் பாடிக்கொண்டு அங்கிருந்து சென்றான்.

அப்போது அந்த வழியாக ஒரு எலி வந்தது. எலியைப் பார்த்தவுடன் மாடப்புறா சொன்னது: "எலியே, எலியே, நான் மீனாவின் வீட்டு வாசலில் ஐந்து முட்டையிட்டேன். அவள் அவற்றை எடுத்து ஒளித்து வைத்துக்கொண்டாள். நான் பலமுறை கேட்டுப் பார்த்தும் தர மறுக்கிறாள். அவள் சமையலறை வாசலில் இருக்கும் வாழைமரத்தைக் குத்தி வீழ்த்தாத பன்றி மீது அம்பு விடாத வேடனின் வில் நாணை எனக்காக அறுப்பாயா?"

எலி கேலியாகச் சிரித்தது. "சரிதான், போ! கண்டவரின் வில் நாணை அறுப்பதுதான் என் வேலையா? என்னால் முடியாது, மாடப்புறாவே!" என்ற எலி, "கீச், கீச்..." என்று கத்திக்கொண்டு சென்றது.

அப்போது அந்த வழியாக ஒரு பூனை வந்தது. பூனையைப் பார்த்தவுடன் மாடப்புறா சொன்னது: "பூனையே, பூனையே, நான் மீனாவின் வீட்டு வாசலில் ஐந்து முட்டையிட்டேன். அவள் அவற்றை எடுத்து ஒளித்து வைத்துக்கொண்டாள். நான் பலமுறை கேட்டுப்பார்த்தும் தர மறுக்கிறாள். அவள் சமையலறை வாசலில் இருக்கும் வாழைமரத்தைக் குத்தி வீழ்த்தாத பன்றி மீது அம்பு விடாத வேடனின் வில் நாணை அறுக்காத எலியை நீ எனக்காகக் கொல்வாயா?"

பூனை கேலியாகச் சிரித்தது: "சரிதான், போ! கண்ட எலியைக் கொல்வதுதான் என் வேலையா? என்னால் முடியாது, மாடப்புறாவே!" என்று சொல்லிவிட்டு அது "மியாவ்!" என்று கத்தியபடி நடந்தது.

அப்போது ஒரு நாய் அந்த வழியாக வந்தது. நாயைப் பார்த்தவுடன் மாடப்புறா சொன்னது: "நாயே, நாயே, நான் மீனாவின் வீட்டு வாசலில் ஐந்து முட்டையிட்டேன். அவள் அவற்றை எடுத்து ஒளித்து வைத்துக்கொண்டாள். நான் பலமுறை கேட்டுப்பார்த்தும் தர மறுக்கிறாள். அவள் சமையலறை வாசலில் இருக்கும் வாழைமரத்தைக் குத்தி வீழ்த்தாத பன்றி மீது அம்பு விடாத

வேடனின் வில் நாணை அறுக்காத எலியைக் கொல்லாத பூனையை நீ எனக்காக பிடித்துத் தருவாயா?"

நாய் கேலியாகச் சிரித்தது: "சரிதான், போ! கண்ட பூனையைப் பிடிப்பதுதான் என் வேலையா? என்னால் முடியாது, மாடப்புறாவே!" என்று சொல்லிவிட்டு அது "லொள், லொள்!" என்று குரைத்துக்கொண்டு நடந்தது.

மாடப்புறா மிகவும் ஏமாற்றமடைந்தது. அது சொன்னதை யாருமே கேட்கவில்லை. அது வருத்தத்துடன் மெதுவாக காட்டின் உள்ளே பறந்தது. அப்போது வழியில் ஒரு கம்பு உருண்டு உருண்டு வருவதைப் பார்த்தது. கம்பைப் பார்த்தவுடன் அது சொன்னது: "கம்பே, கம்பே, நான் மீனாவின் வீட்டு வாசலில் ஐந்து முட்டையிட்டேன். அவள் அவற்றை எடுத்து ஒளித்து வைத்துக்கொண்டாள். நான் பலமுறை கேட்டுப்பார்த்தும் தர மறுக்கிறாள். அவள் சமையலறை வாசலில் இருக்கும் வாழை மரத்தைக் குத்தி வீழ்த்தாத பன்றி மீது அம்பு விடாத வேடனின் வில் நாணை அறுக்காத எலியைக் கொல்லாத பூனையைப் பிடிக்காத நாயை நீ எனக்காக அடிப்பாயா?"

கம்பு கேலியாகச் சிரித்தது: "சரிதான், போ! கண்ட நாயை அடிப்பதுதான் என் வேலையா? என்னால் முடியாது, மாடப்புறாவே!" என்று சொல்லிவிட்டு அது மிக விரைவாக உருண்டு சென்றது.

மாடப்புறா மீண்டும் பறந்து சென்றபோது, ஒரு இடத்தில் காய்ந்த இலைகளின் மீது தீ பற்றி எரிவதைப் பார்த்தது. தீயைப் பார்த்தவுடன் அது சொன்னது: "தீயே, தீயே, நான் மீனாவின் வீட்டு வாசலில் ஐந்து முட்டையிட்டேன். அவள் அவற்றை எடுத்து ஒளித்து வைத்துக்கொண்டாள். நான் பலமுறை கேட்டுப்பார்த்தும் தர மறுக்கிறாள். அவள் சமையலறை வாசலில் இருக்கும் வாழைமரத்தைக் குத்தி வீழ்த்தாத பன்றி மீது அம்பு விடாத வேடனின் வில் நாணை அறுக்காத எலியைக் கொல்லாத பூனையைப் பிடிக்காத நாயை அடிக்காத கம்பை நீ எனக்காக எரிப்பாயா?"

தீ கேலியாகச் சிரித்தது: "சரிதான், போ! கண்ட கம்பை எரிப்பதுதான் என் வேலையா? என்னால் முடியாது, மாடப்புறாவே!" என்று சொல்லிவிட்டு அது மேலும் அதிகமாக எரிந்தது.

மாடப்புறா மீண்டும் பறந்தது. சற்று தூரம் பறந்து சென்றபோது, பாறைகளின் இடையே ஒரு அருவி விழுவதைப் பார்த்தது.

அருவியைப் பார்த்தவுடன் அது சொன்னது: "அருவியே, அருவியே, நான் மீனாவின் வீட்டு வாசலில் ஐந்து முட்டையிட்டேன். அவள் அவற்றை எடுத்து ஒளித்து வைத்துக்கொண்டாள். நான் பலமுறை கேட்டுப் பார்த்தும் தர மறுக்கிறாள். அவள் சமையலறை வாசலில் இருக்கும் வாழைமரத்தைக் குத்தி வீழ்த்தாத பன்றி மீது அம்பு விடாத வேடனின் வில் நாணை அறுக்காத எலியைக் கொல்லாத பூனையைப் பிடிக்காத நாயை அடிக்காத கம்பை எரிக்காத தீயை நீ எனக்காக அணைப்பாயா?"

அருவி கேலியாகச் சிரித்தது: "சரிதான், போ! கண்ட தீயை அணைப்பதுதான் என் வேலையா? என்னால் முடியாது, மாடப்புறாவே!" என்று சொல்லிவிட்டு அது களகளவென்று ஓடியது.

அப்போது அந்த வழியாக, பெரிய தந்தங்கள் கொண்ட யானை ஒன்று வந்தது. யானையைப் பார்த்தவுடன் மாடப்புறா சொன்னது: "யானையே, யானையே, நான் மீனாவின் வீட்டு வாசலில் ஐந்து முட்டையிட்டேன். அவள் அவற்றை எடுத்து ஒளித்து வைத்துக்கொண்டாள். நான் பலமுறை கேட்டுப்பார்த்தும் தர மறுக்கிறாள். அவள் சமையலறை வாசலில் இருக்கும் வாழைமரத்தைக் குத்தி வீழ்த்தாத பன்றி மீது அம்பு விடாத வேடனின் வில் நாணை அறுக்காத எலியைக் கொல்லாத பூனையைப் பிடிக்காத நாயை அடிக்காத கம்பை எரிக்காத தீயை அணைக்காத அருவியை நீ எனக்காகக் குடித்து வற்றச் செய்வாயா?"

யானை கேலியாகச் சிரித்தது: "சரிதான், போ! கண்ட அருவியைக் குடிப்பதுதான் என் வேலையா? என்னால் முடியாது, மாடப்புறாவே!" என்று சொல்லிவிட்டு அது பிளிறிக்கொண்டு சென்றது.

அந்த மாடப்புறாவுக்கு உதவி செய்ய ஒருவரும் இல்லை. அது தாங்க முடியாத துயரத்துடன் தலை குனிந்து அழத் தொடங்கியது. அப்போது ஒரு குரல் கேட்டது: "மாடப்புறாவே, மாடப்புறாவே, நீ எதற்கு அழுகிறாய்? உனக்கு என்ன வேண்டும். என்னால் செய்ய முடிந்த உதவியை நான் உனக்குக் கட்டாயம் செய்வேன்!" மாடப்புறா தலை நிமிர்ந்து பார்த்தது. ஒரு கட்டெறும்பு இப்படிச் சொல்லிவிட்டு அதைக் கருணையுடன் பார்த்து நின்றது.

கட்டெறும்பைப் பார்த்தவுடன் மாடப்புறா சொன்னது: "கட்டெறும்பே, கட்டெறும்பே, நான் மீனாவின் வீட்டு வாசலில் ஐந்து முட்டையிட்டேன். அவள் அவற்றை எடுத்து ஒளித்து

வைத்துக்கொண்டாள். நான் பலமுறை கேட்டுப் பார்த்தும் தர மறுக்கிறாள். அவள் சமையலறை வாசலில் இருக்கும் வாழைமரத்தைக் குத்தி வீழ்த்தாத பன்றி மீது அம்பு விடாத வேடனின் வில் நாணை அறுக்காத எலியைக் கொல்லாத பூனையைப் பிடிக்காத நாயை அடிக்காத கம்பை எரிக்காத தீயை அணைக்காத அருவியைக் குடித்து வற்றச்செய்யாத யானையின் தும்பிக்கையில் நீ எனக்காகக் கடிப்பாயா?"

"அதில் என்ன கஷ்டம்?" என்றது கட்டெறும்பு. மாடப்புறாவும் கட்டெறும்பும் புறப்பட்டன.

யானை ஒரு இடத்தில் நின்று மூங்கில் கம்புகளை ஒடித்துத் தின்றுகொண்டிருந்தது. கட்டெறும்பு அதன் தும்பிக்கையில் மெதுவாகக் கடித்துச் சொன்னது: "நீ மரியாதையாகச் சென்று அந்த அருவியைக் குடித்து வற்றச்செய்! இல்லாவிட்டால் இன்னும் கடுமையாகக் கடிப்பேன். உன்னால் தாங்க முடியாது!"

"ஐயோ! வேண்டாம், வேண்டாம்! என்னைக் கடிக்காதே. நீ சொன்னதுபோன்றே செய்கிறேன்!" என்று ஓடியது யானை.

கூழாங்கற்களுக்கு இடையே அருவி நீர் ஓடிக்கொண்டிருந்தது. யானை சென்று தும்பிக்கையை நீட்டி அருவியிலிருந்து கொஞ்சம் நீர் குடித்துச் சொன்னது: "நீ மரியாதையாகச் சென்று அந்த தீயை அணைத்துவிடு! இல்லாவிட்டால் உன்னை முற்றிலும் குடித்து வற்றச் செய்துவிடுவேன்!"

"ஐயோ! வேண்டாம், வேண்டாம்! என்னை வற்றச்செய்துவிடாதே. நீ சொன்னதுபோன்றே செய்கிறேன்!" என்று ஓடியது நீர்.

காய்ந்த இலைகளைச் சாம்பலாக்கியபடி தீ எரிந்து கொண்டிருந்தது. அருவி சென்று தீயை லேசாக அணைத்தவாறு சொன்னது: "நீ மரியாதையாகச் சென்று அந்தக் கம்பை எரித்துவிடு! இல்லையென்றால் நான் உன்னை முற்றிலும் அணைத்துவிடுவேன்!"

"ஐயோ! வேண்டாம், வேண்டாம்! என்னை அணைத்துவிடாதே. நீ சொன்னதுபோன்றே செய்கிறேன்!" என்று கம்பைத் தேடிச் சென்றது தீ.

கம்பு, மர நிழலில் படுத்துத் தூங்கிக்கொண்டிருந்தது. தீ சென்று அதை லேசாகச் சுட்டுச் சொன்னது: "நீ மரியாதையாகச் சென்று அந்த நாயை அடித்துவிடு! இல்லையென்றால் நான் உன்னை முற்றிலும் எரித்துவிடுவேன்!"

“ஐயோ! வேண்டாம், வேண்டாம்! என்னை எரித்துவிடாதே. நீ சொன்னதுபோன்றே செய்கிறேன்!” என்று, நாயைத் தேடி உருண்டு சென்றது கம்பு.

நாய் ஒரு குப்பை மேட்டில் படுத்து ஓய்வெடுத்துக் கொண்டிருந்தது. கம்பு சென்று நாயின் தலையில் மெதுவாக அடித்துச்சொன்னது: “நீ மரியாதையாகச்சென்று அந்தப் பூனையைப் பிடி! இல்லையென்றால் நான் இன்னும் பலமாக உன்னை அடித்துவிடுவேன்!”

“ஐயோ! வேண்டாம், வேண்டாம்! என்னை அடித்துவிடாதே. நீ சொன்னதுபோன்றே செய்கிறேன்!” என்று, பூனையைத் தேடி ஓடியது நாய்.

பூனை சமையலறையில் சுருண்டு படுத்து தூங்கிக் கொண்டிருந்தது. நாய் சென்று பூனையைப் பிடித்துச் சொன்னது: “மரியாதையாகச் சென்று எலியைக் கொல்! இல்லையென்றால் நான் உன்னைக் கடித்துக் குதறிவிடுவேன்!”

“ஐயோ! வேண்டாம், வேண்டாம்! என்னைக் கடித்துக் குதறிவிடாதே. நீ சொன்னதுபோன்றே செய்கிறேன்!” என்று, எலியைத் தேடி ஓடியது பூனை.

எலி பரண் மீது துணியைக் கடித்துத் தின்றுகொண்டிருந்தது. பூனை சென்று எலியைப் பிடித்துச் சொன்னது: “மரியாதையாகச் சென்று வேடனின் வில் நாணை அறுத்துவிடு. இல்லையென்றால் நான் உன்னைக் கொன்றுவிடுவேன்!”

“ஐயோ! வேண்டாம், வேண்டாம்! என்னைக் கொன்றுவிடாதே. நீ சொன்னதுபோன்றே செய்கிறேன்!” என்று, வேடனைத் தேடி ஓடியது எலி.

வேடன் அம்பைத் தரையில் வைத்து வில்லைத் துடைத்துக்கொண்டிருந்தான். எலி சென்று வில்லின் நாணைக் கடித்துச் சொன்னது: “வேடனே, மரியாதையாகச் சென்று அந்தப் பன்றியின் மீது அம்பு விடு! இல்லையென்றால் நான் உன் வில்லின் நாணைக் கடித்து அறுத்துவிடுவேன்!”

“ஐயோ! வேண்டாம், வேண்டாம்! என் வில்லின் நாணை அறுக்காதே. நீ சொன்னதுபோன்றே செய்கிறேன்!” என்று, பன்றியைத் தேடி ஓடினான் வேடன்.

பன்றி சேற்றுக் குழியில் படுத்திருந்தது. வேடன் சென்று, பன்றியின் மீது லேசாகப் படும்படி அம்பு எய்து சொன்னான்: "நீ மரியாதையாகச் சென்று அந்த வாழைமரத்தைக் குத்திக் கீழே தள்ளு! இல்லையென்றால் நான் அம்பு எய்து உன்னைக் கொன்றுவிடுவேன்!"

"ஐயோ! வேண்டாம், வேண்டாம்! என் மீது இனியும் அம்பு விடாதே. நீ சொன்னது போன்றே செய்கிறேன்!" என்று, வாழைமரத்தைத் தேடி ஓடியது பன்றி.

அப்போதுதான் மீனா, வாழை மரத்தின் கீழே அமர்ந்து பாத்திரம் விளக்கிக்கொண்டிருந்தாள். பன்றி சென்று வாழைமரத்தைக் குத்தி வீழ்த்திச் சொன்னது: "நீ மரியாதையாகச் சென்று மாடப்புறாவின் முட்டைகளைக் கொடுத்துவிடு! இல்லையென்றால் உன்னையும் குத்திக் கீழே வீழ்த்திவிடுவேன்!"

"ஐயோ! வேண்டாம், வேண்டாம்! நீ சொன்னது போன்றே செய்கிறேன்!" என்றாள் மீனா.

"ஐயோ! என் வாழைமரம் விழுந்துவிட்டதே!" என்று அழுதுகொண்டே உள்ளே சென்றாள். முட்டைகளை எடுத்துக்கொண்டு வந்து மாடப்புறாவிடம் கொடுத்தாள். மாடப்புறா தன் முட்டைகளை எடுத்துக்கொண்டு காட்டுக்குச் சென்றது. நான் இந்தக் கதையை எடுத்துக்கொண்டு வீட்டுக்கு வந்தேன்.

*

குருவியின் காலை உணவு

(நேபாளத்து நாடோடிக் கதை)

ஒரு குருவிக்கு வயலிலிருந்து ஒரு பெரிய பயறுமணி கிடைத்தது. அதைக் காலை உணவாகச் சாப்பிடலாம் என்று முடிவு செய்தது குருவி. ஆனால், சாப்பிடுவதற்கு முன்பு அவசியம் குளிக்க வேண்டும். குளித்துவிட்டுப் பிரார்த்தனை செய்யாமல் உணவு உண்பது நாகரிகமாக இருக்காது. குருவி இப்படி நினைத்துக்கொண்டு ஆற்றங்கரைக்குச் சென்றது.

அப்போது ஒரு பிரச்சினை. "பயறுமணியை எங்கே வைப்பது?" தரையில் வைத்தால் எறும்பு எடுத்துக்கொண்டு போய்விடும். இல்லையென்றால் வேறு ஏதாவது பறவை வந்து கொத்திக்கொண்டு போய்விடும். அப்போதுதான் குருவி, பாலத்தைச் சரி செய்யும் தச்சரைப் பார்த்தது. பயறுமணியைக் கீழே வைத்தது. ஜாக்கிரதையாகப் பார்த்துக்கொள்ளும்படி தச்சரிடம் சொல்லிவிட்டுக் குளிக்கச் சென்றது.

முங்கிக் குளித்துவிட்டு வந்து பார்த்தபோது, வைத்த இடத்தில் பயறுமணியைக் காணவில்லை.

குருவி, தச்சரிடம் கேட்டது: "என் பயறுமணி எங்கே தச்சரே?"

"நான் அதைப் பார்க்கவில்லை. பயறுமணிக்குக் காவல் இருப்பதா என் வேலை? நான் அரசாங்க ஊழியன். எனக்கு அரசாங்கம்தான் சம்பளம் தருகிறது. உன் பயறுமணி எங்காவது விழுந்திருக்கும். போய்த் தேடிப்பார்."

தச்சர் சொன்னதைக் கேட்டு குருவிக்கு வருத்தமாக இருந்தது. அப்போது காவலர் ஒருவர் அந்த வழியாக வந்துகொண்டிருந்தார். குருவி, காவலரைத் தடுத்து நிறுத்திப் புகார் சொன்னது:

"காவலரே, காவலரே, கொஞ்சம் நில்லுங்கள். என் பயறுமணியைப் பார்த்துக்கொள்ளும்படி இந்தத் தச்சரிடம் சொல்லிவிட்டுக் குளிக்கச் சென்றேன். திரும்பி வந்து பார்க்கும்போது பயறுமணியைக் காணவில்லை. தச்சரும் எடுக்கவில்லை; கீழே எங்கும் விழவும் இல்லை. ஆனால், அதைக் கண்டுபிடிக்க முடியவில்லை. எனக்கு மிகவும் பசிக்கிறது. என் பயறுமணி எங்கே சென்றதோ, என்னமோ?"

இதைக் கேட்டு காவலருக்குக் கோபம் வந்தது. "இந்தக் குருவிக்கு உள்ள ஆணவத்தைப் பார்த்தீர்களா? வேலைக்குச் செல்லும் என்னைத் தடுத்து நிறுத்தி பயறுமணியைக் கண்டுபிடித்துக் கொடுக்கச் சொல்கிறதே! இது என்ன கொடுமை! நானோ, ஒரு வழக்கில் குற்றம் சாட்டப்பட்டவனைப் பார்க்கச் சென்றுகொண்டிருக்கிறேன். அவன் வீட்டில் எனக்கு விருந்து கிடைக்கும். அதை விட்டுவிட்டு, இந்தக் குருவியின் பயறுமணியைத் தேடி அலைய வேண்டுமாம். நன்றாக இருக்கிறது, நியாயம்! நீ உன் வேலையைப் பார்த்துக்கொண்டு போ, குருவியே!" என்று சொல்லிவிட்டு காவலர் நடந்து சென்றார்.

காவலர் திட்டியதால் குருவியின் துயரம் மேலும் அதிகரித்தது. அது தன் விதியை நொந்துகொண்டது. 'குளிக்கப் போனதால்தானே பயறுமணி தொலைந்துபோனது. இந்த ஆபத்தான உலகத்தில் சுத்தத்துக்கும் தூய்மைக்கும் ஏதேனும் அர்த்தம் இருக்கிறதா? எல்லாம் என் முட்டாள்தனத்தால் வந்தது. இருக்கட்டும். காலையில் பட்டினி கிடக்க வேண்டும் என்று என் தலையில் எழுதியிருக்கிறதுபோலிருக்கிறது...'

அந்தக் குருவி இப்படியெல்லாம் சிந்தித்தபடி செல்லும்போது, எதிரே காவல் அதிகாரி வந்துகொண்டிருந்தார். 'காவல் அதிகாரி

என்பவர் மிகப் பெரிய பதவியில் இருப்பவர் அல்லவா, அவர் உதவி செய்வதற்கு வாய்ப்பு இருக்கிறது' என்று நினைத்தது குருவி. அவரைத் தடுத்து நிறுத்தி தன் கஷ்டத்தைச் சொன்னது:

"காவல் அதிகாரி அவர்களே, இந்த ஏழைக் குருவியின் துன்பத்தைக் கேளுங்கள். என் பயறுமணி காணாமல் போய்விட்டது. பார்த்துக்கொள்ளும்படி தச்சரிடம் சொல்லிவிட்டுக் குளிக்கச் சென்றேன். திரும்பி வந்து பார்க்கும்போது பயறுமணி அங்கே இல்லை. தச்சரிடம் கேட்டதற்கு அவர் எனக்குத் தெரியாது என்கிறார். அப்புறம் நான் ஒரு காவலரிடம் இந்த விஷயத்தைச் சொன்னேன். அவரும் எனக்கு உதவி செய்யவில்லை. நீங்களாவது எனக்கு உதவி செய்ய வேண்டும், எஜமானே."

இதைக் கேட்டதும் காவல் அதிகாரி கடும் கோபம் கொண்டார். அவர் குருவியைப் பார்த்து உரக்கக் கத்தினார்:

"ஏ, குருவியே! நீ என்ன அறிவுகெட்ட குருவியாக இருக்கிறாயே! நான் யார் தெரியுமா? நான் எப்படிப்பட்ட காவல் அதிகாரி தெரியுமா? சும்மா ஒரு வேலைக்காரனை நிறுத்துவது போல என்னைச் சாலையில் பட்டென்று நிறுத்திவிட்டாயே! உனக்கு என்ன நெஞ்சழுத்தம்! வேலைக்குச் செல்ல நேரமாகிவிட்டதே என்று நான் அவசர அவசரமாகச் சென்றுகொண்டிருக்கிறேன். இந்த வழியில் இப்போது மந்திரி வருவார். மந்திரியின் பயணத்துக்கு வேண்டிய ஏற்பாடுகளைச் செய்ய வேண்டியது என் பொறுப்பு. என் வேலையைப் பார்த்து அவர் மகிழ்ச்சியடைந்தால்தான் எனக்குப் பதவி உயர்வு கிடைக்கும். அதற்கிடையில் நீவேறு வந்து தொந்தரவு செய்கிறாய். அப்பால் போ!"

காவல் அதிகாரியின் பேச்சைக் கேட்டு குருவியின் சோகம் பெரிதும் அதிகரித்தது. இனி என்ன செய்வது என்று யோசித்தது.

'இந்த மனிதர்கள் எல்லோரும் சுயநலக்காரர்கள். மற்றவர்களின் துன்பங்களைப் பற்றி அவர்களுக்கு எந்தக் கவலையும் இல்லை. அந்தக் காவலருக்கு, குற்றம் சாட்டப்பட்டவனின் வீட்டில் விருந்து சாப்பிட வேண்டும். அந்த அதிகாரிக்குப் பதவி உயர்வு வேண்டும். சரி, இருக்கட்டும். வரும் மந்திரியிடம் கேட்டுப்பார்க்கலாம். மந்திரி என்பவர் அதிகாரியைவிடவும் மிகப் பெரிய பதவியில் உள்ளவர் அல்லவா. அவர் நினைத்தால் எதுவும் சாதிக்கலாம். அவர் எனக்கு உதவக்கூடும்...'

அப்போது மந்திரி தூரத்தில் குதிரையின் மீது வருவது தெரிந்தது. குருவி அந்த மந்திரியைத் தடுத்து நிறுத்தி தன் புகாரைச் சொன்னது:

"மந்திரி அவர்களே, மந்திரி அவர்களே, நீங்களாவது எனக்கு உதவி செய்யுங்களேன். என் காலை உணவுக்கென்று நான் வைத்திருந்த பயறுமணி தொலைந்துவிட்டது. அதைப் பார்த்துக்கொள்ளும்படி தச்சரிடம் சொல்லிவிட்டு நான் குளிக்கச் சென்றேன். திரும்பி வந்து பார்க்கும்போது பயறுமணியைக் காணவில்லை. அது எங்கே என்று தச்சருக்கும் தெரியவில்லை. அரசு அதிகாரிகளும் எனக்கு உதவவில்லை. ஒரு காவலர், 'எனக்கு நேரமில்லை, நான் குற்றம் சாட்டப்பட்டவனைப் பார்க்கப் போகிறேன்' என்று சொன்னார். ஒரு காவல் அதிகாரி, 'எனக்கு நேரமில்லை. நான் மந்திரியின் பயணத்துக்கு ஏற்பாடு செய்ய வேண்டும்' என்று சொன்னார். ஒரு சின்னஞ்சிறிய ஏழைக் குருவியான நான் என்ன செய்வேன்?"

அந்த மந்திரிக்குப் பறவையின் மீது கருணை ஏற்பட்டது. அவர் நினைத்தார்: 'ஆனால் இந்த விஷயத்தில் என்னால் என்ன செய்ய முடியும்? ராஜா இப்போது அரண்மனையிலிருந்து புறப்படப்போகிறார். அவர் பயணத்துக்கு ஏற்பாடு செய்ய வேண்டியது என் பொறுப்பு...'

பிறகு, "நான் அவசரமாகச் செல்ல வேண்டும்" என்று அன்புடன் சொல்லிவிட்டு மந்திரியும் சென்றார்.

குருவி மிகப் பெரிய மனத் துன்பத்தில் ஆழ்ந்தது. 'போகட்டும். மந்திரி உதவி செய்யவில்லை என்றாலும் என்னிடம் அன்பாகப் பேசினாரே, அதுவே போதும்' என்று நினைத்து அது சந்தோஷப்பட்டுக்கொண்டது. 'அவருக்கு மிக அதிக வேலை இருக்கும்போலிருக்கிறது. அதனால்தான் அவரால் எனக்கு உதவி செய்ய முடியவில்லை' என்று தனக்குத்தானே சமாதானம் சொல்லிக்கொண்டது.

அப்படியெல்லாம் குருவி யோசித்துக்கொண்டிருக்கும்போது ராஜாவும் பரிவாரங்களும் வருவது தெரிந்தது. ராஜா யானை மீது வந்துகொண்டிருந்தார். குருவி, ராஜாவைத் தடுத்து நிறுத்தி தன் குறையைச் சொன்னது:

"ராஜா அவர்களே, ராஜா அவர்களே! நீங்கள் இந்த நாட்டையே ஆட்சி செய்பவர் அல்லவா! இந்த சின்னஞ்சிறிய ஏழைக் குருவியின் மனக்குறையைக் கேட்க மாட்டீர்களா?"

பிறகு குருவி தன் கதை முழுவதையும் ராஜாவிடம் சொன்னது:

"என் பயறுமணியைக் கவனமாகப் பார்த்துக்கொள்ளாமல் தச்சர் அதைத் தொலைத்துவிட்டார். நான் காவலரிடம் சொன்னேன். அவர் என்னைத் திட்டினார். அதிகாரியிடம் சொன்னேன். அவர் என்னிடம் கத்திக் கூப்பாடு போட்டார். மந்திரியிடம் சொன்னேன். அவர் மட்டும்தான் பொறுமையுடன் என் புகாரைக் கேட்டார். ஆனால் அவருக்கு வேலை நெருக்கடி அதிகமாக இருந்த காரணத்தால் அவராலும் எனக்கு எதுவும் செய்ய முடியவில்லை. இந்த நாட்டின் ராஜாவான நீங்களாவது என் குறையைத் தீர்த்துவைக்க வேண்டும்."

ஒரு சிறிய குருவி தன்னைத் தடுத்து நிறுத்தி இப்படியெல்லாம் பேசுவது ராஜாவுக்குப் பிடிக்கவில்லை. ஆனால் அவர் பதிலொன்றும் பேசவில்லை. அவரின் பக்கத்திலிருந்த சேவகர்கள் குருவியைப் பார்த்துக் கத்தினார்கள்:

"ஏ, குருவியே, அப்பால் போ!"

பிறகு ராஜா முன்னோக்கிச் சென்றார்.

குருவி ஒரு மரக் கிளையில் அமர்ந்து புலம்பியது: "எனக்கு இன்று இவ்வளவு மோசமான அனுபவங்கள் ஏற்பட்டுவிட்டனவே! மனிதர்கள் இவ்வளவு சுயநலவாதிகளாக இருக்கிறார்களே! இந்த நாடு எவ்வளவு கெட்டுவிட்டது! இந்தப் பூமி வெள்ளத்தில் அழியும் காலம் நெருங்கிவிட்டது என்றுதான் தோன்றுகிறது!"

பிறகு குருவி இறங்கி பாலத்தில் அமர்ந்து, தான் இழந்த பயறுமணியை எண்ணி அழுதுகொண்டிருந்தது. அப்போது தன்னருகே ஒரு எறும்பு ஊர்ந்து செல்வதைப் பார்த்தது. இந்த எறும்பால் எனக்கு உதவி செய்ய முடியலாம் என்று நினைத்த குருவி, எறும்பிடம் தன் கதையை விரிவாகச் சொன்னது. பிறகு எறும்புக்கு ஒரு யோசனையும் சொன்னது:

"எறும்பே, நீ போய் யானையிடம் சொன்னால் ஒருக்கால் பலன் கிடைக்கும். யானை சொன்னால் ராஜா நிச்சயமாகக் கேட்பார். நான் சொல்வதை நீ செய்யவில்லை என்றால் நான் உன்னைக் கொத்தித் தின்றுவிடுவேன்!"

"ஐயோ, நீ என்னைத் தின்றுவிடாதே, குருவியே! நான் உடனே சென்று யானையிடம் சொல்கிறேன்" என்று சொன்ன எறும்பு, விரைந்து சென்று யானையின் காதில் சொன்னது:

"அந்தக் குருவி சொன்னதை நீ கேட்டாயல்லவா? அந்தக் குருவிக்கு நாம் உதவி செய்ய வேண்டும். இல்லையென்றால் அது என்னைக் கொத்தித் தின்றுவிடும். நீ ராஜாவிடம் எடுத்துச் சொல்லி குருவிக்கு உதவி செய்ய வைக்கவில்லை என்றால், நான் உன் மூக்கினுள் புகுந்து கடித்துவிடுவேன்."

எறும்பின் பேச்சைக் கேட்டு யானை அஞ்சியது. அது ராஜாவிடம் சொன்னது:

"ராஜா அவர்களே, ராஜா அவர்களே! நீங்கள் அந்தக் குருவிக்கு உதவி செய்யவில்லை என்றால், அந்த எறும்பு என் மூக்கினுள் புகுந்து கடிப்பேன் என்று சொன்னது. அப்படி அந்த எறும்பு கடித்து நான் வலி தாங்காமல் துடித்தால் நீங்கள் கீழே விழ நேரலாம். நீங்கள் தரையில் விழுந்து உங்களுக்கு ஏதாவது எலும்பு முறிந்துபோனால் அது மிகவும் துன்பமாக இருக்குமே!"

அற்பக் குருவியின் பிரச்சினை, தன்னை இந்தளவு நெருக்கடிக்குள்ளாக்குவதை நினைத்து ராஜா வியப்படைந்தார். இனி தப்பிக்க முடியாது. யானை சொல்வதுபோலச் செய்துதான் ஆகவேண்டும்.

ராஜா உடனே மந்திரியை அழைத்தார். அந்தக் குருவியின் கோரிக்கையைக் கவனிக்கும்படிக் கட்டளையிட்டார். மந்திரி அதிகாரியிடம் கட்டளையிட்டார். அதிகாரி, காவலரிடம் கட்டளையிட்டார். காவலர், தச்சரிடம் ஓடிச் சென்றார். குருவியின் பயறுமணியைத் தேடிக்கொடுக்கும்படிக் கட்டளையிட்டார்.

மிகவும் பயந்துபோன தச்சர் அந்த இடம் முழுக்கத் தேடியலைந்தார். பயறுமணியைக் கண்டுபிடித்துக் குருவியிடம் கொடுத்தார்.

அவ்வாறு இறுதியில், அந்தச் சின்னஞ்சிறு குருவி தன் காலை உணவை உண்டது.

*

இறுதியாக, மிகவும் விநோதமான லத்தீன் அமெரிக்கக் கதை ஒன்று:

குளவி கொட்டிய மனிதன்

சிறுநீர் கழித்துக்கொண்டிருக்கும்போது டாஸுரின்சியின் குறி முனையில் ஒரு குளவி கொட்டிவிட்டது. அது சாதாரண குளவியல்ல. தந்திரம் மிக்க, கமாகரீனி எனும் குட்டிப்பிசாசுதான் குளவியாக

மாறுவேடமிட்டிருந்தது. டாஸுரின்சி வலியால் அலறித் துடித்தான். கையால் குளவியை விரட்டியடித்தான். பறந்து செல்லும்போது அந்தக் குளவி, "ஹீ... ஹீ..." என்று சிரித்தது. அப்போதுதான் அது ஒரு கமாகரீனி என்று டாஸுரின்சிக்குப் புரிந்தது. பிறகு அவனால் சிறுநீர் கழிக்க முடியவில்லை. வலியைத் தாங்கிக்கொள்ள முடியாமல் அவன் மேலும் கீழும் துள்ளினான்.

சற்று நேரத்துக்குப் பிறகு, குறி பெரிதாகத் தொடங்கியது; இரவில் அது வளர்ந்தது; பகலில் மேலும் பெரிதானது. எல்லோரும் அதைப் பார்த்து சிரிக்கத் தொடங்கினார்கள். டாஸுரின்சிக்கு மிகவும் அவமானமாகிவிட்டது. அவன் பெரிய உடை தயாரித்து அணிந்துகொண்டான். அதனால் பயனொன்றும் இல்லை. கடைசியில் அவன் அதை ஒரு பைக்குள் வைத்தான். அது வளர்ந்துகொண்டேயிருந்தது.

அவனால் அதை ஒளித்து வைக்க முடியவில்லை. வழியைத் தடுத்துக்கொண்டு குறி அவனுக்கு முன்னால் நின்றது. ஒரு விலங்கு அதன் வாலை இழுத்துக்கொண்டு செல்வதுபோல, அவனும் அதைத் தரையில் இழுத்துக்கொண்டு நடக்க நேர்ந்தது. அவன் வேதனையால் கத்துவதைக் கேட்பதற்காக சில சமயம் ஆட்கள், தெரியாததுபோல அதன் ஓரத்தில் மிதிப்பார்கள்.

கொஞ்சம் காலம் சென்ற பிறகு அவன் அதை மடக்கித் தோளில் போட்டுக்கொண்டான். அப்படி அவர்கள் இருவரும் தோளோடு தோள் சேர்ந்து செல்லத் தொடங்கினார்கள். அவன் அதனிடம் தன் கதையைச் சொல்வான். குறி ஒன்றும் பேசாது; தன் ஒற்றைக் கண்ணால் அவனை உற்றுப் பார்க்க மட்டுமே செய்யும்.

அது பின்பும் வளர்ந்தது. அதை ஒரு மரம் என்று நினைத்த பறவைகள், பாட்டு பாடுவதற்காவும் கூடுகட்டுவதற்காகவும் அதில் வந்தடையத் தொடங்கின. டாஸுரின்சி சிறுநீர் கழிக்கும்போது அதிலிருந்து, கிரான்போங்கோ நதியில் உள்ள அளவு தண்ணீர் பெருகியது. அதில் அவன் குளிப்பதற்குப் போதுமான அளவு தண்ணீர் இருந்தது. அவன் தன் குறியை, இளைப்பாறுவதற்கு ஒரு இருப்பிடமாக உபயோகித்தான்; படுத்துத் தூங்கும்போது ஒரு தலையணையாகவும் பயன்படுத்தினான். அதைக் கொண்டு வேறு பயனும் இருந்தது. அதைப் பயன்படுத்தி அவனால், மிக உயரமான மரங்களில் இருக்கின்ற ஷிம்பியோ குரங்குகளை வேட்டையாடவும் அவற்றை அடித்துக் கொல்லவும் முடிந்தது.

வேறு வழியில்லாமல் கடைசியில் அவனும் மந்திரவாதியிடம் சென்றான். மந்திரவாதி, நெருப்பில் சூடாக்கிய பாசியால் குறியை மூடினான். அவனை பாசித் தண்ணீரைக் குடிக்கவைத்து, ஒரு இரவு முழுதும் பாட்டுப் பாடிக்கொண்டிருக்கச் செய்தான். அதே சமயம் மந்திரவாதி புகைத்துக்கொண்டும் மசாட்டோ குடித்துக்கொண்டும் இருந்தான். பிறகு அவன் நடனமாடினான். அப்போது அவனது ஆத்மா, வீட்டின் மேற்கூரை வழியாக வெளியே சென்றது. ஆத்மா ஒரு தேவதையாக மாறித் திரும்ப வந்தது. தேவதை, கமாகரீனியின் விஷத்திலிருந்து டாஸுரின்சியை விடுவித்தது. அவன் குறி சிறிதாகத் தொடங்கியது. சிறிதாகி சிறிதாகி, நிறைய நாட்கள் கடந்தபோது அது பழையபடி ஒரு சிறிய ஜீவியாக மாறிவிட்டது.

●

மீட்பர்களின் வருகைக்கு வழிசமைப்போம்

தமிழ் சிறார் இலக்கியம் குறித்த சஞ்சலம்

"ஏற்கனவே கட்டாயம் படிக்க வேண்டிய பாடத் திட்டத்தில் திணறிக்கொண்டிருக்கும் குழந்தைகளை, சிறார் இலக்கியம் படிக்க வற்புறுத்துவது ஒருவித உளவியல் ரீதியான வன்முறை இல்லையா?" என்று என்னைக் கேட்டார்கள். இந்தக் கேள்வியைக்கொண்டு, சிறார் இலக்கியத்தை, அல்லது சிறார் கலை இலக்கியத்தை, சமூகப் பெரும்பான்மை எப்படிப் புரிந்துகொண்டிருக்கிறது என்பதை, நாம் அச்சத்துடன் அறிகிறோம். இப்படிப்பட்ட ஒரு கேள்வி உருவாவதற்குக் காரணமான அந்த மனநிலை, மிகவும் கெடுவாய்ப்பான நிகழ்காலச் சூழல் பற்றிய வருத்தத்தையும், சிறார் கலை இலக்கியம் தொடர்பாக இன்னும் நாம் செல்ல வேண்டி இருக்கின்ற பன்னெடுந்தூரம் குறித்த ஆயாசத்தையும் நமக்கு ஏற்படுத்துகிறது. உண்மையில் அந்த வினா, தமிழ் வாழ்வின் பல அடுக்குகள் சார்ந்த துன்பமடர் குறியீடுகளில் ஒன்றாக இருக்கிறது.

அவர்களுக்கு நான் இப்படிப் பதில் சொன்னேன். கற்றுக்கொள்வதில் குழந்தைகளுக்கு ஒருபோதும் திணறல் இல்லை. அவர்களின் கிரகிப்பும், உணர்திறனும், நினைவாற்றலும்,

அளப்பரியவை. குழந்தை, ஆயிரங்கோடி இதழ்களை மலர்த்தக் காத்திருக்கும் மொட்டுபோல. கலைஞர்களையும் ஞானிகளையும் கபடற்ற மனிதர்களையும், 'குழந்தையைப்போல' என்று குறிப்பிடும் வழக்கு உண்டு. குழந்தைகளன்றி கவித்துவமோ, தெய்வீகமோ, இயற்கை தரிசனமோ, இதயப் பசுமையின் உயிர்ப்போ, மனிதத்தின் மகத்தான முழுமுதற் பேறோ வேறில்லை. கணந்தோறும் அறிவார்வம் பீறிடும் மனங்கொண்டவர்கள் குழந்தைகள். அறிவற்ற குழந்தை என்று இந்த உலகில் எதுவுமில்லை என்று நாமறிவோம். ஆனால், கற்பித்தலில் கலைத்துவமும், புத்தாக்கமும் (Creativity), பிள்ளை மனதைக் கண்டறியும் தோழமை நேசமும் கொண்ட ஆசிரியர்கள் மிகவும் குறைவு. இது, சமூகத்தின் மிக முக்கியமான அடிப்படைப் பிரச்சினைகளில் ஒன்று.

தாமஸ் ஆல்வா எடிசன், புத்தியற்ற குழந்தை என்று பள்ளியிலிருந்து வெளியேற்றப்பட்டதை நாம் வாசித்திருக்கிறோம். இதுபோன்று, படிக்கத் தகுதியற்றவர்கள், அறிவற்றவர்கள் என்று பள்ளிகளால் வெளியேற்றப்பட்ட மிகப் பலர், பல்வேறு துறைகளில் பேராளுமைகளாக உருவாகி மனித குலத்துக்கு வளம் சேர்த்ததும், சேர்த்து வருவதும் வரலாறு.

கேரளத்தின், கிறிஸ்தவ தலைமைக்குரு 'பிலிப்போஸ் மார் கிறிஸ்ஸோஸ்டம்' அவர்களின் இளம்பிராய அனுபவம் ஒன்று இப்படியிருக்கிறது:

"... குழந்தைப் பருவத்தில் ஏற்பட்ட ஒரு சம்பவம் என் வாழ்க்கையில் பெரிய தாக்கத்தை ஏற்படுத்தியது. நான் அன்று, இப்போதைய உயர்நிலைப் பள்ளியில் படித்துக்கொண்டிருந்தேன். உடன் படிக்கும் என் நண்பன் ஒரு தேர்வில், பதில் எழுதுவதில் கள்ளத்தனம் காட்டினான். அவன் துண்டுத்தாளில் பதில் எழுதிக் கொண்டுவந்து, காகிதத்தில் எழுதினான். தலைமை ஆசிரியர் அதைக் கண்டுபிடித்துவிட்டார். அனைவரின் முன்னாலும் அவனுக்கு பிரம்படி மூன்று கொடுக்கும்படி தண்டனை விதித்தார். ஆனால், எங்கள் வகுப்பில் மேற்பார்வையாளராக இருந்த ஆசிரியர் சொன்னார்: 'அவனுக்குத் தண்டனை கொடுக்க முடியாது. ஏனெனில், தவறு செய்தவன் அவனாக இருந்தாலும் அதற்குப் பொறுப்பாளி நான்தான். நான் என் வேலையை நன்றாகச் செய்திருந்தால், அவன் இந்த தவறைச் செய்வதற்கான சூழ்நிலை உருவாகியிருக்காது. அப்படியிருந்தால் அவன் தண்டனை பெறவோ

சமூகத்தில் அவமானப்படவோ நேர்ந்திருக்காது. அதனால் அவனுக்கான தண்டனையைப் பெற்றுக்கொள்ள நான் தயாராக இருக்கிறேன். அவனுக்குப் பதிலாக என்னைத் தண்டியுங்கள்.'

"அப்படியொரு மாறுபட்ட கருத்து அங்கே ஏற்பட்டது. அந்த ஆசிரியர் சொல்வதுதான் சரி என்று சிலர் சொன்னார்கள். ஆனால், குழந்தைகளான நாங்கள் சொன்னோம்: 'சார் அடி வாங்க வேண்டாம். எங்களில் ஒருவன்தான் தவறு செய்தான். அவனுக்கான தண்டனையை எங்களுக்குக் கொடுங்கள்.' ஆனால் அந்த ஆசிரியர் இதற்கு உடன்படவில்லை. அவர், தலைமை ஆசிரியரின் முன்னால் கைநீட்டி நின்றார். மூன்றடி வாங்கிய பிறகுதான் நான் போவேன் என்று சொன்னார்.

"வேறு வழியில்லாமல் தலைமை ஆசிரியர் பிரம்பை எடுக்க வேண்டி வந்தது. அந்த ஆசிரியர் நீட்டிய கையில் அவர் ஓங்கி அடித்தார். அந்த அடியின் ஓசை இன்றும் என் காதில் இருக்கிறது. உண்மையில் அந்த அடி விழுந்தது, மாணவர்களாகிய எங்கள் இதயத்தில்தான். நாங்கள் எல்லோரும் அழுதோம். தலைமை ஆசிரியர் அடுத்த அடிக்காக பிரம்பை ஓங்கியபோது, காப்பியடித்த அந்த மாணவன் தலைமை ஆசிரியரின் காலில் விழுந்து, அவரை அடிக்காதீர்கள் என்று கதறினான். அந்தக் காட்சி எங்கள் மனதை மிகவும் பாதித்தது. குழந்தைகள் உள்ள இடங்களில் நான் இந்த நிகழ்ச்சியைச் சொல்வதுண்டு. அந்த ஆசிரியர் அனுபவித்த வேதனையில்தான், நாம் கடவுளைக் காணவேண்டும் என்று நான் சொல்வேன். ஒரு அர்த்தத்தில், அந்த ஆசிரியர் நடத்தியது ஒரு சிலுவை சுமத்தல்தான்."

இந்த நிகழ்வின் உட்பொருள் கிளைத்து அகண்டமாகக்கூடியது. தூய ஆன்மிகத்தை உணர்த்தக்கூடியது. ஆசிரியர், மாணவர் உறவைக் குறிப்பதாக மட்டுமே நின்றுவிடாமல் பல தளங்களில் விரியக்கூடியது.

பாடங்களுக்கு அப்பாற்பட்டு எல்லையற்றுப் பரந்திருக்கிறது பிரபஞ்சம், மனித வாழ்க்கை. இவற்றையெல்லாம் கலை இலக்கியங்கள்தான் சிறாருக்குக் காட்ட முடியும். சிறாருக்கான நல்ல கலை இலக்கியங்களை அவர்களுக்கு ஆற்றுப்படுத்துவது என்பது, என்றென்றும் தவிர்க்கவே முடியாத சமூகக் கட்டாயமாகிறது. பாடங்களும் தேர்வுகளும் மதிப்பெண்களும் பொதுவாக, குமாஸ்தாக்களையும் அதிகாரிகளையும் துறைசார் வல்லுநர்களையும்

வார்த்தெடுக்கின்றன. கலை இலக்கியங்கள்தான் மனிதம் புகட்டுகின்றன. மனதின் நுட்பங்களை அறிமுகப்படுத்துகின்றன. மெய்யான பார்வையை உருவாக்கிக் கொடுக்கின்றன. சமூகத்தின் பல்வேறு அடுக்குகளினூடே பயணிக்கச் செய்கின்றன. அனைவருடனும் ஒன்றுபடச் சொல்கின்றன. இயற்கையைப் பற்றியும் உயிர்களைப் பற்றியுமான பிரக்ஞை கொடுக்கின்றன. கட்டறுத்து, அனைத்துக்கும் இதயம் கொடுத்து, கவித்துவம் உற்றுணர்ந்து கனிந்து, ரசித்துக் களித்து, நேசம் செய்து, மண்ணில் நல்லவண்ணம் வாழக் கற்றுக்கொடுக்கின்றன. பாடங்களுடன் பிள்ளைகள் கலை இலக்கியங்களைப் பழகத்தான் வேண்டும், வேறு வழியே இல்லை. ஆசிரியர்களுக்கும் பெற்றோர்களுக்கும் அரசியலாளர்களுக்குமெல்லாம், இதில் தெளிவும் உறுதியும் வேண்டும். தங்களையறியாது, ஆசை ஆசையாகக் குழந்தைகள் காலங்காலமாக, கலை பயிலக் காத்திருக்கிறார்கள். இந்தப் பெரும் தேவை அறியாத மூடத்தனம், அறிந்தாலும் மனமற்ற - செயலற்ற அலட்சியம், பரிபூரணமாக சகல தளங்களிலும் நிலவுகின்றன. படித்துப் பட்டம் பெற்ற கோடிக்கணக்கானோர் தங்களுக்குள் முடங்கி தடமற்று முடிந்துபோகிறார்கள். படிக்காத, கி.ராஜநாராயணனைப்போன்ற மேதைகள் தங்களுக்குள் முகிழ்ந்து மனிதம் முழுதும் முடிவற்று மணம் வீசுகிறார்கள். எதன் காரணத்தாலும், குழந்தைகளின் விகாசம் குறுக்கப்பட்டுவிடக் கூடாது என்பதே, அனைத்துலகின் அருமை நாடுவோரின் நோக்கமாக இருக்க முடியும். எண்ணற்ற மேதைகள், தாங்கள் சிறுவயதில் படித்த, கேட்ட இலக்கியங்கள் தங்கள் திசைவழியைத் தீர்மானித்தது குறித்து நிறைய எழுதியிருக்கிறார்கள், பேசியிருக்கிறார்கள்.

சில தலைமுறைகளுக்கு முன்னால், கதை கேட்டு வளராத குழந்தைகளே இல்லையெனும் நிலை இருந்தது. முன்னிரவு நிலவொளியில், ஒரு முதியவரைச் சுற்றி, அல்லது ஒரு மூதாட்டியைச் சுற்றி குழந்தைகள் அமர்ந்து ஆவலுடன் கதை கேட்டும் காட்சி, அக்காலத்து மனங்கள் எக்காலத்தும் இறுகப் பற்றிக்கொண்டிருக்கும் ஒன்று. இப்போதும் அந்த இனிமையில் நம் நெஞ்சம் ஊறிக் கிடக்கிறது. நம்மிடையே எண்ணற்ற அற்புதக்கதைகள் பெருவாழ்வு கொண்டிருந்தன. எழுத்துகள் வருவதற்கு முன்பிருந்தே நிலைபெற்று, வாய்ச் சொற்களின் மூலமாக உலகை வலம் வந்த கதைகள். பாட்டும் கதையும் கூத்தும் கலையுமாக, வாழ்வைக்

கொண்டாடிய சமூகம் இது. கதை சொல்வதும் கேட்பதும், புதியவை புனைவதும், கற்பனை உலகுகளைப் பிரியாப் பொழுதுகளும்தான், குழந்தைப் பருவத்தின் ஆகப்பெரிய செல்வங்களாக இருந்தன. அந்தக் கதைகள்தான் சிறாருக்கு, உலக அனுபவங்களையும் அறத்தையும் அறிவையும் ஊட்டின. சின்னஞ்சிறு வயதில் நான் கேட்ட கதைகள்தான் என்னை எழுத்தாளனாக உருவாக்கின என்று, லத்தீன்அமெரிக்கஎழுத்தாளர்கார்சியாகாப்ரியேல்மார்க்வெஸ்ஸும் கூறியிருக்கிறார். இப்படி, கணக்கற்ற பெரியோர்கள்பால பருவத்தில் தாமறிந்த கலை இலக்கியத்தின் மூலமாக, வாழ்வில் தமதான களத்தைக் கண்டடைந்திருக்கிறார்கள். இந்த நவீன காலமாற்றம், எத்தனையோ கலாசாரக்கூறுகளைப் பலிகொண்டதுபோல, குழந்தைகளுக்குக் கதை சொல்லும் மரபையும் அபகரித்துக்கொண்டது. எங்கெங்குமிருந்த கதைசொல்லிகள் எங்கோ சென்று மறைந்தார். பாட்டும் கதையும் விடுகதைகளும் நாட்டுப்புற விளையாட்டுகளும் ஆண்ட காலம் போக, அந்த இடங்களில் சிறாரிடையே தற்போது அதி நவீன கைப்பேசி முதலிய மின்னணு சாதனங்கள் மிகச் சுலபமாகப் புழக்கமாகின்றன. மின்னணு சாதனங்களை சிறார் அதீதமாகப் பயன்படுத்துவதன் பாதகமான விளைவுகள், நம்மை அச்சங்கொள்ள வைக்கின்றன. இந்த இடத்தில், முனைவர் கோ.பஞ்சாங்கம் 1988ல் எழுதிய கட்டுரையிலிருந்தான ஒரு கருத்து, தற்காலத்திலும் பொருத்தப்பாடு உடையதாகிறது:

“திரைப்படம், தொலைக்காட்சி மூலமாகக் காட்சிக் கலாச்சாரம், இன்று எல்லாவற்றையும்விட முதன்மை நிலையில் இருப்பதால், எழுத்துக் கலாச்சாரத்திலும் இது செல்வாக்குச் செலுத்துவது இயல்பாகிப்போய்விடுகிறது. எழுத்துக் கலாச்சாரத்தின் சாரமான கவிதையைப் பற்றிக்கூட, ‘காட்சிகளைக் கண்முன் கொண்டு வருவதுதான் நல்ல கவிதை’ என்று கோட்பாட்டு அளவில் பேசப்படுகிறது. பல நேரங்களில் படங்களோடு கவிதைப் புத்தகங்கள் வெளிடப்படுகின்றன. இங்கு ஓர் உண்மையை எண்ணிப்பார்க்க வேண்டும்; ‘காட்சிக் கலாச்சாரம், தேங்கிப்போன சமூகத்தில் பிரபலமாகும்’ (சி. தில்லைநாதன், இலக்கியமும் சமுதாயமும், பக்கம் - 12) எனக் கூறப்படுகிறது. தமிழக வரலாற்றில் தேங்கிப்போன நாயக்கர் காலத்தில் எழுத்துக் கலாச்சாரம் தாழ்ந்த நிலையில் கிடந்தபோது, சிற்பக்கலை, நடனக்கலை ஆகிய காட்சிக் கலாச்சாரம் சிறந்து விளங்கி உள்ளது. இன்றைய சூழலைப்

பார்க்கும்போதும், தேங்கிப்போன சமூகமாகத் தமிழ்ச் சமூகம் ஆக்கப்பட்டுக் கிடக்கிறது; எனவேதான், எழுத்துக் கலாச்சாரம் புறக்கணிக்கப்பட்டு சிறுவர், பெரியவர் என்றில்லாமல் அனைவரும், காட்சிக் கலாச்சாரத்துக்குள் தங்களை அறியாமலேயே தீவிரமாக மூழ்குகிறார்கள்போலும்"

கதைகளிடமிருந்து மட்டுமல்ல, சிறுவர்கள் இயற்கையிடமிருந்தே அந்நியப்பட்டிருப்பதாக ஆய்வுகள் தெரிவிக்கின்றன. மலையாளத்தில் எஸ். அனிதா எழுதிய கட்டுரையின் சில பகுதிகள் இதை நமக்குத் தெளிவாக உணர்த்தும்.

"மூடிய கதவுகளுக்குள் இருக்கும், மூடப்பட்ட கதவுகளுக்குள் வளர்க்கப்படும் குழந்தைகள் மனரீதியாகவும் உடல் ரீதியாகவும், 'இயற்கை குறைபாட்டு நோய்', அல்லது 'இயற்கை இல்லாத நோய்' *(Nature Deficit Disorder)* எனும் ஆபத்தான நோய்க்கு ஆட்படுகிறார்கள். அவர்களின் படைப்பூக்கமும் அவர்கள் காணவேண்டிய கனவுகளும் அவர்களின் பேச்சுகளும் அவர்கள் விளையாடவேண்டிய விளையாட்டுகளும் அவர்கள் சிரிக்கவேண்டிய சிரிப்புகளும், அடைபட்ட அறையில் முடிந்துபோகின்றன. வெளி உலகத்தில் விளையாடி வளரவில்லை என்றால், அறிந்துகொள்வதற்கான ஆர்வமும் வியப்பும் இல்லாமல், சமுகத்திடமிருந்து அந்நியப்பட்ட மனிதர்களாக அவர்கள் மாறுவார்கள் என்று, இயற்கை குறைபாட்டு நோயைப் பற்றிய ஆய்வுகள் முன்னறிவிக்கின்றன.

"நான்காம் வகுப்பில் படிக்கும் அச்சு, வழக்கம்போல அன்றும் பள்ளிவிட்டு வீட்டுக்கு வந்தான். எட்டாம் மாடியில் இருக்கும் வீட்டைத் திறந்து, உடை மாற்றி, அம்மா போவதற்கு முன்பு எப்போதோ உணவு மேசையில் எடுத்து வைத்த உணவைச் சாப்பிட்டு, தொலைக்காட்சி பார்க்கத் தொடங்கினான். ஆனால், அன்று அவனுக்கு காரணமில்லாமல் மிகவும் பயமாக இருந்தது. யாராவது தன் அருகில் வந்து அமர்ந்து, ஒரு கதை சொன்னால் நன்றாக இருக்குமே என்று அவன் விரும்பினான். வெட்டவெளிக்குச் சென்று ஓடி விளையாடி காற்று வாங்க வேண்டும் என்று ஆசைப்பட்டான். அவன் சன்னல் வழியாக வெளியே பார்த்தான். கீழே பூங்காவில் பிள்ளைகள் விளையாடுகிறார்கள். அவன் வீட்டைப் பூட்டிவிட்டுக் கீழே இறங்கினான். சாலை ஓரத்தில் உள்ள பூங்காவுக்குச் சென்று, ஒரு கொய்யாமரத்தின் அடியில் படுத்தான். அப்படியே தூங்கிவிட்டான். விழித்தபோது,

மங்கிய வெளிச்சத்தில் அவன் பார்த்தது, அழுதுகொண்டிருக்கும் அம்மா, தாத்தா, போலீஸ்காரர்கள்... அம்மாவைக் கட்டிப்பிடித்துக்கொண்டு அச்சு சொன்னான்: 'தனியாக இருந்து சலித்துப்போய்விட்டது, அம்மா. இங்கே காற்றில் மரத்தடியில் படுத்தபோது எனக்கு நேரம் போனதே தெரியவில்லை!'

"சரத்துக்கு பத்து வயது. வகுப்பில் டீச்சர் கணக்கு எழுத கரும்பலகையை நோக்கித் திரும்பியபோது வெளியே ஓடினான். படிப்பில் கெட்டிக்காரனான சரத், அடிக்கடி வகுப்பிலிருந்து காணாமல் போய்விடுவான். சாப்பாட்டு நேரத்தில், பள்ளி வளாகத்தின் புல்தரையில் பார்த்த ஓணான், இன்னும் அங்கேயே இருக்கிறதா என்று பார்ப்பதற்காகத்தான் இந்த ஓட்டம். இரண்டு அறைகள் மட்டுமே கொண்ட அவன் வீடு, அவனுக்குப் பெரும்பாலும் சிறையாகவே இருக்கும்.

"பள்ளியின் விசாலமான வளாகத்தில் மரங்களும் காற்றும் பறவைகளும் மற்ற பிராணிகளும் அவனுக்கு நண்பர்களைப்போல. சரத் அங்கே வந்துவிட்டால் நல்ல பையனாக, கோபமோ பயமோ இல்லாமல் படிக்கத் தயாராவான்.

"மேலே குறிப்பிட்ட குழந்தைகளை நம் வாழ்க்கையிலும் நம்மால் பார்க்க முடியும். தங்களின் சிறிய உலகத்தில் இல்லாததும் பார்க்க முடியாததுமான எதையோ தேடி, இந்தப் பிஞ்சுகள் இயற்கையை நோக்கித்தான் ஓடிச் செல்கின்றன. செயற்கையான வாழ்க்கையின், ஒழுங்கு முறைகளின் வெறுமையிலிருந்து தப்பவும், மனதின் திணறலுக்கு தீர்வு கண்டுபிடிக்கவும், இந்தக் குழந்தைகள் தாமே முயல்கிறார்கள். இவர்களின் மிகப் பெரிய அதிர்ஷ்டம், இவர்களைச் சுற்றிலும் இன்னும் இயற்கை மிச்சமிருக்கிறது என்பதுதான்.

"இயற்கை சீர்கேடு ஏற்படுத்தும் ஆரோக்கியப் பிரச்சினைகளுடன், இன்று காணப்படும், மௌனமாகத் தாக்கும் ஒரு நோய் நிலைதான் இயற்கை குறைபாட்டு நோய். இயற்கையிலிருந்து அகன்று செயற்கையான சுற்றுச் சூழலில், எலக்ட்ரானிக் உலகத்தில் வாழும் குழந்தைகளிடம்தான் இந்த நோயின் அடையாளங்கள் காணப்படுகின்றன.

"மேற்குலகில் 1980 – களில்தான் முதன்முறையாக ஆசிரியர்களும் பெற்றோர்களும் உளவியல் வல்லுனர்களும், அசாதாரணமாக நடந்துகொள்ளும் குழந்தைகளை இனங்காணத் தொடங்கினார்கள்.

இந்தக் குழந்தைகள் வெளிப்படுத்திய சில குணக் குறைபாடுகளுக்கு, இயற்கையின் அண்மை நிம்மதியளிப்பதாகவும் தீர்வளிப்பதாகவும் ஆய்வுகளின் மூலம் புரிந்துகொள்ள முடிந்தது.

"இயற்கை குறைபாட்டு நோயின் அறிகுறிகள், மன ரீதியாகவும் உடல் ரீதியாகவும் வெளிப்படும். அளவுக்கு மீறிய பருமன், சோர்வு, தனக்குள் சுருங்குவது (Introvert), வன்முறை மனோபாவம், ஒத்துழைப்பு இல்லாமை ஆகியவையும் இந்தக் குழந்தைகளின் குண மாற்றத்துடன் வருகின்றன. ஒரே நேரத்தில் பல எலக்ட்ரானிக் இசை ஓசைகள் மூலம் அமைதியைச் சிதைக்கும் ஆர்வமும், இந்தக் குழந்தைகளிடம் காணப்படும்.

"அறைக்குள்ளிருந்து ஒரு சுவிட்சை அழுத்தினால் தெரியும், மனதை வசீகரிக்கும் காட்சிகள், இயற்கைக் காட்சிகள் ஆகியவை குழந்தைப் பருவத்தின் சாபமாக மாறிவிட்டிருக்கின்றன. இதனால், குழந்தைப் பருவத்தின் மிக உயரிய அனுபவங்களான, அறிந்துகொள்ளவேண்டுமென்ற பேரார்வம், களங்கமற்ற மகிழ்ச்சி, தடையற்ற அவதானிப்புகள் ஆகியவை மரணமடைகின்றன. குழந்தைமை இழந்த, குழந்தைப் பருவம் இல்லாத ஒரு தலைமுறை இப்போது வளர்ந்துவருகிறது.

"இயற்கை குறைபாட்டு நோயின் அடையாளங்கள் குழந்தைகளிடத்தில் இரண்டு வகைகளில் வெளிப்படுகின்றன. செயற்கையான உலகத்தில் வாழ்கின்ற குழந்தைகள், இயற்கை மீது ஆர்வமும் அன்பும் காட்டுவதில்லை. ஒரு குழந்தையின் இயல்பான ஆவலோ உற்சாகமோ இவர்களுக்கு இருப்பதில்லை. மற்றொரு பிரிவினரில் தெரியும் உட்சுருங்கிய தன்மைக்கும் அளவுக்கதிகமான சுறுசுறுப்புக்குமான தீர்வு, இயற்கையுடனான இடையீடுதான். இந்தக் குழந்தைகளை கடற்கரை, விசாலமான விளையாட்டுத் திடல், மரங்களின் அண்மை, பூங்கா ஆகியவை சாந்தப்படுத்தும்.

"இயற்கையில், நேரத்தின் மதிப்பு ஒவ்வொரு நொடியும் இருமடங்காகிறது. புதுமையான காட்சிகள், வியப்பூட்டும் நிறங்கள், அறிந்திராத காட்சிகள் ஆகியவற்றால், இயற்கையில் செலவிடும் நேரத்தின் மதிப்பு அதிகரிக்கிறது. 'அவனது ரகசியம்' எனும் ரஷ்யக் கதையில், பள்ளிக்குச் செல்ல காட்டின் ஊடே குறுக்கு வழி தேடும் பையன், இயற்கையின் அற்புதமான காட்சிகளைப் பார்த்து தன்னை மறக்கிறான். இயற்கை, வித்தியாசமான, சுவையான, புதுமையான அனுபவங்களை நமக்குத் தருகிறது. 'சலிப்பாக இருக்கிறது' எனும்

குழந்தைப் பருவத்தின் நிரந்தரப் பல்லவியை மறந்து, தன்னுடைய மனநிலைக்கு ஏற்றவாறு நேரத்தைச் செலவிடவும், பகற்கனவுகள் காண்பதற்கும், கற்பனை மலர்வதற்கும், இயற்கை குழந்தைகளுக்கு இடமளிக்கிறது.

“பிராணிகளிடம் தோழமை ஏற்படுத்திக்கொள்ள குழந்தைகளுக்கு வாய்ப்பு உருவாக்கித் தர வேண்டும். பிறந்தநாள் பரிசாக நிறைய பொம்மைகள் கிடைக்கப்பெற்ற நான்கு வயதுப் பையன், தன் ஆசையை வெளிப்படையாகச் சொல்வதைக் கவனியுங்கள்: “எனக்கு உயிருள்ள ஒரு விளையாட்டுப் பொருள் வேண்டும். ஒரு கன்றுக்குட்டியோ, ஆமையோ, கோழியோ வேண்டும்.” ஆறு வயதுக்குக் கீழே உள்ள குழந்தைகளின் கனவில், முக்கியமாகத் தோன்றுபவை விலங்குகள்தான் என்று ஆய்வுகள் நிரூபிக்கின்றன. குழந்தைகள் தங்களின் உணர்ச்சிகளை வெளிப்படுத்துவதற்கான விளையாட்டுக் களமாக விலங்குகளைக் காண்கிறார்கள் என்று, உலகப் புகழ்பெற்ற இயற்கையியலாளர் டேவிட் அட்டன்பரோ தெரிவித்திருக்கிறார். குழந்தைகளும் விலங்குகளும் தங்கள் விருப்பப்படி விளையாடுவதைக் கவனித்திருக்கும் எவரும் இந்தக் கருத்தை ஏற்றுக்கொள்வார்கள்.

"குழந்தைகளால் இயல்பாகவே மரங்களுடனும் செடிகளுடனும் நட்புறவு ஏற்படுத்திக்கொள்ள முடியும். ‘ஒரு மரத்தை நண்பனாக்குவது’ எனும் பாடச் செயல்முறையில் கலந்துகொண்ட குழந்தைகள், மரங்களுக்கும் தங்களுக்குமான அழகானதொரு ஆன்ம உறவை எளிதாக விவரிக்கின்றனர். 2015 – இல் திருவனந்தபுரத்தில் குழந்தைகளுக்காக நடத்திய, ‘மரத்துக்கு ஒரு அஞ்சலட்டை’ எனும் நிகழ்ச்சியில் கலந்துகொண்ட மாணவர்கள், மிகவும் முக்கியமான விஷயங்களை மர நண்பர்களுடன் பகிர்ந்துகொண்டார்கள். இதன் மூலமாகக் குழந்தைகள், கற்பனையின் வகைமையிலிருந்து மொழிப் பிரயோகங்களின் முழுமைவரை வெளிப்படுத்தினார்கள். குழந்தைகளின் மனதைத் தூண்டுவதற்கு, உயிரினங்களுடனான தோழமை தவிர்க்க முடியாததாகும். இந்த அமைதியான, நிபந்தனையற்ற தோழமையினூடே, குழந்தைகளின் அந்நியப்பட்ட உணர்வு மறைந்துபோகிறது. மனநோயால் கடுமையாகப் பாதிக்கப்பட்டவர்களுக்கு, பிராணிகளுடனான தோழமை நல்ல சிகிச்சை என்று நிரூபிக்கப்பட்டிருக்கிறது.”

இப்படிப்பட்ட சூழ்நிலையில், இயற்கையை அதன் சகல பரிமாணங்களுடனும் கவித்துவத்துடனும் சிறாரிடம் ஐக்கியப்படுத்தும் மகத்தான பணியை காலங்காலமாகச் செய்துவருகிறது, சிறார் கலை இலக்கியம். அது குழந்தைகளுக்கு, இயற்கையைக் கவனித்து அனுபவித்து உணர்ந்து, அதன் மதிப்பறிந்து, அதைப் பிரியாதிருக்க உதவுகிறது, இயற்கையில் வாழ்ந்து மகிழச் செய்கிறது, இயற்கை குறித்தான அவர்களின் தேடலையும் நேசத்தையும் தூண்டி, அதைக் கட்டியணைத்துக் காக்கும் எண்ணத்தை ஏற்படுத்துகிறது. சிறார்கலை இலக்கியங்களின் இத்தகைய பன்முகப் பேராற்றல், அளவிடற்கரிதாகும். என் வாசிப்பு எல்லைக்குட்பட்டு, மொழிபெயர்ப்பின் வாயிலாகக் கிடைத்த உலகச் சிறார் கதைகள் எண்ணற்றவையும், ரஷ்ய சிறார் இலக்கியங்களும், முற்கால தமிழ் சிறார் இலக்கியங்களும், தற்கால மலையாள சிறார் இலக்கியங்களும் இதற்குச் சிறந்த உதாரணங்களாக விளங்குகின்றன.

உலகப் புகழ் பெற்ற சிறார் இலக்கியாசிரியர் ஹான்ஸ் கிறிஸ்டியன் ஆண்டர்சன் குறித்து, அமெரிக்க எழுத்தாளர் ஹென்றி ஸ்டீல் காம்மஜெரின் கூற்று மிகவும் முக்கியமானதாகும்: "அமெரிக்காவைக் கண்டுபிடித்தவர் யார் என்று நமக்குத் தெரியும். புவி ஈர்ப்பின் விதிகளைக் கண்டுபிடித்தவர் யார், மின்சாரத்தைக் கண்டுபிடித்தவர் யார் என்பதெல்லாம் நமக்குத் தெரியும். ஆனால், குழந்தைகளைக் கண்டுபிடித்தவர் யார் என்று நம்மால் சொல்ல முடியாது.

"குழந்தைகளைக் கண்டுபிடிப்பது என்றால் என்ன? குழந்தைகளின் மனதை, அவர்களின் ஆற்றலை, நுண் உணர்வுகளை, அவர்களின் மன உலகைக் கண்டுபிடிப்பது. அவர்களிடம் மறைந்திருக்கும் எல்லையற்ற கவிதைத் தன்மையை, அவர்களுடைய கற்பனைகளின் அற்புதங்களைக் கண்டுபிடிப்பது. மேலும், குழந்தைகளின் அத்தனைச் சிறப்புகளை உணர்வதும், மற்றவர்களை உணரச் செய்வதும்தான் குழந்தைகளைக் கண்டுபிடிப்பது என்றும் சொல்லலாம்.

"அமெரிக்கப் புரட்சி தொடங்கிய காலகட்டத்தில், தத்துவ ஞானிகள் குழந்தைகள் குறித்து கவனம் கொள்ளத் தொடங்கினார்கள். அந்தக் காலத்தில், வேலை செய்யும் குழந்தைகளுக்காக ஞாயிற்றுக் கிழமைகளில் பள்ளிக்கூடங்கள்

நடத்தப்பட்டன. அரசியல் நிபுணர்களும் சீர்திருத்தவாதிகளும் குழந்தைகளின் உடல் நலத்தைக் குறித்து அக்கறைகொள்ளத் தொடங்கினார்கள். தொழிற்சாலைகளில் குழந்தைகளை அதிக நேரம் வேலை செய்ய விடக்கூடாது என்றார்கள். குழந்தைகளுக்கு உடல் என்ற ஒன்று இருப்பதைப்போலவே, மனம் என்ற ஒன்றும் உண்டு என்று ஆசிரியர்கள் அறிந்தார்கள். குழந்தைகள் மனதைப் பண்படுத்தவும் உறுதிப்படுத்தவும் விரிவுபடுத்தவும் என்ன செய்வது என்பது குறித்து ஆராய்ந்தார்கள்.

"குழந்தைகள் மிகவும் அழகானவர்கள் என்று ஓவியர்கள் உணர்ந்தார்கள். குழந்தைகளின் உருவங்கள் வரையப்பட்ட ஓவியங்களை எல்லோரும் விரும்பினார்கள். கதை சொல்பவர்கள், குழந்தைகள் பற்றிய கதைகள் எழுதினார்கள், குழந்தைகள் படிப்பதற்காகவும் கதைகள் எழுதினார்கள் – நம் ஹான்ஸ் கிறிஸ்டியன் ஆண்டர்சனைப்போல!

"நம் ஹான்ஸ் கிறிஸ்டியன் ஆண்டர்சன் செய்தது என்ன? குழந்தைகள் இருக்கிறார்கள் என்பதை மற்றவர்கள் கண்டுபிடிக்க உதவி செய்ததுதான்.

"குழந்தைகளுக்காக அவர் எழுதிய கதைகள் எவ்வளவு அற்புதமானவை தெரியுமா?

"அந்தக் கதைகளில், வாழ்க்கையில் மக்கள் ஒருவருடன் ஒருவர் பேசிக்கொள்வதைப்போல, கத்திகளும் முட்கரண்டிகளும் ஒன்றுடன் ஒன்று பேசிக்கொள்ளும்.

"நிலா, வானத்திலிருந்து குனிந்து, ஒரு சிறிய வீட்டின் அறையைச் சன்னல் வழியாக எட்டிப் பார்க்கும்.

"ஒரு அல்லி மலர், நாற்காலியில் உட்கார்ந்து பியானோ வாசிக்கும். ஊசியிலை மரங்கள், தாங்களும் கிறிஸ்துமஸின்போது அலங்கரிக்கப்படும் மரங்களாக வேண்டும் என்று ஆசைப்பட்டுக்கொண்டிருக்கும்.

"ஹான்ஸ் கிறிஸ்டியன் ஆண்டர்சனின் அதிசயமான கதை உலகத்தில், வீரம் மிகுந்த தகரச் சிப்பாய் ஒருவன், காகிதத்தால் செய்யப்பட்ட ஒரு அழகான பெண் பொம்மையை நேசிக்க முடியும். மக்களின் நிழல்கள் உயிர் பெற்று மக்களாக மாறி இளவரசிகளை மணந்துகொள்ள முடியும்.

“கட்டை விரல் அளவே உள்ள ஒருத்தி, தூக்கணாங்குருவியின் முதுகில் அமர்ந்து ஆப்பிரிக்காவுக்குப் பறந்து செல்ல முடியும். அந்தக் கதை உலகத்தில், நடக்க முடியாதது என்று ஒன்றுமே இருக்காது.

“குழந்தைகள் இவ்வாறு படைக்கும் உலகம், உண்மை உலகத்தைவிடவும் உண்மையான உலகமாக இருந்தது. அந்த உலகைத்தான் ஹான்ஸ் கிறிஸ்டியன் ஆண்டர்சன் கண்டுபிடித்தார், அல்லது படைத்தார். அவரது கதைகளில் வரும் சில சம்பவங்களைக் கேளுங்கள்...

“சீன மன்னர் ஒருவரது உயிரைக் கொண்டு போவதற்காக வந்த எமன், மிக இனிமையாகப் பாடும் ஒரு பறவையின் பாடலில் மயங்கி, தான் வந்த காரியத்தை மறந்துவிடுகிறான்.

“தகர வீரன் ஒருவன் வாய்காலில் பாய்கிறான். அங்கே அவன் ஒரு மீனால் விழுங்கப்பட்டு மீண்டும் தன் உறவினர்களிடம் வந்து சேர்கிறான்.

“தன் உடலில் பாதி மீனாகவும் பாதி பெண்ணாகவும் உள்ள மச்சக்கன்னி, ஒரு இளவரசன் மீது கொண்ட அன்பின் காரணத்தால் மனித உருவம் அடைகிறாள்.

“தீப்பெட்டி விற்கும் சிறுமி, குளிருக்காகத் தீக்குச்சிகளைப் பற்றவைத்துக் குளிர்காய்கிறாள். அப்போது தூக்கத்தில் அவளுக்கு ஒரு கனவு வருகிறது. அந்தக் கனவில் அவள் தேவலோகத்துக்குச் செல்கிறாள்.

“இனிய ஓசை எழுப்பும் மணியின் ஒலியைத் தொடர்ந்து, உலகெங்கும் சுற்றியபின், ஒரு இளவரசனும் ஏழைச் சிறுவனும், உயரமான மலையின் மீதுள்ள புல் தரையில் ஒருவரை ஒருவர் சந்தித்து மகிழ்கிறார்கள்.

“கொஞ்சம்கூட அழகில்லாமல் பிறந்த வாத்துக்குஞ்சு, கடைசியில் பேரழகு வாய்ந்த அன்னமாக மாறிவிடுகிறது!

“பெரியவர்கள் காணும் உலகம் அவர்களைப் பொறுத்தவரை எவ்வளவு உண்மையாக உள்ளதோ, அதைப்போலவே, குழந்தைகள் காணும் உலகமும் அவர்களைப் பொறுத்தவரை உண்மையானது என்று அனைவருக்கும் புரியவைத்தார் ஹான்ஸ் கிறிஸ்டியன் ஆண்டர்சன்.

"அவர் படைத்த உலகில் சிறுவர் சிறுமியர் எப்போதும் மகிழ்ச்சியாகத்தான் இருந்தார்களா? இல்லை. தீப்பெட்டி விற்கும் அந்த ஏழைச் சிறுமி குளிரால் விறைத்து இறந்துபோனாள். வீரம் மிகுந்த தகர வீரனின் வாழ்க்கை ஒரு உலைக்களத்தில் முடிந்துபோனது. தற்பெருமைகொண்ட சித்திரத்தையல் ஊசி (Embroidery needle), துண்டு துண்டாக உடைந்துபோயிற்று. அந்த அப்பாவி மச்சக்கன்னி, தான் நேசித்த இளவரசனை இழந்தாள், நுரையாக மாற்றப்பட்டாள்.

"ஹான்ஸ் கிறிஸ்டியன் ஆண்டர்சன், உண்மையாகவே குழந்தைகளிடத்தில் அன்புகொண்டவர். எனவே, இந்த உலக வாழ்க்கை எப்போதும் இன்பமானது என்று சொல்லி குழந்தைகளை ஏமாற்ற அவர் விரும்பவில்லை. என்னவெல்லாம் எப்படியெல்லாம் நடந்தாலும் – கடைசியில் எல்லோரும் என்றென்றும் மகிழ்ச்சியாக வாழ்ந்தார்கள் என்று சொல்லி கதையை முடிக்க அவர் விரும்பவில்லை. குழந்தைகளிடம் உண்மையையே சொல்லவேண்டும் என்று நினைத்து அப்படியே செய்துவந்தார். குழந்தைகளின் மீது அவர் கொண்ட பேரன்பே இதற்குக் காரணம்.

"ஹான்ஸ் கிறிஸ்டியன் ஆண்டர்சன் சொன்னதெல்லாம், குழந்தைகள் கண்ட உண்மையைத்தான். குழந்தைகள் அறிந்த உலகத்தை அவர்கள் அறிந்த மொழியிலேயே சொன்னார். இதுதான் மற்ற அனைத்தையும்விட முக்கியமானது."

இப்படியிருந்தாலும், இந்தக் காலத்தில் நாம், ஒருலகின் ஆன்மா ஒன்றிய அத்தனை வலுவுடன், ஒவ்வொரு கணமும் ஒவ்வொரு தினமும் முடிவற்று காலம் முழுதும் குழந்தைகளைக் கண்டுபிடித்துக்கொண்டே இருக்க வேண்டியிருக்கிறது. கண்டுபிடிக்க உதவி செய்ய வேண்டியிருக்கிறது. ஏனென்றால்...

குழந்தைகள் இன்னமும் அடிமைகளாக நடத்தப்படுகிறார்கள், நேரடியாகவும் மறைமுகமாகவும் சித்திரவதை செய்யப்படுகிறார்கள், பலி கொடுக்கப்படுகிறார்கள், புதர்களில் வீசப்படுகிறார்கள், தலை வேறு உடல் வேறாக ஆக்கப்படுகிறார்கள், கத்திக்குத்துக்கு ஆளாகிறார்கள், அடிப்படை உரிமைகள் மறுக்கப்படுகிறார்கள், மிகுந்த அனாயாசமாக தூக்க மாத்திரைகள் கொடுத்துக் கொல்லப்படுகிறார்கள், வல்லுறவுக்கு ஆட்படுத்தப்பட்டு கொலை செய்யப்படுகிறார்கள், விபச்சாரத்துக்கு

நிர்ப்பந்திக்கப்படுகிறார்கள், மதத் துவேஷத்தின் பெயரால் அடித்துக் கொலை செய்யப்படுகிறார்கள், சாதிகளின் காரணமாக பேரிழிவுகளுக்கு ஆட்படுகிறார்கள், யாரோ செய்த தவறுக்கு தங்களுக்கு மரணம் விதிக்கப்படுவதை அறியாமலேயே சாகிறார்கள், அகதிகளாகத் தப்பித்துக் கடலோடும்போது, பிணமாய்க் கரை சேர்ந்து மண்ணில் முகம் புதையக் கிடக்கிறார்கள், துப்பாக்கிச் சூட்டிலும் குண்டு வீச்சிலும் மடிகிறார்கள்; ஊனமாக்கப்படுகிறார்கள், பள்ளிகளில் இருக்கும்போதுகூட படுகொலை செய்யப்படுகிறார்கள், பிச்சையெடுக்கிறார்கள், குப்பை பொறுக்குகிறார்கள், பூட்டிய கடைகளின் திண்ணைகளிலும் தெருவோரங்களிலும் தூங்குகிறார்கள், அஞ்சி நடுங்கி நிராதவராய் அழுகிறார்கள், பசியில் துடிக்கிறார்கள்...

அவர்களின் பலவீனமான சன்னக் குரலை செவிமடுப்பார் இல்லை, அவர்களைக் காத்திரமாக கருத்தில் இருத்துவார் இல்லை, அவர்களின் மகத்துவங்கள் உணரப்படுவதில்லை, அவர்கள் எல்லையற்ற ஆனந்தத்தை புவிக்குத் தானமிடுபவர்கள் எனும் அறிவும் இல்லை, பஞ்சபூதங்களையொத்த அவர்களின் இருத்தலின் மகிமை பொருட்படுத்தப்படவே இல்லை...

“உலகம் குழந்தைகளைக் காப்பாற்றவேண்டும் என்பதற்கு மேற்பட்டு, பரிசுத்தமான நம்பிக்கை வேறு எதுவும் இல்லை. குழந்தைகளின் உரிமைகள் மதிக்கப்படவேண்டும், அவர்களின் நலன் காக்கப்படவேண்டும் என்பதைவிட, அச்சத்திலிருந்தும் வறுமையிலிருந்தும் விடுவிக்கப்பட்டு அவர்களுக்கு அமைதியான வாழ்க்கை கிடைக்கச் செய்யவேண்டும் என்பதைவிட, முக்கியமான வேறு எந்தக் கடமையும் நமக்கு இல்லை” என்கிறார் ஐ.நா. சபையின் முன்னாள் பொதுச் செயலர் கோபி அன்னான்.

சிறார் இலக்கியத்தைப் பொதுவாக மூன்று வகையாகப் பிரிக்கலாம் என்று சிறார் இலக்கியச் செயற்பாட்டாளர்கள் கருதுகிறார்கள். மூன்று வயது முதல் ஐந்து வயதுவரை உள்ள குழந்தைகளுக்கான இலக்கியம் ‘குழந்தை இலக்கியம்’, ஐந்து முதல் பன்னிரண்டு வயதுவரை ‘சிறார் இலக்கியம்’, பன்னிரண்டு வயது முதல் பதினாறு வயதுவரை ‘இளையோர் இலக்கியம்.’ ஆயினும் இந்த மூன்று பிரிவுகளையும் பொதுவாக ‘சிறார் இலக்கியம்’ என்று குறிப்பிடும் வழக்கம் நிலவுகிறது. அதுபோல, சிறார் இலக்கியம் என்றால் சிறாருக்காக பெரியவர்கள் எழுதியதா, அல்லது சிறாருக்காக

சிறாரே எழுதியதா எனும் ஒரு கேள்வியும் இருந்தது. ஆனால், நவீனத்தின் வரவு, இந்தக் கேள்வியைப் பொருத்தமற்றதாக்கியது. மாறாக, குறுகிய மனப்பான்மைகளைத் தகர்த்து, அதியற்புதக் கற்பனைகளையும் கனவுகளையும் உருவாக்கி, மானுடக் கனிவின் புத்துலகைக் கட்டியமைக்கும் பேருன்னத மனிதர்களாக அவர்களை தகுதி பெறச் செய்வதுதான், சிறார் கலை இலக்கியத்தின் இறுதி இலக்கு என்ற நிலை ஏற்பட்டிருக்கிறது. இந்த நோக்கத்துக்கு ஏற்ற வகையிலான, மொழி ரீதியான கலை அர்ப்பணம் கொள்பவர்களை சிறார் இலக்கிய எழுத்தாளர் என்று அழைக்கிறோம். சிறார் கலை இலக்கியம் அனைத்துக்குமே இது ஏற்புடையதாகும்.

"உன்வீடு – உனது பக்கத்து வீட்டின்
இடையில் வைத்த சுவரை இடித்து
வீதிகள் இடையில் திரையை விலக்கி
நாட்டொடு நாட்டை இணைத்து மேலே
ஏறு! வானை இடிக்கும் மலைமேல்
ஏறு விடாமல்! ஏறு மேன்மேல்!
ஏறி நின்று பாரடா எங்கும்
எங்கும் பாரடா இப்புவி மக்களைப்
பாரடா உனது மானுடப் பிறப்பைப்
பாரடா உன்னுடன் பிறந்த பட்டாளம்
'என் குலம்' என்றுனைத் தன்னிடம் ஒட்டிய
மக்கட் பெருங்கடல் பார்த்து மகிழ்ச்சிகொள்
அறிவை விரிவு செய்! அகண்டமாக்கு
விசாலப் பார்வையால் விழுங்கு மக்களை
அணைந்து கொள்! உன்னைச் சங்கமமாக்கு
மானிட சமுத்திரம் நானென்று கூவு
பிரிவிலை எங்கும் பேதமில்லை
உலகம் உண்ண உண்! உடுத்த உடுப்பாய்!"

எனும் பாவேந்தரின் நோக்கத்தைப் பிள்ளை மனங்களில் பகிர்வதுதான் சிறார் கலை இலக்கியங்களின் தலையாய பணியாகிறது.

சிறுகதை, குட்டிக்கதை, நாவல், நாடகம், பாட்டு, கவிதை, கடிதம், நினைவுக்குறிப்பு, சித்திரக்கதைகள் முதலிய அனைத்துமே சிறார் இலக்கிய வகைமைகளுக்கு உட்பட்டவையாகின்றன. சிறாருக்காக எழுதுவது என்பது மிக எளிதானதாகத் தோன்றலாம். ஆனால், அதற்கான முயற்சியில் ஈடுபடும்போதுதான் அது அவ்வளவு சுலபமானதல்ல என்று நமக்குத் தெரியவரும்.

புராண இதிகாசங்கள் எங்கும் அனேகமனேகம் கதைகள் இறைந்துகிடக்கின்றன. நாடெங்கும் ஆங்காங்கே நிலத்தின் கதைகள் பல்லாயிரமாய்ப் பெருகியிருக்கின்றன. எல்லாம் சேர்ந்துதான் இந்தியாவைப் பெரும் கதைக் களஞ்சியமாக மாற்றியிருக்கின்றன. இவற்றில் 'பஞ்சதந்திரக் கதைகள்' மிகுந்த முக்கியத்துவம் கொண்டிருக்கிறது. மேலும், 'புத்த ஜாதகக் கதைகள்', 'கதா சரித் சாகரம்', 'தெனாலிராமன் கதைகள்', 'அக்பர் பீர்பால் கதைகள்' என்று, பற்பல வகைமைகளில் கதை உலகம் மிகுந்த வியாபகம் கொண்டிருக்கிறது.

16 - ஆம் நூற்றாண்டில் ஔவையாரால் எழுதப்பட்ட 'ஆத்திசூடி', 'கொன்றை வேந்தன்', 'நல்வழி', 'மூதுரை', 'கல்வி ஒழுக்கம்' ஆகியவையும், அதே காலகட்டத்தைச் சேர்ந்த அதிவீரராம பாண்டியனாரின் 'வெற்றி வேற்கை'யும், பதினெட்டாம் நூற்றாண்டில் உலகநாதரால் இயற்றப்பட்ட 'உலக நீதி'யும் தமிழின் ஆரம்பகால சிறார் இலக்கியங்களாகக் கருதப்படுகின்றன.

'தமிழில் குழந்தைக் கவிதைகள்' எனும் தனது கட்டுரையில் கலாநிதி க. கைலாசபதி எழுதுகிறார்: "ஈராயிரம் வருட இலக்கிய வரலாற்றை நோக்குகையில், சான்றோர் செய்யுள்கள் செய்த காலத்திலிருந்து ச.து.சு. யோகியார்வரையில் குழந்தைகளைப் பற்றிய பாடல்கள் ஏராளமாக இருப்பது கண்கூடு. ஆனால், கண. முத்தையா கூறுவதுபோல, 'குழந்தைகளுக்காகவே எழுதப்பட்ட பாடல்களோ, கதைகளோ இருபதாம் நூற்றாண்டின் தொடக்கம்வரை இல்லையென்றே கூறலாம்.' (குழந்தைக் கவிதைகள், நாக. முத்தையா, 1960, பதிப்புரை) பொதுவாகவே தமிழ்க் கவிதையைப் புதுநெறியில் இட்டுச்சென்ற மகாகவி பாரதியார்தான், இத்துறையிலும் முன்னோடியாக விளங்குகிறார். அவர் இயற்றிய புதிய 'ஆத்திசூடி', 'பாப்பாப் பாட்டு' முதலியன தமிழுக்குப் புதியனவே. எனினும் பாரதியின் போக்கும் நோக்கும் குழந்தைக் கவிகளை முழுமையாகத் தழுவவில்லை. விடுதலைப் போருக்கு

வீரர்களைத் தயாரிக்கும் பணியில் ஈடுபட்டிருந்த கவிஞர், போர்க்குணமிக்க பாடல்களையே எழுதினார். பாரதி மரபில் வந்தவர்களே குழந்தைப் பாடல்களைப் பிரக்ஞைப்பூர்வமாகச் செழுமைப்படுத்தினர். பாலர்களுக்கேற்ற சிறு பாட்டுகளைக் கொண்ட தொகுப்பு நூல், திருத்தமான முறையில் இலங்கையிலேயே *1935*ல் வெளிவந்தது. அக்காலத்திலே, வட பெரும்பாக வித்தியாதரிசியாயிருந்த க.ச. அருள்நந்தி அவர்களது கேள்விப்படி, வட இலங்கைத் தமிழ் ஆசிரியர் சங்கத்தாரால் வெளியிடப்பெற்ற 'பிள்ளைப்பாட்டு', குழந்தை இலக்கியத் துறையில் விதந்து கூற வேண்டிய ஒரு சாதனையாக அமைந்தது என்பதில் ஐயமில்லை.''

அவற்றைத் தொடர்ந்து கவிமணி தேசிக விநாயகம் பிள்ளை, பாரதிதாசன், கா. நமச்சிவாய முதலியார், மணிமங்கலம் திருநாவுக்கரசு, மயிலை சிவமுத்து, அ.கி. பரந்தாமனார், எம்.வி.வேணுகோபால் பிள்ளை, அழ.வள்ளியப்பா, பெ.தூரன், பு.ஆ.முத்துகிருஷ்ணன், வாணிதாசன், நாரா. நாச்சியப்பன், ராஜாஜி, நாக முத்தையா, வை.கோவிந்தன், டாக்டர் பூவண்ணன், அகிலன், ஆர்.வி., தி.ஜ.ரங்கராஜன், ர.கி.ர, புதுமைப்பித்தன், கு.ப.ராஜகோபாலன், பி.எஸ்.ராமையா, கு.அழகிரிசாமி, ஜெயகாந்தன், கல்கி, தமிலன், தமிழ்வாணன், வாண்டுமாமா, சாவி, தி.க.சி, மா.லெ.தங்கப்பா, கிருஷ்ணன் நம்பி, முல்லை தங்கராசன், பண்ருட்டி சி.கோவிந்தசாமி ராஜா, வைத்தண்ணா, சுந்தர வடிவேலனார், தெய்வசிகாமணி, என்.கே.வேலன், நா.கி.நாகராஜன், பத்மா ராஜகோபால், கு.ராஜாராம், கல்வி கோபாலகிருஷ்ணன், பெ.நா.அப்புசாமி, ச.ய.பாலசுப்பிரமணியன், சொ.அடைக்கலம், கி.வா.ஜகந்நாதன், கே.சொர்ணவேலு, பூவை அமுதன், சாந்தலெட்சுமி, கி.மா. பக்தவச்சலன், தங்கமணி, கூத்தபிரான், வானதி திருநாவுக்கரசு, திருச்சி பாரதன், சுப்பு ஆறுமுகம், பாவலரேறு பெருஞ்சித்திரனார், குழ. கதிரேசன், தம்பி சீனிவாசன், ரேவதி எனும் இ.எஸ். ஹரிகரன், லெமன் முதலியோர் தங்கள் படைப்புகளால் சிறார் இலக்கியத்தை வளப்படுத்தியிருக்கிறார்கள்.

ஏறத்தாழ ஐம்பது ஆண்டுகளுக்கு முன்பான காலம், சிறார் இலக்கியம் வலிமை பெற்று விளங்கிய காலமாகும். அந்தக் காலகட்டத்தில் குழந்தைகளுக்காக 'பாலியர் நேசன்', பாரதியாரின் 'பாலவிநோதினி', 'பாலதீபிகை', 'பாலியர் சஞ்சாரி', 'பாரிஜாதம்', 'பாலர் பூங்கா', 'பாலர் முரசு', 'பாப்பா மலர்', 'அணில்', 'குழந்தைகள்

செய்தி', 'சங்கு', 'டமாரம்', 'டிங்-டாங்', 'கரும்பு', 'பார்வதி', 'அம்பி', 'முத்து', 'கண்ணன்', 'சின்னக் கண்ணன்', 'முயல்', 'மயில்', 'கிளி', 'பூஞ்சோலை', 'சிறுவர் உலகம்', 'ரேடியோ', 'குஞ்சு', 'ஜில் ஜில்', 'வானரசேனை', 'மத்தாப்பு', 'ரத்னபாலா', 'பூந்தளிர்', 'மணிப்பாப்பா', 'பாலமித்ரா', 'தமிழ்ச்சிட்டு', 'ஜிங்லி', 'தம்பி', 'சிறுமி', 'வாண்டுமாமா', 'பாப்பா மஞ்சரி', 'அம்புலிமாமா', 'கோகுலம்', 'துளிர்' முதலிய சிறார் இதழ்கள் வெளிவந்தன. இவற்றில் சில பத்திரிகைகள், இருபத்து ஐந்தாயிரம் பிரதிகளுக்கு மேல் விற்பனையாகியிருக்கின்றன. 'துளிர்' முதலிய பத்திரிகைகள் இப்போதும் வெளிவந்துகொண்டிருக்கின்றன.

ஆயிரத்துத் தொள்ளாயிரத்து ஐம்பதாம் ஆண்டு, 'குழந்தை எழுத்தாளர் சங்கம்' தொடங்கப்பட்டது. இதை நிறுவியர், குழந்தைக் கவிஞர் அழ. வள்ளியப்பா அவர்கள். தன் 'சக்தி காரியாலயம்' மூலம், தமிழ்ப் பதிப்புலகில் பெரும் புரட்சி செய்த பெருந்தகை சக்தி வை. கோவிந்தன், இதன் முதல் தலைவராக அமைந்தார். அதன் பிறகு அழ. வள்ளியப்பாசங்கத்தின் தலைவராகப் பொறுப்பேற்றார். இந்த சங்கம் ஏறத்தாழ இருபத்து ஐந்து ஆண்டுகளுக்கும் மேலாக, சிறார் இலக்கியத்தில் மிகத் தீவிரமாகச் செயல்பட்டு பெருந்தொண்டாற்றியது. இந்தக் காலம், தமிழ்ச் சிறார் இலக்கியம் பிரகாசம் கொண்ட காலமாகும்.

குழந்தை எழுத்தாளர் சங்கம், குழந்தைகளுக்கான புத்தகக் கண்காட்சி நடத்துவது, சங்கம் நடத்தும் விழாக்களிலும் மாநாடுகளிலும் சிறார் படைப்பாளிகளின் ஒளிப்படங்களை, அவர்களைப் பற்றிய குறிப்புகளுடன் காட்சிக்கு வைப்பது, குழந்தைகளுக்கான நாடக விழாக்களை நடத்துவது, குழந்தைகள் தினத்தில் புதிய புத்தகங்கள் வெளியிடுவது, குழந்தை இலக்கிய மாநாடுகள் நடத்துவது, குழந்தை இலக்கியம் தொடர்பான மலர்கள் வெளியிடுவது, குழந்தை இலக்கியப் படைப்பாளிகள் பற்றிய விவரங்களைத் தொகுத்து புத்தகமாக வெளியிடுவது, குழந்தை இலக்கியத்துக்கு சிறப்பான பங்களிப்புச் செய்தவர்களைப் பாராட்டிக் கௌரவிப்பது, குழந்தை இலக்கியப் போட்டிகள் நடத்துவது; அவற்றில் வெற்றி பெற்ற எழுத்தாளர்களுக்குப் பரிசுகள் வழங்குவது, குழந்தைகளுக்குக் கதை சொல்லும் நிகழ்ச்சிகள் நடத்துவது, 'குழந்தை இலக்கியப் பண்ணை' எனும் அமைப்பை நிறுவி அதன் மூலம், குழந்தை எழுத்தாளர்கள் புதிய புத்தகங்கள்

எழுத வாய்ப்பளிப்பது, குழந்தை இலக்கியத் துறையில் பல்லாண்டுகளாகச் செயல்பட்டுவரும் எழுத்தாளர்களின் அனுபவங்களை அறிந்துகொள்ளவும், புதிய எழுத்தாளர்களை அறிமுகப்படுத்தவும் மாதந்தோறும், 'அறிமுகம் - அனுபவம்' எனும் நிகழ்ச்சி நடத்துவது, கருத்தரங்குகளும் கலந்துரையாடல்களும் நடத்துவது, குழந்தை இலக்கிய முன்னோடிகளைப் பற்றிய சொற்பொழிவுகள் நடத்துவது ஆகிய வகையிலெல்லாம், மிகவும் அர்ப்பணிப்புடன் மிகத் தீவிரமாகச் செயல்பட்டு வந்தது.

குழந்தைகளுக்காக நிறைய நல்ல பத்திரிகைகளும் புத்தகங்களும் வெளிவந்த, குழந்தை எழுத்தாளர் சங்கம் செயல்பட்டு வந்த அந்தக் காலத்தை, தமிழ் சிறார் இலக்கியத்தின் பொற்காலம் என்று குறிப்பிடலாம். அதன் பிறகு இன்றைய காலகட்டம்வரை, ஒரு மிகப் பெரிய வறட்சி ஏற்பட்டிருக்கிறது. மக்கள், கலை இலக்கியவாதிகள், ஆட்சியாளர்கள், ஆசிரியர்கள், அமைப்புகள், கல்வி நிறுவனங்கள், அரசியல்வாதிகள், பத்திரிகை முதலாளிகள், பதிப்பகத்தார்கள், பெற்றோர்களிடமெல்லாம் சிறார் கலை இலக்கியம் குறித்த பிரக்ஞை முற்றிலும் இல்லையென்பதைப் பார்க்கிறோம். இது நமக்கான மிகப் பெரிய சாபமாகும். நமக்கு நாமே கல்லறையாவதற்கு ஒப்பாகும்.

"குழந்தைகளுக்கு எழுதுவது என்பது அரிய கலை. அது எல்லோராலும் முடியாது. பலர் அதைக் கிள்ளுக்கீரையாகவே நினைத்து அலட்சியப்படுத்துகின்றனர்" என்று முனைவர் மா. இராமலிங்கம் குறிப்பிடுகிறார்.

"பெரும்பாலான குழந்தைகள் பாடங்களைப் படிப்பதையும், பிற நூல்கள் படிப்பதையும் வேறுபடுத்திப் பார்ப்பதில்லை. 'படித்தல்' என்றாலே, 'பரீட்சைக்காகப் படித்தல்' என்றே கருதுகின்றனர். கதைப் புத்தகங்களைப் பற்றிக் கேள்விப்பட்டுள்ளபோதிலும், இவை எங்கே கிடைக்கும் என்று, பல குழந்தைகளுக்குத் தெரியவில்லை. பல பள்ளிகளிலும் ஊர்களிலும் நூலகங்களும் இல்லை. எனவே வாசிப்பு என்பதன் இன்பத்தை, தேவையை இக்குழந்தைகள் அறியும் சூழலும் வாய்ப்பும் இல்லை என்பது தெரியவந்தது" என்று, பிள்ளைத் தமிழ் நூலின் முன்னுரையில் நூலாசிரியர்கள் வ.கீதாவும், கோ. பழனியும் பதிவு செய்திருக்கின்றனர்.

இது, நம் ஆசிரியர்கள் பெரும்பாலோரின் நிலையைக் குறிக்கும் சாட்சியும்கூட. அவர்களுக்கு, குழந்தைகளுக்கென

நிலை பெற்றிருக்கும் அமரத்துவம் வாய்ந்த கலை இலக்கியங்களைப் பற்றி எதுவும் தெரிவதில்லை. அவையெல்லாம் அவர்களுக்கு, வாழ்வின் எல்லைக்குள் வராத, எதற்கும் உதவாத அற்பங்களாகவே தோன்றுகின்றன. அவர்கள் புத்தகங்களுக்காகச் செலவிடுவதில்லை. ஆசிரியர்களின் வீடுகளில் புத்தக சேகரம் இருப்பது மிகவும் அரிதாகும்.

நண்பர் சரவணன் பார்த்தசாரதி, ஆசிரியர் தின வாழ்த்துச் சொல்லியிருப்பதைக் கவனியுங்கள்: "பள்ளிக்கு வெளியிலிருந்து மட்டுமே எனக்கு ஆசிரியர்கள் கிடைத்தார்கள், கிடைக்கிறார்கள், கிடைப்பார்கள். அவர்களுக்கும், கல்விக்கண் திறப்பது தன் கடமை, ஆகவே தான் ஒருபோதும் 'கற்றல் பணி' யைக் கைவிடல் ஆகாது, தன்னைவிட மாணவர்கள் அறிவாளிகளாக இருப்பதற்கு வாய்ப்பிருக்கிறது, மனப்பாடம் மட்டுமே செய்யச் சொல்லி கொடுமைப்படுத்துவது கீழ்மை, மதிப்பெண் என்பது ஒரு மனிதனை அளவிடும் கருவியல்ல, சிறப்புக் குழந்தைகளுக்குக் கற்பிக்கவும் சேர்த்தே தனக்கு ஊதியம் வழங்கப்படுகிறது, மத, ஜாதி, பொருளாதார அடிப்படையில் மாணவர்களைப் பார்த்தல் கூடாது. மாணவர்கள் அடிமை அல்ல, தான் ஆண்டானும் அல்ல. மார்க்ஸ், பெரியார், அம்பேத்கர், ரெட்டைமலை சீனிவாசன், சிங்காரவேலர்போன்ற தலைவர்கள்பற்றி குழந்தைகளிடம் பேசுவது அவசியம், சமூகநீதி அரசியல் கற்பிப்பதும் தன் வேலைதான். வட்டிக்குக் கொடுத்து அந்தக் கணக்குகளை பள்ளி வேலை நேரத்தில் பார்ப்பது தவறு, வேறு வேலைகளை முழு நேரமாகவும், ஆசிரியப் பணியைப் பகுதி நேரமாகவும் செய்வது தனது பணிக்கே இழுக்கு, பணம் சம்பாதிக்கும் வெறிகொண்டு சிறப்பு வகுப்புகள் எடுப்பது அயோக்கியத்தனம், மாணவர்களைக் காயப்படுத்த தனக்கு எந்த உரிமையும் இல்லை, ஆசிரியர் தினம் எனும் பெயரில் அவர்கள் காலைக் கழுவும் சடங்குகளில், மாணவர்களை ஈடுபடுத்துவது காட்டுமிராண்டித்தனம், கூழைக்கும்பிடு போடுவதும் அதைப் பிறரிடம் இருந்து எதிர்பார்ப்பதும் மனநோய், தான் தன்மானத்தோடு இருப்பதன் வழியே, மாணவர்களையும் தன்மானத்துடன் இருக்கச் செய்யலாம், இந்த உலகில் தன்மானம்தான் விலைமதிக்க முடியாத சொத்து, முக்கியமாக, ஆசிரியனாக இருத்தல் என்பது மனிதனாக இருத்தலின் எடுத்துக்காட்டு, ஒட்டுமொத்தத்தில் 'ஆசிரியப்பணி என்பது அறப்பணி' என்று கருதி, வாழ்ந்து 'ம்' வரும் ஆசிரியப் பெருந்தகைகளுக்கு மட்டும் 'இனிய ஆசிரியர்தினநல்வாழ்த்துகள்."

நம் அரசும்கூட, சிறார் இலக்கியத்தின் முக்கியத்துவத்தை உணர்ந்ததாகத் தெரியவில்லை. அது, சிறார் இலக்கியத்துக்கு விருதளிப்பதோடு நின்றுவிடுகிறது. அரசுதான், இது குறித்து ஏதுமறியாத ஆசிரியர்களுக்கு அறிவுறுத்த வேண்டும். அவர்களிடம் சிறார்கலை இலக்கியங்கள் குறித்த பிரக்ஞையை ஏற்படுத்தி, அதைக் குழந்தைகளிடையே பரவச் செய்ய வேண்டிய முக்கியத் தேவை இருக்கிறது. வாழ்க்கையில், கலை இலக்கியங்களுக்கு தவிர்க்க முடியாத பெரும் பங்கு உண்டு என்று குழந்தைகள் உணர்ந்து, அவற்றில் ஈடுபட்டுத் திளைப்பதற்கு வழி செய்ய வேண்டும். சர்வதேச, இந்திய, தமிழ் சிறார் இலக்கியப் பொக்கிஷங்களையெல்லாம், அரசு நம் பள்ளிகளில் கொண்டு சேர்க்க வேண்டும். அனைத்தைவிடவும் முக்கியமாக, ஆசிரியர்களுக்கு சிறார் இலக்கிய வாசிப்பில் ஆழ்ந்த பயிற்சியளிக்க வேண்டும். எழுத்தாளர் ச. தமிழ்ச்செல்வன், "குழந்தைகளிடம் இயல்பாகவே படைப்பாற்றல் திறன் இருக்கிறது. அதை நாம் வளர்த்தெடுக்க வேண்டும். ஆசிரியர்களாக இருந்து குழந்தைகளைப் பார்த்தால் அதைச் செய்ய முடியாது. நாமும் குழந்தைகளாக மாற வேண்டும்" என்று சொல்கிறார்.

ஒரு நாள் என் வீட்டுக்கு, அண்டையில் வசிக்கும் சிறுவன் ஒருவன் வந்தான். நான் வைத்திருக்கும் சிறார் நூல்களைப் பார்த்து ஆவல் கொண்டு, எனக்குப் புத்தகம் கொடுங்கள், படித்துவிட்டுத் தருகிறேன் என்றான். நான் தேர்ந்தெடுத்து ஒரு புத்தகத்தை அவனுக்கு அன்பளிப்புச் செய்து அனுப்பினேன். சென்ற உடனே அவன், சுவற்றிலடித்த பந்துபோன்று திரும்பி வந்து, வருத்தத்தோடு சொன்னான்: "என் அப்பா, திருப்பிக் கொடுத்துவிட்டு வரச் சொன்னார்!" குழந்தைகளுக்கு நான் புத்தகம் தருவதும், பெரும் பதற்றத்துடன் பெற்றோர் உடனடியாக அதை, என்னிடமே கொடுத்துவிடும்படி திருப்பி அனுப்புவதும், மேலும் சில முறை நடந்திருக்கிறது. தினந்தோறும் என் வீட்டுக்கு விளையாட வரும் சிறுமிக்கு சில சிறார் இதழ்கள் கொடுத்தேன். அதன் பிறகு அவள் வருவதே இல்லை. இனி அங்கே போகக் கூடாது என்று, அவள் பெற்றோர்களால் தடுக்கப்பட்டுவிட்டாள். இது எனக்கு மிகவும் வருத்தமளித்தது.

புத்தகங்களை இவர்கள், குழந்தைகளின் வாழ்க்கையைக் கெடுத்து விடக்கூடிய அபாயகரமான ஒன்றாகத்தான் நினைக்கிறார்கள். குழந்தைகள் பாடத்தை மட்டுமே படித்து, நல்ல

மதிப்பெண்கள் வாங்கி தேர்வுகளில் வெற்றிபெற்று, வேலைக்குச் சென்று உயர்ந்த ஊதியமும் அதிகாரமும் பெறவேண்டும் என்பதற்கு அப்பால், மனிதம், சகவாழ்வு, பிரபஞ்சம், கலை இலக்கியங்கள் குறித்தெல்லாம் அவர்களுக்கு எந்த அக்கறையும் இல்லை. மிகப் பெரும்பான்மை நிலை இதுதான். கதைப் புத்தகங்கள் வாசிப்பது என்பதை, துஷ்ட காரியங்களில் ஒன்றாகத்தான் அவர்கள் பார்க்கிறார்கள். நல்ல ஆசிரியர்களின் மூலமாகத்தான், கல்வி நிலையங்களின் செயல்பாடுகளின் மூலமாகத்தான், பெற்றோர்களின் இந்த மனநிலை மாறவேண்டும். பிலிப்போஸ் மார் கிறிஸ்ஸோஸ்டம் அவர்களிடம், "இப்போதைய குழந்தைகள் மனப்பூர்வமாகத்தான் சிரிக்கிறார்களா?" என்று கேட்கப்பட்டபோது அவர் இப்படிப் பதில் சொல்கிறார்: "குழந்தைகள் மனப்பூர்வமாகத்தான் சிரிக்கிறார்கள் என்றாலும், அவர்கள் சிரிக்கவேண்டும் என்று தாய் தந்தைக்கு பெரிய ஆர்வமொன்றும் இல்லை. ஏனென்றால் அவர்கள், தங்கள் குழந்தைகள் ஜெயித்தால் மட்டும் போதாது, மற்ற குழந்தைகள் தோற்கவும் வேண்டும் எனும் மனோபாவத்துடன் இருக்கிறார்கள். அதனால், குழந்தைகள் சிரிப்பதற்கு பல தாய் தந்தையர் அனுமதிப்பதில்லை. அந்த நேரத்திலும் ஏதேனும் பாடப்புத்தகத்தைப் படிக்கும்படிதான் அவர்கள் குழந்தைகளிடம் சொல்கிறார்கள்..." மார் கிறிஸ்ஸோஸ்டம் அவர்களின் இந்த வலிமையான குறியீடு, நம் உள்ளம் பற்றிக் குலுக்கி உண்மை உரைப்பதாக இருக்கிறது.

தான் சிறார் இலக்கியப் படைப்பாளி என்று சொல்லிக்கொள்ள வெட்கப்படும் குழந்தை எழுத்தாளரை நான் சந்தித்திருக்கிறேன். குழந்தைகளுக்காக எழுதுவது இழிவு என்பதுதான் சமூக மனநிலையாக இருக்கிறது. சக எழுத்தாளர் ஒருவர் என்னிடம், "அடடா, நீங்கள் சிறார் இலக்கியம் எழுதும் நிலைக்கு வந்துவிட்டீர்களே" என்று இரக்கம் தெரிவித்ததையும் நினைவுகூர்கிறேன்.

முகநூல் உள்ளிட்ட பொதுவெளிகளில், எவ்வளவோ விஷயங்கள் சர்ச்சை செய்யப்படுகின்றன. பற்பல களம் சார்ந்து எண்ணற்ற கருத்துகள் பகிரப்படுகின்றன. ஆனால் அதுபோன்ற ஊடகங்களிலும்கூட, சிறார் இலக்கியம் குறித்த காத்திரமான விவாதங்களோ, பகிர்தல்களோ மிகப் பெரும்பாலும் நடைபெறுவதில்லை. ஒவ்வொரு குழந்தைக்கும், வீட்டில்

சொந்தமாக ஒரு நூலகம் இருக்கும் காலம் இன்றளவும் நம் கனவாகத்தான் இருக்கிறது. பள்ளிகளில் சிறார் வாசகர் வட்டங்கள் அமையப் பெற்று, நூல் வாசிப்பும் அது குறித்த எண்ணங்களைப் பகிர்ந்துகொள்வதும் இடையறா நிகழ்வாவதும், குழந்தைகள் தங்களுடையதான கதைகளை, கவிதைகளை, பிற கலைகளை வெளிப்படுத்தும் முனைப்பைத் தூண்டுதலும் நடந்தேற வேண்டியிருக்கிறது. பாடங்களுக்கு அப்பாற்பட்டு, ஒவ்வொரு மாதமும் ஒரு குழந்தை என்ன நூல் வாசித்தது என்றறிந்து, அந்தக் குழந்தையின் தேர்ச்சிக்கான அம்சங்களில் அதையும் இணைப்பது நல்ல விளைவைத் தரும் என்று நம்புகிறேன்.

"சிறுவர் பொருள் விளங்கிப் படிக்கும்போதே இலக்கியத்திற் சுவை காண்பர். சிறுவர் இலக்கியங்களில் அளவுக்கு மிஞ்சி அறங்களையும் நீதிகளையும் புகட்டும் மரபொன்று தொன்றுதொட்டே தமிழில் இருந்துவருகிறது... குழந்தைகளின் உள்ளத்தை உணராமலும், குழந்தைகளின் வேட்கைகளை நிறைவேற்றாமலும், முதிர்ந்தவர்கள் தங்கள் மனம்போனவாறு குழந்தைகளுக்கு நூல் எழுதித் தங்கள் கருத்துகளையும் நியதிகளையும் வலிந்து குழந்தைகள் மனதில் திணித்துவிடுகின்றார்கள்" என்று செ.வேலாயுதம் பிள்ளை, 1965ல் எழுதிய கட்டுரையில் குறிப்பிடுகிறார். இந்த நிலைதான் சில மாற்றங்களுடன் இன்றும் தொடர்கிறது.

ஐம்பதுகளில் வெளியான சிறார் இலக்கியத்துடன் ஒப்பிடுகையில், தற்கால சிறார் இலக்கியம் மிகவும் நலிவு கொண்டிருப்பதாகக் காண்கிறேன். மொழிச் சீர்மை, தெளிவு, எளிமை, கவித்துவம், நுட்பம், தேர்ந்த கருப்பொருள் ஆகியவை ஏதுமின்றி இப்போது பெரும்பாலான சிறார் கதைகள் எழுதப்பட்டுவருகின்றன. அழகான, மனதை ஈர்க்கக்கூடிய மொழிநடை என்பதும் அபூர்வக் காட்சியாகிப்போனது. இப்போதைய சிறார் எழுத்தாளர்கள் பலரை, அளவற்ற கற்பனை வறட்சி பீடித்திருப்பதை நன்கு உணர முடிகிறது. ஒருமை பன்மை மயக்கம் தீராமலேயே பல புத்தகங்கள் எழுதுபவர்களும் இருக்கிறார்கள். சிறார் எழுத்துக்கான மனநிலையோ, அர்ப்பணிப்போ இவர்களிடத்தில் சற்றும் இல்லை. குழந்தைகளின் அறிவையும் ரசனையையும் குறைத்து மதிப்பிட்டு, வறட்டுத்தனமாகவே தப்பும் தவறுமாக எழுதிச்செல்கிறார்கள். சில வரையறைகளை மீறி அவர்களால், படைப்பு சார்ந்து யோசிக்க

முடிவதில்லை. கட்டற்ற கற்பனை என்பது அவர்களால் எட்ட முடியாத தொலைவில் இருக்கிறது. சிலர், சில விருதுகளை நோக்கியும் சிறார் படைப்புகளை குறிப்பிட்ட பருவத்தில் முழுமூச்சாக உருவாக்குகிறார்கள். உலக சிறார் இலக்கிய, ரஷ்ய சிறார் இலக்கிய உன்னத உரங்களை, அவர்கள் உரித்தாக்கிக் கொள்ளவில்லை என்று, அவர்களின் குன்றித் துவண்ட படைப்புகளிலிருந்து உணர முடிகிறது.

நாளிதழ்கள் சிறாருக்கான இணைப்புகள் வெளியிடுகின்றன. அவற்றில் ஒன்றிரண்டைத் தவிர, மற்றவற்றின் பக்கங்களிலெல்லாம் அக்கறையின்மையும், கவனமின்மையும், சலிப்பும் தென்படுகின்றன. அவை ஒரு வாராந்திர சடங்கு சம்பிரதாயம் என்ற அளவிலேயே முடிந்துபோகின்றன. அந்தப் பக்கங்கள், உளப்பூர்வமான அக்கறையுடன், அர்ப்பணிப்புடன் உருவாக்கப்படுவதில்லை. ஒட்டுமொத்த சமூகத்துக்கே சிறார் இலக்கியம் ஒரு பொருட்டல்ல எனும்போது, பத்திரிகைகள் அதைத் துச்சமாகவும் ஏனோதானோவென்றும் மேலோட்டமாகக் கையாள்வது குறித்து, சொல்வதற்கு எதுவுமில்லை. இணைப்பிதழ்களில் வெளியாகும் சிறார் கதைகள் மிகப் பெரும்பாலும் மொண்ணைகளாகவே இருக்கின்றன. எழுதுபவர்களில் மிகப் பெரும்பாலோர் அப்படித்தான். வெளியிடுபவர்களுக்கும் அது குறித்த தாத்பரியம் இல்லை. நல்ல சிறார் எழுத்தாளர்களும், குழந்தைகளுக்கான நல்ல பத்திரிகைகளும் அபூர்வமாக இருப்பது நம் அவலம் தவிர வேறில்லை. பெரும்பெரும் பத்திரிகை முதலாளிகள் இருக்கும் நம் தமிழ் நிலத்தில், வெகுஜனத் தளத்தில் நல்ல சிறார் பத்திரிகைகள் இன்னும் சாத்தியமாகவில்லையே? சில தனி அமைப்புகளின் சார்பாக சிறிய அளவில் வெளிவரும் 'துளிர்', 'தும்பி', 'மின்மினி', 'பஞ்சுமிட்டாய்', 'குட்டி ஆகாயம்' போன்ற சில பத்திரிகைகளைக்கொண்டுதான், நம் கடலாழப் பசியைத் தீர்த்துக்கொள்ள வேண்டியிருக்கிறது.

1988ல், தமிழ் சிறார் இதழ்கள் குறித்து முனைவர் க.பஞ்சாங்கம் இவ்வாறு கூறுகிறார்: "பொதுவாக இந்தச் சிறுவர் இதழ்கள் எல்லாமே விளம்பரப் பத்திரிகைகளாகத்தான் (Advertising Journals) இருக்கின்றன. நீதியை, நாட்டுப்பற்றை, ஒற்றுமையை, ஒழுக்கத்தை, வாய்மையை, மரியாதையை, கீழ்ப்படிதலை, கடவுளை விளம்பரப்படுத்துகின்றன. சிறுவர்களைக் கவர்கின்ற உத்தியாக வண்ணம், ஓவியம் கதை, பாட்டு, மர்மம் முதலியவற்றைப்

பலவிதமாகப் பயன்படுத்தினாலும், எல்லாமே விளம்பரப்படுத்துதல் – அறிவித்தல் – என்ற தளத்தில்தான் அமைந்துள்ளன. ஆனால் சிறுவர்களின் ஆளுமையை – உயிர்ச் சக்தியை – அற்புதமாய் வளர்த்துவிடுவதற்கு, சிறுவர் இதழ்கள் படைப்பாக்க இதழ்களாக *(Creative Journals)* வெளிவந்தால் மட்டுமே முடியும்."

நமக்கு மிக அருகே கேரளத்தில், வெகுஜனத் தளத்தில் 'பாலரமா', 'பாலபூமி', 'குட்டிகளுடே தீபிக', 'தத்தம்ம', 'யுரேகா', 'டெல்மிஒய்?', 'தளிர்', 'பாலரமாடைஜஸ்ட்', நர்சரி குழந்தைகளுக்காக – 'மின்னாமினி', 'களிக்குடுக்க', 'களிச்செப்பு' முதலிய பத்திரிகைகளும் சித்திரக்கதைப் புத்தகங்களும், கார்ட்டூன் இதழ்களும், அதியற்புதமான நூல்களும் வெற்றிகரமாக பன்நெடுங்காலமாக வந்துகொண்டிருக்கின்றன. அவை குழந்தைகளின் ஆளுமை உருவாக்கத்திற்கான முக்கியமான அம்சமாக விளங்குகின்றன. பெரியவர்களுக்கான வார இதழான 'சந்திரிகா', சிறார் தொடர்கதை வெளியிடுகிறது. 'மாத்ருபூமி' வார இதழ், வாரந்தோறும் சிறார் பக்கங்களுடன்தான் வருகிறது. இதனுடன் ஒப்பிடும்போது, நாம் இருப்பது பொட்டல்வெளி வெக்கையில் என்று, நமக்குத் தெரியவில்லை என்பதுதான் பரிதாபம்.

பல பதிப்பகங்கள், சிறார் இலக்கியம் என்று கையில் கிடைத்தவற்றை அப்படியே அச்சேற்றுகின்றன. அவற்றின் தரத்தை ஆராய்வதில்லை. எடிட் செய்து செம்மைப்படுத்த மெனக்கெடுவதில்லை.

பெரியவர்களுக்கு எழுதும் நம் எழுத்தாளர்களில் அதிகமானோர், சிறார்கலை இலக்கியத்தைப் பொருட்படுத்துவதில்லை. ஒவ்வொரு எழுத்தாளரும் சிறார் கலை இலக்கியத்தில் ஆழ்ந்த சிரத்தை வைக்கவேண்டும் என்பதும், அதற்கு தமது சிறந்த பங்களிப்பைச் சேர்க்க முயலவேண்டும் என்பதும் கட்டாயமாகிறது, மீற முடியாத தார்மீகமாகிறது. உண்மையில், பெரியவர்களுக்கான இலக்கியத்தில் நடக்கும் அத்தனை தீவிர முயற்சிகளும் சிறார் இலக்கியத்திலும் நடக்க வேண்டும். சிறார் படைப்புகளில் பரிசோதனை முயற்சிகள் வேண்டும். சிறாருக்குக் கதை சொல்ல, புதிய புதிய நுட்பங்களையும் சொல்முறைகளையும் கண்டுபிடிக்க வேண்டும். பெரியவர்களுக்கு எழுதுவதற்கான கற்பனை ஆற்றலைவிட, மொழித் திறனைவிட,

குழந்தைகளுக்கு எழுதும்போது நமக்கு அதிகமான சேகரம் தேவைப்படுகிறது. இதற்கு அப்பாற்பட்டு, குழந்தைகளுக்கு எழுதுவதற்கான மனநிலை ஒன்று இருக்கிறது. மிகக் கவிதார்த்தமான, வியப்பும் கனிவும் அதிசயமும் கொண்ட மனநிலை அது; குழந்தைகளைப்போலவே. அதுதான் சிறார் இலக்கியத்தின் அடிப்படையாக இருக்க முடியும்.

சிறார் இலக்கியப் பரிசோதனை முயற்சிக்கு ஒரு உதாரணமாக, மலையாள சிறார் படைப்பாளர் பேரா.எஸ்.சிவதாஸ் எழுதிய 'மாத்தன் மண்ணிரக்கேஸ்' எனும் நூலைக் குறிப்பிடலாம். இதை, 'மாத்தன் மண்புழுவின் வழக்கு' எனும் தலைப்பில் தமிழில் மொழிபெயர்த்து 'பாரதி புத்தகாலயம்' வெளியிட்டிருக்கிறது. அந்த நூலில், சிறார் மீதான பேரன்பும் எழுத்தின் கவித்துவமும் பிணைந்திருக்கின்றன. 'நான் மண்ணில் நிறைய உழைத்துவிட்டேன். எனக்கு ஓய்வு தேவை. ஆகவே எனக்கு ஓய்வூதியம் கொடுங்கள்' என்று கேட்டு ஒரு மண்புழு நீதிமன்றத்தில் வழக்குத் தொடுக்கிறது. மண்புழுவுக்கு ஆதரவாகவும் எதிராவும் நீண்ட நாட்கள் விவாதம் நடக்கிறது. இந்த விவாதத்தில் சமூகத்தில் பல்வேறு நிலையிலுள்ளவர்கள் கலந்துகொள்கிறார்கள். இந்த சுவாரஸ்யமான விவாதங்கள் வழியாக சிவதாஸ், குழந்தைகளின் மனதைப் பூவால் வருடுவதுபோன்று தீண்டி, மண்புழு பற்றிய விஷயங்களை ஆழப் பதித்துவிடுகிறார். இதுபோன்ற படைப்பு முயற்சிகள் தமிழில் மிக மிகவும் குறைவு.

சிறார் இலக்கியப் படைப்புகளை மதிப்பிட்டு விருது வழங்குவதிலும், பெரிய அமைப்புகளில் முறைகேடுகள் பலவும் சர்வ சாதாரணமாக நடந்தேறுகின்றன. இது நல்ல சிறார் படைப்புகளுக்கு மனமறிந்தே செய்யும் பெரும் அநீதியாகும். படைப்புகளைத் திறனறிந்து அதன் மேன்மை பாராட்டி, காலத்தே உரிய அங்கீகாரம் அளிக்கும் தகுதி, ரசனை, சில அமைப்புகளின் தேர்வாளர்களுக்கு இல்லை என்பதுதான் வருத்தத்திற்குரியது.

நல்ல சிறார் இலக்கியங்களை பெரியவர்களும் விரும்பிப் படிக்கிறார்கள். அதுபோன்று, பெரியவர்களுக்கான நல்ல இலக்கியப் படைப்புகளையெல்லாம் நாம் சிறார்களிடத்திலும் கொண்டு செல்ல முடியும். நூறு பக்கம் கொண்ட ஒரு நல்ல நாவலை சிறார்க்காகத் தழுவி அதன் சாராம்சம் சிதையாமல் கடத்துவது என்பது மிகப் பொறுப்பும் திறமையும் தேவைப்படும் பணி.

கலிவரின் பயணங்கள் உண்மையில் பெரியவர்களுக்கானது. அதன் சில பகுதிகளை மட்டும் மீண்டும் மீண்டும் பிரசுரித்து, அது சிறுவர் நாவல் என்றே ஆகிவிட்டது. அந்தக் காலகட்ட சூழலைக் கடுமையாக விமர்சிக்கும் நாவல் அது. அதன் சில காட்சிகளை 'நாசூக்காக' அல்லது 'சாமர்த்தியமாக' குறிப்பிட்டுக் கடந்தால், அல்லது தவிர்க்க நேர்ந்த பகுதிகளை பள்ளம் தெரியாமல் நிரவி முழு நாவலையுமே சிறார்க்காக தழுவிச் செய்யலாம். அந்த நாசூக்கு அல்லது சாமர்த்தியத்தை எப்படிக் கையாள்வது என்பது, அதைச் செய்பவரின் நுண்ணுணர்வையும் கலைத் தேர்ச்சியையும் மொழி ஆளுமையையும் பொறுத்தது. அது போன்று பெரியவர்களுக்கான உலக இலக்கியத்திலிருந்தும் இந்திய இலக்கியத்திலிருந்தும் நமது இலக்கியத்திலிருந்தும் முக்கியமான நூல்களை சிறார் பதிப்புகளாக மாற்றிக்கொண்டுவரலாம். ஆங்கிலத்தில் இதற்கு நிறைய உதாரணங்கள் இருக்கின்றன. மார்க்வெஸ் எழுதிய சிறகுகளுடைய முதியவர் பற்றிய கதையை, சிறார் கதை வடிவில் மலையாள சிறார் இதழில் படித்தேன். கேரளத்தின் 'யுரேகா' சிறார் இதழில், சிகரெட் பற்றிய கட்டுரை பிரசுரமாகியிருந்தது. சிகரெட்டால் விளையும் தீங்குகளைப் பற்றி சிறுவர்களுக்குச் சொல்லவேண்டும் என்று அவர்கள் நினைக்கிறார்கள். ஒரு சிறார் பத்திரிகை, தஸ்தயேவ்ஸ்கியின் பிறந்த நாளன்று அவரைப் பற்றியும் கரமசோவ் சகோதரர்கள் பற்றியும் கட்டுரை எழுதியிருந்தது. அதுமட்டுமல்ல, அங்குள்ள சிறார் பத்திரிகைகள் அனைத்தும் அவர்களது இலக்கிய ஆசான்களைப் பற்றித் தொடர்ந்து எழுதி, சிறார் மனதில் கலை இலக்கியங்களைப் பற்றியும் கலைஞர்களைப் பற்றியும் ஆர்வத்தை வளர்த்துக்கொண்டிருக்கின்றன. குழந்தைகளுக்கு மரணத்தைப் புரியவைப்பதற்காக, மலையாள எழுத்தாளர் பேரா.எஸ்.சிவதாஸ் 'உமாக்குட்டியின் அம்மாயி' என்று ஒரு நாவல் எழுதியிருக்கிறார். குரு நித்ய சைதன்ய யதி, மரணம் என்றால் என்ன என்று கேட்ட குழந்தைக்கு தான் சொன்ன பதிலைப் பற்றி ஒரு கட்டுரை எழுதியிருக்கிறார். சிறார்க்கு எதுவும் அந்நியமல்ல. அவர்களுக்கு ஏற்ற வகையில் கொடுப்பதில் உள்ள சவால்களைத்தான் நாம் எதிர்கொள்ளவேண்டும். எழுத்தாளர்கள் சிறார்க்காக எழுதவேண்டும் என்பதோடு, எழுத்தாளர்களின் சிறந்த கதைகளை சிறார்களிடத்தில் அறிமுகப்படுத்தவேண்டும் என்பதும் முக்கியமாகிறது.

தற்காலத் தமிழ் சிறார் இலக்கியத்துடன் ஒப்பிடும்போது மலையாள சிறார் இலக்கியம் மிகவும் மேலோங்கியிருக்கிறது.

அங்கே, சிறார் இலக்கியத்தில் பல துறை சார்ந்த நூல்கள் உள்ளடக்கத் தரத்துடனும் உருவ அழகுடனும் நாள்தோறும் வெளிவந்துகொண்டிருக்கின்றன. உலக சிறார் இலக்கியங்கள் பல, மறுகூறலாகவும் மொழிபெயர்ப்பாகவும் பதிப்பிக்கப்படுகின்றன. ஒட்டுமொத்த மலையாள சமூகம், சிறார் இலக்கியத்தில் தீவிர கவனம் கொண்டிருக்கிறது. அது அந்த சமூகம் தன் குழந்தைகளின் மீது கொள்ளும் அக்கறையும் நம்பிக்கையுமாகும்.

டி. ஸ்ரீமான் நம்பூதிரி, பிரசன்னன், ஜி.முல்லச்சேரி, சுமங்களா, வி.பி. முகமத், பன்மன ராமச்சந்திரன் நாயர், கே.வி. ராமநாதன், பேரா.எஸ்.சிவதாஸ், குஞ்ஞுண்ணிமாஷ், மாலி மாதவன்நாயர், முகம்ம ரமணன், சிப்பி பள்ளிப்புரம், பி.ஆர். மாதவப்பணிக்கர், உத்தமன் பாப்பினிச்சேரி, பிரபாகரன் செறுகுன்னு, சதீஷ் கீழல்லூர், டாக்டர் ராமகிருஷ்ணன் பாலாட்டு, பேரா. பாப்பூட்டி, என்.சுதாகரன், டாக்டர் என்.ஷாஜி, பி.பி.கே. பொதுவால், எஸ். சாந்தி, என்.பி. முகம்மத், கே. தாயாட்டு, எம்.எஸ். குமார், நளினி ஸ்ரீதரன், பேரா. கேசவன் வெள்ளிக்குளங்ஙர, கே.உஷா, டாக்டர் பாலகிருஷ்ணன் செரூப்பா, இ.ஜினன், கிளிரூர் ராதாகிருஷ்ணன், பீனா ஜார்ஜ், லலிதா லெனின், பேரா. கோபிநாதன் நாயர், டாக்டர் கே. ஸ்ரீகுமார், சி.ஜி. சாந்தகுமார், பிரபாகரன் பழச்சி, பி. நரேந்திரநாத், தாக மாடாயி, எம்.ஆர். பிரதீப் ஆகியோரும் மற்றும் பலரும் தமது சிறந்த சிறார் இலக்கியப் படைப்புகளால் அந்தத் துறையை வளப்படுத்தியிருக்கிறார்கள்.

அமரர், குரு நித்ய சைதன்ய யதி, கேரளத்துப் பேராளுமைகளுள் ஒருவர். தத்துவத்திலும் கலை இலக்கியங்களிலும் ஆழ்ந்த அறிவும் மிகுந்த ஆர்வம்கொண்ட துறவி. ஆங்கிலத்திலும் மலையாளத்திலுமாக ஏறத்தாழ நூறு புத்தகங்களுக்கு மேல் எழுதியிருக்கிறார். அவர் எழுதிய சிறார் நூல்தான் 'இத்திரி காரியம்' (சின்ன காரியம்). அவரது ஊட்டி ஆசிரமத்தில் அவரைச் சந்திக்கும் வாய்ப்பு, எழுத்தாளர் ஜெயமோகன் மூலம் கிடைத்தது. நான் மேற்குறிப்பிட்ட புத்தகத்தின் வடிவாக்கத்திலும் அதில் உள்ள சித்திரங்களிலும் மிகவும் கவரப்பட்டு, அந்த நூலை ஆசையுடன் புரட்டிப் பார்த்துக்கொண்டிருந்தேன். அப்போது ஜெயமோகன், "மலையாளம் கற்றுக்கொண்டு இதைப் படித்துப்பாருங்கள்" என்றார். அதுதான் தூண்டுதல். பிறகு பல நாட்கள் மலையாள எழுத்துகளை எழுதிப் பழகினேன். அந்த மொழியில் நுழைவதற்கு,

அதிலுள்ள எளிமையான இலக்கியங்கள் உதவக்கூடும் என்று தோன்றியது. எனவே நான் மலையாள சிறார் இலக்கிய நூல்களை தட்டுத்தடுமாறி வாசிக்க ஆரம்பித்தேன். அங்குள்ள சிறார் இலக்கியச் சூழல் மிகவும் வியப்புக்குரியதாக இருந்தது. மலையாள இலக்கியத்தின் முக்கியப் படைப்பாளிகளான காரூர் நீலகண்டப்பிள்ளை, ஜி. சங்கரப்பிள்ளை, லலிதாம்பிகா அந்தர்ஜனம், பொன்குன்னம் வர்க்கி, உரூப், முட்டத்து வர்க்கி, எம்.டி. வாசுதேவன் நாயர், ஓ.என்.வி., சி.வி. ஸ்ரீராமன், மாதவிக்குட்டி, பால் சக்கரியா, டி.வினயச்சந்திரன், டி. பத்மநாபன், முண்டூர் சேதுமாதவன், நந்தனார், புனத்தில் குஞ்ஞப்துல்லா, சிற்பி ராகவன் அத்தோளி, வைசாகன், சேது, பி.வத்சலா, எம்.ஆர்.ரேணுகுமார், ரபீக் அகமது, ஜி.ஆர். இந்துகோபன் முதலியோர், பெரியோர்களுக்காக எழுதும் எழுத்தாளர்களாக இருந்தாலும், குழந்தைகளுக்கான சிறந்த இலக்கியப் படைப்புகளையும் உருவாக்கி அளித்திருக்கிறார்கள்.

கேரளத்தில் ‘பாலசாகித்ய இன்ஸ்டிட்யூட்’ எனும் அரசு நிறுவனம் இருக்கிறது. இது குழந்தைகளுக்கான மலையாளப் படைப்புகளையும், உலக சிறார் இலக்கியங்களை மலையாளத்தில் மொழிபெயர்த்தும், மிகச் சிறந்த தயாரிப்பு நேர்த்தியுடன் வெளியிடுகிறது. சிறார் இலக்கியத்துக்கான இதுபோன்ற அரசு அமைப்பு நமக்கு சாத்தியமாகாதா? ‘மாத்ருபூமி’ வார இதழ்போன்ற பத்திரிகைக்கே இன்னும் இங்கே வாய்ப்பில்லாத வறுமை. அங்கே, கேரள அறிவியல் இலக்கியப் பேரவையும் (கேரள சாஸ்திர சாகித்ய பரிஷத்) உண்டு. இது குழந்தைகளுக்கான எண்ணற்ற அறிவியல் புத்தகங்களை மிகச் சிறப்பாக வெளியிட்டு வருகிறது. இந்த இரண்டு நிறுவனங்களையும் நான் மீண்டும் மீண்டும் குறிப்பிட்டு வருகிறேன். சி.சு. செல்லப்பா, க.நா.சு., வை.கோவிந்தன்போன்றோரின் இடையறா தனி நபர் செயல்பாடுகள், காலத்தின் போக்கில் ஏற்படுத்திய தாக்கங்களும் விளைவுகளும் மிகவும் முக்கியமானவை. அவ்வகையில், ஆர்வமும் அக்கறையும் கொண்டவர்களின் தொடர்ந்த முயற்சிகளும் மாற்றத்திற்கான பெருஞ்சக்தியாக இருக்கின்றன.

இந்த காலகட்டத்தில், விளையாட்டுகள் மூலமாக குழந்தைகள் உலகத்தில் சஞ்சரித்துக்கொண்டிருக்கும் இனியன், ஓரிகாமி கலையை குழந்தைகளுடன் பகிர்ந்துகொள்ளும் தியாகசேகர், நாடகங்கள் மூலமாக குழந்தைகளுடன் ஐக்கியமாகும் விஜயகுமார்,

வேலு சரவணன், கதைசொல்லி வனிதாமணி, கதைசொல்லி சத்தீஷ், கதைசொல்லி குமார்ஷா, சிறார் இலக்கியப் படைப்பாளர்களான ஆயிஷா. இரா. நடராஜன், யெஸ். பாலபாரதி, தேவிகாபுரம் சிவா, சுகுமாரன், கூத்தலிங்கம், சங்கர் அஸ்வின், பேரா. மோகனா, பாவண்ணன், சரவணன் பார்த்தசாரதி, த.வி. வெங்கடேஸ்வரன், விஷ்ணுபுரம் சரவணன், ரமேஷ்வைத்யா, உதயசங்கர், சாலை செல்வம், ஆதி. வள்ளியப்பன், அம்பிகா நடராஜன், சிறாருக்காவும் எழுதும் ஜெயமோகன், பெருமாள் முருகன், எஸ்.ராமகிருஷ்ணன் முதலியோரது சிறார் இலக்கியச்செயல்பாடுகள் முக்கியமானவை. ‘குட்டி ஆகாயம்’, ‘மின்மினி’, ‘தும்பி’, ‘பஞ்சு மிட்டாய்’, ‘கற்றல் இனிது’, ‘துளிர்’, ‘வண்ணநதி’ ஆகிய சிறார் பத்திரிகைகளும், சிறார் நூல் வெளியீட்டில் ‘பாரதி புத்தகாலயம்’ முதலான சில பதிப்பகங்களும் நம்பிக்கையளிக்கின்றன.

இறுதியாக, ஜி.ஏ. குல்கர்ணி எழுதிய மராத்திக் கதை ஒன்றுடன் இந்தக் கட்டுரையை நிறைவு செய்ய விரும்புகிறேன். இதை மலையாளத்தில் மொழிபெயர்த்தவர் சி.கே.சிவசங்கரன். யுரேகா இதழில் வெளிவந்தது.

ஒரு அம்மாவுக்கு இரண்டு மகன்கள். இருவருமே சிறுவர்கள். பள்ளி விட்டு வரும்போது, வெளியில் கிடக்கும் ஏதாவது பொருட்களை வீட்டுக்கு எடுத்து வந்து, அதை ஆராய்ந்து பார்ப்பதுதான் தம்பியின் வேலை. அவன் அப்படிச் செய்வது அண்ணனுக்குப் பிடிக்காது. பறவையின் பழைய கூடு, பல நிற பிளாஸ்டிக் துண்டுகள், பேருந்துகளில் கொடுக்கப்படும் பல நிற பயணச் சீட்டுகள், தகர டப்பாக்கள், திருகாணிகள், காலி தீப்பெட்டிகள், காட்டுக் காய், கண்ணாடித் துண்டுகள் இப்படி எதையேனும் வீட்டுக்கு எடுத்து வந்து பரிசோதித்துக்கொண்டிருப்பான் தம்பி. இவற்றையெல்லாம் அப்புறப்படுத்துவதே, தினமும் அம்மாவுக்குப் பெரிய வேலையாக இருக்கும். ஒருநாள் தம்பி, பள்ளிவிட்டு வீட்டுக்கு வருகிறான். வழியில் தான் கண்டெடுத்த பொருட்களை, பையிலிருந்து எடுத்து வெளியே வைக்கிறான். சில துண்டுத் துணிகள், காய்களுடன் கூடிய பச்சைக் கொடியின் ஒரு துண்டு முதலிய பொருட்களை எடுத்து வைக்கிறான். ஆனால், சில பொருட்களை மட்டும் மிகவும் கவனமாக, மெதுவாக எடுத்து வெளியே வைக்கிறான். அந்தளவு கவனமாக அவன் என்ன பொருட்களை எடுத்து வைக்கிறான் என்று, அம்மாவுக்குத் தெரியவில்லை.

நீ என்ன எடுத்து வைத்துக் கொண்டிருக்கிறாய் என்று அம்மா அவனிடம் கேட்கிறார். "இவை எல்லாம் நிழல்கள் அம்மா! ஒரு கன்றுக்குட்டியின் நிழலையும் ஒரு குதிரையின் நிழலையும் மின் கம்பியில் அமர்ந்திருந்த நான்கு கிளிகளின் நிழலையும் சேகரித்து வந்திருக்கிறேன் அம்மா" என்று சொல்கிறான் தம்பி.

இதைக் கேட்டு அண்ணன், "யாராவது நிழல்களைச் சேகரிக்க முடியுமா? இவன் ஒரு பைத்தியக்காரன்!" என்று தம்பியைக் கேலி செய்கிறான். அப்போது அம்மா, இப்படிப் பேசாதே என்று அண்ணனைக் கண்டிக்கிறார். பிறகு தம்பியிடம், "ஆமாம், இந்த நிழல்கள் மிகவும் முக்கியமான பொருட்கள். நீ அவற்றை பத்திரமாக வைத்துக்கொள்!" என்று சொல்கிறார்.

இரவு நேரம் வருகிறது. தம்பி அம்மாவிடம் சொல்கிறான், "அம்மா, தன் கன்றின் நிழலைக் கேட்டு பசு வந்திருக்கிறது. அது வாசலில் நிற்கிறது!" அப்போது அம்மா, "அப்படியென்றால் உடனே கன்றுக்குட்டியின் நிழலை அதனிடம் கொடுத்து அனுப்பிவிடு!" என்கிறார். தம்பியும் தான் பத்திரமாக வைத்திருந்த நிழலை எடுத்து பசுவிடம் கொடுத்து அனுப்புகிறான். இதை அண்ணன் கேலி செய்கிறான். அப்போதும் அம்மா அண்ணனைக் கண்டித்து மௌனப்படுத்துகிறார்கள்.

இப்படியே, குதிரையும், கிளிகளும் வந்து தம்பியிடமிருந்து தங்கள் தங்கள் நிழலை வாங்கிக்கொண்டு நன்றி சொல்லிச் செல்கின்றன. இந்தக் கதையின் ஒவ்வொரு கட்டத்திலும் அண்ணன், தம்பியை ஏளனம் செய்கிறான். ஆனால் அம்மா, தம்பி எந்த மனநிலையில் இவற்றையெல்லாம் அம்மாவிடம் பகிர்ந்துகொள்கிறானோ, அதில் எந்த மாற்றமும் இல்லாமல் அவரும் அப்படியே அதை அங்கீகரித்து, அவனது உலகத்தில் தானும் முற்றிலுமாய்க் கலந்துபோவார். கடைசியில் அவர் தம்பியை அணைத்துக்கொண்டு, "பார், தங்கமே, இனிமேல் நீ யார் நிழலையும் எடுத்து வந்துவிடாதே, எல்லோருக்கும் அவரவர் நிழல் தேவைப்படும்." என்று சொல்கிறார்.

அந்த அன்னையின் மன நிலை நமக்குச் சித்திக்க வேண்டும் என்று சொல்லி, முடித்துக்கொள்கிறேன். வணக்கம்.

09/11/2008ல் பாலக்காடு விக்டோரியா கல்லூரி தமிழ்த்துறையின் 'தமிழில் நவீனக் கதையாடல்கள்' கருத்தரங்கில் வாசிக்கப்பட்ட கட்டுரை

கட்டற்றுப் பறப்பதும் நுகம் சுமப்பதும்

மொழிபெயர்ப்பை, மகத்தான ஒரு பெருங்கலையாகவே நான் கருதுகிறேன். உலகெங்கிலும் இருக்கும் மக்களின் வாழ்க்கையை, புவியியலை, கலாசாரத்தை, உணர்வோட்டத்தை, பிரச்சினைகளை, நாம் மொழிபெயர்ப்பு இலக்கியங்களின் வாயிலாகக் கண்டடைகிறோம். அனுபவித்து ஒன்றுகிறோம். அந்த மக்களுடன் தோழமைகொள்கிறோம். இப்படி நம் பார்வை உலகளாவி தழைக்கிறது. வாழ்வின் உன்னதங்களைத் தேடும் பக்குவம் நமக்கு வாய்க்கிறது. இந்த வகையில், மொழிபெயர்ப்பு மனித குலத்துக்கு ஒரு வரமாக அமைந்திருக்கிறது.

மிகச்சிறந்த மொழிபெயர்ப்புப் படைப்புகள் நமக்குப் பேரனுபவத்தைத் தருகின்றன என்றாலும், பல படைப்புகள் மொழிபெயர்ப்புக் குறைபாடுகளின் காரணமாக நம் மனதோடு அணுக்கமாகாமல் போய்விடுகின்றன. அஷ்டாவதானத்தைவிடவும் பன்மடங்கு கவனம் தேவைப்படக்கூடியது மொழிபெயர்ப்பு. மூலத்தின் மொழிநடைக்கு முக்கியத்துவம் கொடுப்பது, அல்லது விஷயத்தை மட்டுமே எடுத்தெழுதுவது, அல்லது வார்த்தைக்கு

வார்த்தை அப்படியே பிரதியெடுப்பது, அல்லது சாராம்சத்தை மட்டுமே பிரதானப்படுத்துவது, சில சந்தர்ப்பங்களில் விவரணங்களின் மீது ஆளுமை செலுத்துவது, அல்லது அப்படியே ஏற்பது, மூலத்திற்கு சரிஇணையாக இருக்கும் பிராந்தியக் கூறுகளைப் பயன்படுத்துவது, அல்லது மூலத்தின் தனித்துவத்தையே கடைப்பிடிப்பது, தவிர்க்கவே முடியாத இடங்களில் புரிதலுக்காக வார்த்தைகளை அதிகமாகச் செலவிடுவது, அடிக்குறிப்புகளுக்கான முக்கியத்துவம் முதலியவையெல்லாம், ஒவ்வொருவரின் ரசனையையும், அனுபவத்தையும், இருமொழிப் புலமையையும், இரு நிலம் குறித்த அறிவையும், படைப்பார்வத்தையும் மிக முனைந்த தேடலையும் பொறுத்ததாகும்.

உண்மையில், மொழிபெயர்ப்பு மிகமிக கடினமான, சவாலான பணியாகும். இது நான், என் அனுபவத்தில் உணர்ந்த நெஞ்சார்ந்த உண்மையின் வெளிப்பாடு. நான் நுண்கலைக் கல்லூரியில் ஓவியப் பட்டயப்படிப்பு பயன்றவனாவேன். கல்லூரிக் காலத்து உதாரணம் இந்த இடத்தில் பொருத்தமாக இருக்கும் என்று கருதுகிறேன்.

ஓவியப் பயிற்சியின் பகுதியாக மாணவர்கள், தாங்களே சொந்தக் கற்பனையில் ஓவியம் தீட்டுவார்கள். அதில் அவர்களுக்கு எந்தக் கட்டுப்பாடும் கிடையாது. அனைத்து சுதந்திரமும் உண்டு. அந்த ஓவியம் எப்படி வேண்டுமானாலும் இருக்கலாம். அவர்கள் ஒரு வண்ணத்துப்பூச்சி பல்வேறு பூக்களில் தேனெடுத்துப் பறந்தலைவதைப்போன்று மிக இலகுவாக, மிகுந்த மகிழ்ச்சியுடன் தங்கள் ஓவியத்தை வரைந்து முடிப்பார்கள். ஆனால் அவர்களுக்கு, ஒரு அஞ்சல் அட்டை அளவே இருக்கும் பழங்கால நுணுக்க ஓவியத்தைப் *(Miniature Painting)* பார்த்து, அப்படியே அதே அளவில் எதுவும் மாறாமல் வரையும் பயிற்சியும் கட்டாயமாகும். இதற்கும் மதிப்பெண்கள் உண்டு. அவர்களுக்கு கொடுக்கப்படுவது எந்தக் காலகட்டத்தைச் சேர்ந்த ஓவியமாகவும் இருக்கலாம். இதற்குத்தான் மாணவர்கள் பெரும்பாடுபடுவார்கள். இது அவர்களுக்கு பெரும் சவாலாக இருக்கும்.

பெரிய பெரிய ஓவியங்களை சுதந்திரமாக, சர்வ சாதாரணமாக, படைப்பு உருவாக்கம் தரும் மகிழ்ச்சியுடன் வரைந்த அவர்கள், இந்த மினியேச்சர் ஓவித்தை பிரதியெடுப்பதற்கு பன்மடங்கு ஆழ்ந்த கவனம் தேவைப்படும். சர்வமும் உறைந்துபோன ஆழ்நிலைத் தியானம்போலத்தான் அது. மிகமிக நுண்ணிய கோடுகளால்

வரைந்து, பார்த்துப் பார்த்துப் பரிசோதித்து வண்ணங்களைத் தேர்வு செய்து, மூலத்திற்கும் பிரதிக்கும் அணுவளவும் வித்தியாசமின்றி அச்சு அசலாக அப்படியே உருவாக்குவதற்குப் பல மாதப் பேருழைப்பு தேவைப்படும். இதில் அவர்களுக்குப் பெரும்பாலும் மகிழ்ச்சி ஏற்படுவதில்லை. கடும் போராட்டம்தான். இதைப்போன்றதுதான் மொழிபெயர்ப்பும்.

ஆன்ம சேதாரம் ஏற்பட்டுவிடாதபடி ஒரு படைப்பை தன் மொழியில் பிரதிஷ்டை செய்வதற்கான மொழிபெயர்ப்பாளனின் பாடுகள் அளப்பரியவை. அதை பதிப்பகத்தாரோ, வாசகர்களோ உணர்வதில்லை. மொழிபெயர்ப்பை, 'காப்பியடிக்கும் வேலைதானே' என்று எளிதில் சமூகம் கடந்துபோகிறது. உண்மையில், ஒரு இலக்கிய மொழிபெயர்ப்பாளருக்கான மரியாதை, பொது சமூகத்தில் இல்லையென்பதாகவே காண்கிறேன். மொழிபெயர்ப்பாளரின் எவ்வளவு பெரிய அர்ப்பணிப்பும் இங்கே பொருட்படுத்தப்படவில்லை.

மலையாளமும் தமிழும் ஒன்றுக்கொன்று நெருக்கமான மொழிகள் என்பதை நாம் அறிவோம். ஓ.வி. விஜயன் எழுதிய 'கசாக்கின் இதிகாசம்' எனும் மலையாள நாவலை பல வருடங்களுக்கு முன்பு மலையாளத்தில் படித்திருந்தேன். அந்த நூலைப் பற்றி என் மனதில் என்றும், இலகுத் தன்மையும் வியப்பும் கவித்துவமும் நிறைந்திருந்தன. ஒரு சமயத்தில் அதைத் தமிழில் மொழிபெயர்ப்பதற்கான வாய்ப்பு அமைந்தது. அந்தப் பணியில் ஈடுபடும்போதுதான், அந்த இலகுத்தன்மையை மொழிபெயர்ப்பது இரும்புக் கடினமாகவும், வியப்பைக் கொண்டு வருவது பயங்கரமாகவும், கவித்துவத்தைக் கடத்துவது தாங்க முடியாத கசப்பாகவும் அனுபவமாயின.

அந்த நாவலின் உரையாடல்கள் எல்லாம் வட்டார வழக்கில் அமைக்கப்பட்டிருந்தன. முக்கியமாக, ஓ.வி. விஜயன் அதில் ஒவ்வொரு வார்த்தையையும் தங்கக்காசுகளாகக் கருதி சிக்கனமாகச் செலவிட்டிருப்பார். இந்த மொழிக் கட்டுமானத்துக்கும் நாவலில் மிக முக்கியமான பங்கு உண்டு. எனவே அதை அப்படியே கடைப்பிடிக்க வேண்டிய கட்டாயமும் இருந்தது. மூலத்தின் வட்டாரவழக்கை, வட்டாரவழக்காகவே மொழிபெயர்க்க விரும்பினேன். இதற்குத்தான் அதிகமான பிரயாசை தேவைப்பட்டது; இதுவே சவாலான காரியமாகவும் இருந்தது. கேரளத்தின் பாலக்காடு

பகுதியில் நிலவும், தமிழும் மலையாளமும் கலந்த வட்டாரவழக்கே 'கசாக்கின் இதிகாசம்' மூலத்தில் பயன்படுத்தப்பட்டிருக்கிறது.

அந்த வட்டாரவழக்குச் சொல்முறைகளைப் பற்றி, மலையாள மொழி உதவிப் பேராசிரியர் பிஜு விஜயனுடன் பல நாட்கள் விவாதித்தேன். இந்த விவாதங்கள், மொழிபெயர்ப்பில் எனக்குப் பெரிதும் உதவின. வட்டாரவழக்கு குறித்த மேலதிகத் தெளிவுக்காக கவிஞர் சுகுமாரன், மலையாளக் கவிஞர் சியாம் சுதாகர் ஆகியோரும் எனக்கு உதவி செய்தார்கள்.

மேலும், அந்த நாவலில் எனக்குப் புரியாத வார்த்தைகளை, சூழலை, உணர்ச்சியை விளங்கிக்கொள்ள பலரின் உதவியை நாடினேன். உதாரணமாக, நாவலில் வரும் ஒரு சமஸ்கிருத பாடல் வரிகளுக்கு பொருள் தெரிந்துகொள்ள வேண்டி, நண்பர் கூத்தலிங்கத்துடன் சமஸ்கிருத ஆசிரியர் ஒருவரிடம் சென்றேன். அவரால் எனக்கு உதவ முடியவில்லை. பிறகு அடுத்த நாள் சென்னை சமஸ்கிருதக் கல்லூரிக்குச் சென்றோம். அங்கே இருந்தவர்களிடம் என் தேவையைக் கூறினேன். கடைசியில் அங்கிருக்கும் 'எஸ்.என். கிருஷ்ணசர்மா' என்பவரிடம் அறிமுகப்படுத்தப்பட்டேன். அவரிடம் விஷயத்தைச் சொன்னதும் அவர் எங்களைக் காக்கவைத்துவிட்டு நூலகத்துக்குச் சென்றார். சென்றவர் பல மணி நேரத்துக்குப் பிறகு வெளியே வந்தார். அந்த சமஸ்கிருதப் பாடல் எதுவென்றும் அதன் அர்த்தம் என்னவென்றும் விளக்கினார். அது கீதகோவிந்தப் பாடல்களில் ஒன்று.

அதுபோன்று, இஸ்லாமிய அரபிச் சொற்கள், அரபி பாட்டுகள் ஆகியவற்றின் பொருளை விளங்கிக்கொள்ள, நண்பர் சிராஜுதீனுடனும், இஸ்லாமிய அறிஞர்களுடனும் உரையாடினேன். கடைசியில், நாவலில் கையாளப்பட்டிருக்கும் வட்டாரவழக்குக்கு இணையானதொரு தமிழ் வட்டார வழக்கில், நாவல் மொழிபெயர்க்கப்பட்டது. இதில் என் உள்ளுணர்வு சார்ந்தே நான் இயங்கினேன். 'கசாக்கின் இதிகாசம்' நாவலின் மொழிபெயர்ப்பில் தவிர்க்கவே முடியாமல் நான் 118 அடிக்குறிப்புகளைப் பயன்படுத்த வேண்டிய கட்டாயம் நேரிட்டது. அப்படிச் செய்தால் மட்டுமே கலாசாரத்தின் பல முக்கியமான தனித்துவங்களை, நுட்பங்களை, வட்டாரவழக்கின் மொழியழகை வாசகர்களிடம் கொண்டு சேர்க்க முடியும். நாவல் வெளிவந்த பிறகு ஒரு நவீன இலக்கியக்காரர் அதைப் படித்துவிட்டு, "நீங்கள் அடிக்குறிப்புகளையே

பயன்படுத்தியிருக்கக் கூடாது" என்றார். வினோதமாயிருந்தது அவர் கூற்று. இந்த மொழிபெயர்ப்பில் பல இடங்களில் மற்றவர்களின் ஆலோசனை என்னை வழிநடத்தியதால், இது ஒரு கூட்டுச் செயல்பாடாகவும் மாறுகிறது.

நான் ஒரு பதிப்பகத்தில் பணிபுரிந்துகொண்டிருந்தபோது, ராகுல சாங்கிருத்தியாயன் எழுதிய 'வால்காவிலிருந்து கங்கைவரை' எனும் நூலை, மலையாளத்திலிருந்து தமிழில் மொழிபெயர்க்கும் பணி தரப்பட்டது. இந்த நூல், மனிதகுல வரலாற்றை, நாகரிக வளர்ச்சிக் கட்டத்தை, அரசியலை இருபது கதைகள் வாயிலாகச் சொல்லும் அரிய நூலாகும். இது, பெரும் புகழ் பெற்ற இந்திய நூல்களில் ஒன்றாக மதிக்கப்படுகிறது.

அந்த நூலுக்கு ஏற்கனவே தமிழில் மூன்று மொழிபெயர்ப்புகள் வந்திருந்தன. மூலமொழியான இந்தியிலிருந்து தமிழுக்குப் பெயர்க்கப்பட்ட இந்த மூன்று பிரதிகளுடன், ஆங்கிலப் பிரதியையும், மலையாளப் பிரதியையும் பார்வைக்கு வைத்துக்கொண்டு என் பணியை ஆரம்பித்தேன். என் வாழ்க்கையின் மிகமிகவும் கொடூரமான காலகட்டமாக இந்த நாட்களைத்தான் சொல்ல முடியும். என்னிடமிருந்த ஐந்து மொழிபெயர்ப்புப் பிரதிகளும் பல இடங்களில் ஒன்றுக்கொன்று பெருத்த மாறுபாடுகளுடனும் பிழைகளுடனும் திரிபுகளுடனும் மொழிபெயர்ப்பாளரின் சொந்தக் கருத்துச் சார்பின் அடிப்படையிலும் இருந்தன.

முக்கியமாக அழுத்திச் சொல்ல வேண்டியது என்னவென்றால், மூல ஆசிரியரின் கருத்து நிலைப்பாட்டுக்கு அப்பாற்பட்டு, மொழிபெயர்ப்பாளர் தன் சொந்த நிலைப்பாட்டைப் பல இடங்களில் திணித்திருந்ததைக் காண முடிந்தது. மொழிபெயர்ப்புத் துறையில் இப்படிப்பட்ட அபாயகரமான நிலையை அப்போதுதான் நான் உணர்ந்தேன். ஆங்கிலப் பிரதியில் கடைசி அத்தியாயம் இல்லை. காந்தியத்துக்கும் மார்க்சியத்துக்குமான உரையாடல் இடம் பெறும் அந்த இருபதாம் அத்தியாயம், அப்படி சர்வசாதாரணமாக நீக்கப்பட்டிருந்தது.

"இது, மதத்தின் அஜீரணமான நிலை" என்று மொழிபெயர்க்கப்பட வேண்டியது, "இது, மதத்தைப் புரிந்துகொள்ளாததால் ஏற்பட்டுள்ள அஜீரண நிலை" என்று பெயர்க்கப்பட்டிருந்தது. "டாக்கி" (பேசும்படம்) என்பது "டாங்கி" (பீரங்கிவண்டி) என்றும், "கறுப்பு"

என்பது "வெள்ளை" என்றும், "உண்டு" என்பது "இல்லை" என்றும் பெயர்க்கப்பட்டிருந்தன. இப்படிப் பற்பல தவறுகள் மலிந்திருந்தன.

இந்தச் சூழலில், வார்த்தைக்கு வார்த்தை சரிபார்த்து என்னால் நாளொன்றுக்கு இரண்டு பக்கமோ மூன்று பக்கமோதான் மொழிபெயர்க்க முடிந்தது. சில நாட்களில் ஒரு பாராவுக்கு மேல் மொழிபெயர்க்க முடியாது. ஒரு நாளுக்கு ஐந்து அல்லது ஆறு பக்கம் செய்ய முடிந்தால் மிகவும் மகிழ்ச்சியாக இருக்கும். அது அந்தளவு சிந்தனை உழைப்பைக் கோரியது. சீராகச் சென்று கொண்டிருக்கும் மொழிபெயர்ப்பு, ஒரு வார்த்தையில் அல்லது ஒரு வாக்கியத்தில் வந்து சிக்கிக்கொண்டு ஸ்தம்பித்து நின்றுவிடும். அதில் தெளிவு பெறுவதற்கு சில நாட்கள் ஆகும். வால்காவிலிருந்து கங்கைவரை மொழிபெயர்ப்பில் எனக்கு சந்தேகங்கள் ஏற்பட்ட ஒவ்வொரு கட்டத்திலும், பல அறிஞர்களிடம் உரையாடி நான் தெளிவடைந்தபிறகே பணியைத் தொடர்ந்தேன். இந்த மொழிபெயர்ப்பு அனுபவம் ஒவ்வொரு பக்கத்திலும் எனக்கு மனஉளைச்சலையே தந்தது. மூளை கொதிக்கக் கொதிக்க யோசிக்க வேண்டியிருந்தது. தொடர்புடைய வேறு பல புத்தகங்களிலும் விடைதேட வேண்டியிருந்தது. எனக்கு ஏற்பட்ட சந்தேகங்களையும் கேள்விகளையும் ஒரு நோட்டுப் புத்தகம் முழுக்க எழுதிவைத்து, இறுதியில் அதை ஒவ்வொன்றாக சரிசெய்வதற்கு, என் சக்திக்கும் மீறிய உழைப்பைச் செலவிடவேண்டியிருந்தது.

இதற்குள் பதிப்பகத்தார், மொழிபெயர்ப்பை விரைவில் முடிக்க வேண்டும் என்று எனக்கு தினமும் அழுத்தம் கொடுக்க ஆரம்பித்தார்கள். இந்த வேலையில் உள்ள பிரச்சினைகளை நெருக்கடிகளை நான் அவர்களிடம் என்னால் முடிந்தவரையில் தெளிவாக எடுத்துக் கூறினேன். அவர்களுக்குப் புரியவில்லை, அல்லது புரிந்துகொள்ள மறுத்தார்கள். மந்திரத்தில் மாங்காய் வரவழைப்பதுபோல, பட்டென்று காரியம் முடிந்துவிடவேண்டும் என்றே அவர்கள் எதிர்பார்த்தார்கள். சீக்கிரம், சீக்கிரம் என்று மட்டுமே சொன்னார்கள். அப்போதுதான் நான், ஒரு நூலை உருவாக்குபவனுக்கும் அதை விற்பவர்களுக்குமான கடக்க முடியாத இடைவெளியை துல்லியமாக உணர்ந்தேன். வாங்கிய பணத்திற்கான கணக்கை ஈடுசெய்ய, முன்பு நான் மற்ற பதிப்பகங்களுக்குக் கொடுத்திருந்த புத்தகங்களை வாங்கி இவர்களுக்குக் கொடுத்தேன். ஆயினும் சில நாட்களுக்குப் பிறகு அவர்களின் அழுத்தம் தொடர்ந்துகொண்டே இருந்தது. அவர்கள் கேட்ட நேரத்துக்கு

முடித்துக் கொடுக்க வேண்டும் என்பதைவிட, என் மனசாட்சிக்கு இடையூறு வராத வகையில், இயன்றவரையில் செம்மையாக, என் பூரண மனத் தெளிவுடன் அந்த மொழிபெயர்ப்பை நிறைவு செய்ய வேண்டும் என்பதில் நான் உறுதியாக இருந்தேன். வெளியே என்ன நெருக்கடிகள் வந்தாலும் நான் முற்றுமுழுக்கவும் அந்தப் பிரதிக்குத்தான் விசுவாசமாக இருந்தேன்.

மொழிபெயர்ப்பை விரைவில் முடித்துக் கொடுக்கும்படி பதிப்பகம் கொடுத்த அதீத துன்பத்தால் நான் வேலையைவிட்டு விலக நேர்ந்தது. பிறகு வீட்டில் ஒரு வருடம் அந்தப் பணியைத் தொடர்ந்து, இறுதியில் அவர்களுக்கு நிறைவு செய்து கொடுத்தேன். அது 446 பக்கங்கள் கொண்ட புத்தகமாக வெளியானது. இதற்கு நான் எடுத்துக்கொண்ட காலம் இரண்டு ஆண்டுகள். அவர்களுக்கு என்றென்றும் லாபம் தரும் புத்தகங்களில் ஒன்றாக அது சேர்ந்துவிட்டது.

இந்த மொழிபெயர்ப்பு அனுபவம் என்பது எனக்கு, நாளொன்றுக்குப் பல முறை கில்லட்டின் இயந்திரத்தில் தாமாகவே தலை நுழைத்து வெட்டுப்படுவதற்கு ஒப்பாக இருந்தது. உண்மையில், மொழிபெயர்ப்பு ரீதியாக நான் எதிர்கொண்ட மிகப் பெரிய சவால் இதுதான். அந்த மொழிபெயர்ப்பு எனக்கு திருப்திகரமாக அமைந்தது. ஆனால், நான் இதன் காரணமாக வேலையைவிட்டு விலக வேண்டியிருந்தது.

ஏற்கனவே தமிழில் மொழிபெயர்க்கப்பட்ட நூலுக்கு இன்னொரு மொழிபெயர்ப்பு செய்யத் துணியும்போதுதான், முந்தைய மொழிபெயர்ப்பாளர் எப்படியெல்லாம் மூலக் கருத்துகளை மாற்றுகிறார் என்பதைத் தெரிந்துகொள்ள முடிந்தது.

வார்த்தைக்கு வார்த்தை மொழிபெயர்ப்பதா, அல்லது சாரம்சத்தை மொழிபெயர்ப்பதா எனும் ஒரு விவாதம் உண்டு. ஒரு படைப்பு என்பது, எழுத்தாளரின் ஆளுமை சார்ந்து உருவாகிறது என்றால், ஒரு மொழிபெயர்ப்பாளரின் ஆளுமை சார்ந்தே அவரது மொழிபெயர்ப்பும் அமைகிறது என்று கருதுகிறேன். ஒரு மொழிபெயர்ப்பின் உருவாக்கத்தில், சூழலுக்கேற்ப பல செயல்முறைகளைக் கொண்ட ஒரு போக்கே, மொழிபெயர்ப்புக்கு உயிர்ப்பளிக்கும் என்பது என் நம்பிக்கை.

சமீபத்தில், 'குரங்குப் பாதம்' எனும், உலகப் புகழ் பெற்ற பேய்க் கதை ஒன்றின் இரண்டு மொழிபெயர்ப்புகளைப் படித்தேன். ஒன்று,

மூலத்தின் எந்த வார்த்தையையும் தவறவிடாது, எந்தக் காட்சியையும் விட்டுவிடாது அப்படியே பெயர்க்கப்பட்டிருந்தது. ஆனால் அதில் உயிர்ப்பில்லை. இரண்டாவது, கதையின் போக்கிற்கும் தீவிரத்துக்கும் அனுகூலமான சிற்சில மாற்றங்களுடன் மொழிபெயர்க்கப்பட்டிருந்தது. கதை, நோக்கமாகக் கொண்டிருந்த அந்த உணர்வு இதில் எனக்குக் கிடைத்தது.

தன் ரசனையால், இதயத்தின் முழு அர்ப்பணிப்பால், தேடலால், பேரார்வத்தால், திறனால், அனுபவத்தால், அறிவால், அன்பால் ஒரு மொழிபெயர்ப்பாளர் தன் பணியில் ஈடுபடுகிறார். இந்த நிலையில் அவரிடமிருந்து வரும் அந்த மொழிபெயர்ப்பு மூலத்துக்கு இணையாக ஒருக்கால், மூலத்தைவிட சற்று அதிகமாகப் பிரகாசிக்கக்கூடும். ●

அக்கா எனும் குலதெய்வம்

என் பள்ளிப் பருவத்தைக் குறித்து யோசிக்கும்போது, அந்தப் பருவத்தைத் தாண்டிவந்த காலங்களிலிருந்து இன்றுவரை என் இறகுகளில் இணைந்த நிறங்கள் முழுதும் பட்டென்று வெளிர்கின்றன. எப்போதுமே அச்சத்தால் துடிக்கும் சின்னஞ்சிறு இதயங்கொண்ட ஒரு பாலகன், தன் தமக்கையின் கரத்தை இறுகப் பற்றியவாறு அந்தக் காலத்தில் காலூன்றி இப்போதைய என்னை மலங்க மலங்க விழித்துப் பார்க்கிறான். நான் மானசீகமாக அவனிடம் சொல்கிறேன்: "அஞ்சாதே மகனே, அஞ்சாதே தம்பி, அஞ்சாதே என் பாவப்பட்ட சிறுவனே... எல்லா துரதிர்ஷ்டங்களையும் கடந்து – துக்கமடர்ந்த எல்லா வன வழிகளையும் கடந்து – இதயத்தில் இடையறாது ஊறிக்கொண்டிருக்கும் கண்ணீரையெல்லாம் அழுது வெளியேற்றி – அன்றைய நீ இன்றைய நானாக வளர்ந்துவிட்டாய்.

இப்போது நீ வயதால் பெரிய மனிதன். உன் தாடியும் மீசையும் நரைத்துவிட்டன. இன்று உனக்கு வயது நாற்பத்து ஒன்று. இனி நாம்

பயப்பட வேண்டியதில்லை. தைரியமாக, "என்ன விஷயம்?" என்று நம்மால் கேட்க முடியும். பதுங்குவதற்கு இடம் தேடும் காலம் என்றோ மறைந்தது. ஆயினும் என்றும் நீக்கமற என் இதயத்தில் பதிந்திருக்கும் உன் பிம்பம் ஒருசிறிதும் மாற்றமடையவில்லை. பயந்து அரண்ட நிலையில், நீ நம் தமக்கையின் கரத்தை இறுகப் பற்றியபடி தவித்துப் பார்க்கிறாய். உன் பார்வையில் வெளிப்படும் பயத்திற்கான காரணங்களை என் மனதில் அலையவிட்டுப் பார்க்கும்போது பதற்றத்தால் என் சுவாசம் திணறுகிறது. உயிர் சோர்ந்து பெரும் ஆயாசம் மேலிடுகிறது.

மதுவை மிகவும் மோகித்து சர்வபொழுதும் அதிலேயே திளைப்பதற்கு தாகங்கொண்ட நம் அப்பா... உன் அற்பத் தவறுகளுக்கெல்லாம் அவரிடமிருந்து எதிர்கொள்ள வேண்டி வந்த மிகக் கொடூர ஆக்கினைகள்... அவரிடம் தினந்தோறும் வதைபட்டு ரத்தம் பெருக்கும் அம்மா... அப்பாவிடம் எவ்வளவுதான் சித்திரவதைப்பட்டாலும் தன் தம்பிகளைப் போஷிப்பதில் தன்னை அர்ப்பணித்திருந்த நம் அக்கா... வறுமை. யாரோ எறிந்துவிட்ட காய்கறிகளைக் கொண்டு வந்து சமைத்துண்ணும் வறுமை. அம்மாவும் அக்காவும் பூக்கட்டி, பாக்கு மடித்து, அப்பளம் தயாரித்து விற்றாலும் சற்றும் அசையாமல் ஆசனமிட்டு அமர்ந்த வறுமை.

நம் அப்பா வெளியுலகில் கண்ணியமான ஒரு மனிதராக, வலியச் சென்று உதவக்கூடியவராக, செய்யும் வேலையில் திறமையுடையவராக செல்வாக்குப் பெற்றிருந்தாலும் தன் சொந்தக் குடும்பத்தை ஏன் இப்படிப் பதறடித்தார்? ஏன் நிர்க்கதியில் தள்ளினார்? தன் பிஞ்சுக் குழந்தைகளின் மீது ஏன் இவ்வளவு துவேஷமும் – சினமும் கொண்டிருந்தார்? தீவிரமான மது வேட்கை அவருடைய அடிப்படையான குணத்தை விகசிக்கச் செய்ததா? எத்தகைய கொடூர மனிதனும் தன் குடும்பத்தில், பிள்ளைகளிடத்தில் இப்படியெல்லாம் நடந்துகொள்ள மாட்டான் என்றுதான் தோன்றுகிறது. நாம் இரந்துண்ணும் நிலைக்குப் போகவில்லை. நம் சகோதரி நம்மைக் காப்பாற்றினாள். என்றைக்கும் அவள் நம் குலதெய்வம்.

அம்மாவும் அக்காவும் மௌனமாகச் சகித்துக்கொண்ட வேதனைகளுக்கான ஓலம் உன் கண்களிலிருந்து கசிவதை நான் உணர்கிறேன். ஆயினும் பாலகனே, உன் பிரபஞ்சம் முழுக்கவும் இருண்டிருந்தாலும் – அடிக்குப் பயந்து தும்பைக் காட்டுப்

புதர்களிலும், பெரிய அலமாரிகளின் ஒட்டடையும் சிலந்திகளும் நிறைந்த பின்புறங்களிலும், வீட்டைவிட்டு ஓடிச் சென்று சிற்றூரின் சந்துபொந்துகளிலும் நீ அடைக்கலம் தேடிப் பதுங்கினாலும் சில அரிய பொழுதுகளில் அப்பிராயத்திற்கே உரிய குறும்புகளோடும் விளையாட்டுகளோடும் மகிழ்ந்திருந்தாய். அனேகரைப்போலப் பள்ளி சென்றாய் நீயும்.

பட்டுக்கோட்டையில் நகராட்சி முஸ்லிம் தொடக்கப்பள்ளி. விக்டோரியா டீச்சர் கணக்குப் பாடம் நடத்திக்கொண்டிருந்தார்கள். மாணவர்களே ஒரு கணக்குக்கு விடை கண்டுபிடிக்க வேண்டும் என்று சொல்லி, எண்களைக் கரும்பலகையில் எழுதினார்கள். அந்தக் கணக்குக்குச் சரியாக விடை எழுதிய மாணவர்களுக்கு அவர்கள் தருவதாகச் சொன்ன ஒரு பரிசு, ஒரு முத்தம். அந்த அறிவிப்பு உனக்கு ருசிகரமாக இருந்தது. நான்காம் வகுப்பு ஆசிரியையான விக்டோரியா டீச்சர் அழகாக இருப்பார்கள். நீ முயன்று முயன்று அந்தக் கணக்குக்கு விடை கண்டுபிடித்துக்கொண்டிருந்தாய். உன் நண்பர்களெல்லாம் எச்சில் துப்பி எச்சில் துப்பி சிலேட்டை அழித்து கணக்குப் போட்டுக்கொண்டிருந்தார்கள். நீ செய்த கணக்கு சரியா தவறா என்று உனக்கே தெரியாது. நீ தயங்கித் தயங்கி சிலேட்டை டீச்சரிடம் காட்டுகையில் அவர்கள் உன்னைப் பார்த்து மலரச் சிரித்தார்கள். அருகே அழைத்து, “வெரிகுட்!” என்று சொன்னார்கள். அப்படியென்றால் கணக்கு சரி என்று அர்த்தம். அடுத்தபடியாக நீ, அந்த அருமையான முத்தத்துக்காகக் காத்திருந்தாய். அதற்கிடையில் வேறு பையன்கள் சிலேட்டுகளுடன் டீச்சரிடம் வந்தபோதும்கூட நீ அகலாமல் அங்கேயே நின்றுகொண்டிருந்தாய். இடையில் திரும்பிப் பார்த்து டீச்சர் கேட்டார்கள், “ஏன் நின்றுகொண்டிருக்கிறாய்?” உன்னிடம் பதில் இல்லை. “முத்தம் வேண்டுமா?” டீச்சர் இப்படிக் கேட்டதும் நீ நாணிக்கோணினாய். ஒன்றும் சொல்லாமல் நெளியத்தான் உன்னால் முடிந்தது. சிரித்தபடியே டீச்சர், “போய் உட்கார்” என்றார்கள். அவ்வளவுதான் முத்தம் கிடைக்கவில்லை. பெரிய ஏமாற்றம். அவர்கள், “முத்தம் வேண்டுமா?” என்று கேட்டதும் நீ, “ஆமாம்” என்று சொல்லியிருக்கலாம். வெட்கமாக இருந்திருந்தால் “ஆமாம்” என்று தலையையாவது அசைத்திருக்கலாம். ஆனால் நீ ஒன்றும் செய்யவில்லை. நீ கேட்டிருந்தாலும் அந்த டீச்சர் மனம் நிறைந்து உன்னை முத்தமிட்டிருப்பார்களா என்பது சந்தேகம்தான். உன் தோற்றம் அவர்களுக்கு அவருவருப்பூட்டியிருக்கும்.

மல்லிகா இருந்தாள் அல்லவா, அவள்தான் – நீ சிலேட்டு துடைப்பதற்காக சிவப்புத் தண்ணீர் கொடுத்தாளே அவள்தான். அவளுடன் நடந்த அம்மா அப்பா விளையாட்டு உனக்கு நினைவிருக்கலாம். நினைவிருக்காமல் எங்கே போகப்போகிறது? ஒரு ஞாயிற்றுக்கிழமை நீ அவள் வீட்டுக்குச் சென்றிருந்தாய். நீ சென்ற நேரத்தில் அவள் மட்டுமே அங்கே இருந்தாள். அவள் விவசாயக் குடும்பத்தைச் சேர்ந்தவள். அவள் அப்பாவும் அம்மாவும் வயலுக்குச் சென்றிருந்தார்கள். அவள் கொஞ்சம் தயிர் சாதமும் பழைய குழம்பும் சாப்பிடக் கொடுத்தாள். பிறகு, ஏதாவது விளையாட்டு விளையாடலாம் என்று முடிவானது. அப்பா அம்மா விளையாட்டைத் தேர்ந்தெடுத்தது அவள்தான். 'அப்பா அம்மா விளையாட்டு என்றால் என்ன? இந்த உலகத்தில் அப்பாவும் அம்மாவும் விளையாடிக்கொள்ளவும் கூடுமா?' என்று உனக்குப் பயங்கரக் குழப்பம் இருந்தாலும் நீ சம்மதித்தாய். அவள் தரையில் படுத்து உன்னையும் தன் பக்கத்தில் படுக்க வைத்துக்கொண்டாள். உன் கையை எடுத்து தன் மேல் வைத்துக்கொண்டாள். உனக்கோ ஒன்றும் புரியவில்லை. அப்போது அவள் உன்னைவிடக் கொஞ்சம் பெரிய பெண். ஐந்தாம் வகுப்பு காலம். அவளுக்கு அந்தக் காலத்திலேயே இந்த விஷயம் எப்படித் தெரிந்தது என்று இப்போது ஆச்சரியமாக இருக்கிறது. கடைசிவரையில் அப்பா அம்மா விளையாட்டு நடக்கவில்லை. வயலுக்குச் சென்றவர்கள் மதிய உணவுக்குத் திரும்பினார்கள்.

'தியாகம்' என்று ஒரு படம் வந்ததே. சிவாஜி நடித்த படம். அந்தப் படத்தை நீ எத்தனை தடவை பார்த்தாய்! எத்தனை தடவை பார்த்தாய் என்பதைவிட, எப்படிப் பார்த்தாய் என்பதுதான் முக்கியம்.

சொன்னால் வெக்கக்கேடு! முஸ்லிம் பள்ளிக்குப் பக்கத்திலேயே மையத்தான் கொல்லை இருந்தது. முஸ்லிம்களுக்கான சவ அடக்க ஸ்தலம். உயரக் குறைவான சுற்றுச் சுவரைத் தாண்டிக் குதித்தால் உள்ளே சென்றுவிடலாம். ஆளரவமற்ற மையத்தான் கொல்லையில் பேய்கள் நடமாடும் என்று சிறுவர்களிடையே பொதுவான பயம் இருந்தது. ஆனால் ஆடுகளுக்கு அது பிரச்சினையில்லை. நிறைய ஆடுகள் கொல்லைக்குள் புல் மேய்ந்துகொண்டும் சமாதி மேடுகளின் மீது படுத்து உறங்கிக்கொண்டும் இருக்கும். அந்த இடம் முழுதும் ஆடுதொடாச்செடியின் மணமும் ஆட்டுப் புழுக்கைகளின் மணமும் நிறைந்திருக்கும்.

நீயும் ரெஜாக்கும் மூன்று மணிக்கே பள்ளியிலிருந்து நழுவிவிடுவீர்கள். யாருக்கும் தெரியாமல் சுவர் ஏறிக் குதித்து மையத்தான் கொல்லைக்குள் செல்லும்போது, அமானுட பீதியொன்று ஏற்பட்டாலும் துடிக்கும் ஆர்வம் அதை மிகைத்துவிடும். மையத்தான் கொல்லையின் மறுமுனையை நோக்கி நீ ரெஜாக்கைப் பின்தொடர்ந்து ஓடுவாய். கொல்லையின் மறு எல்லையில், சுவருக்கு அப்புறம் ராஜாமணி தியேட்டர். பகல் காட்சி ஓடிக்கொண்டிருக்கும் அந்த நேரத்தில் ரெஜாக் சுவரில் ஏறி நின்று தியேட்டரின் உள் வளாகத்தைப் பார்ப்பான். அங்கே ஆள் நடமாட்டம் இல்லையென்று தெரிந்ததும் சரெலென்று கீழே குதிப்பான். அவனைத் தொடர்ந்து உடனே நீயும் தியேட்டர் வளாகத்துள் குதிப்பாய். நீங்கள் குதித்த இடம் பெண்கள் சிறுநீர் கழிக்கும் இடமாக இருக்கும். அப்போதெல்லாம் தியேட்டரில் கழிப்பறை கிடையாது. இடைவேளை நேரத்தில் பார்வையாளர்கள் சுற்றுச்சுவர் ஓரமாகத்தான் சிறுநீர் கழிப்பார்கள். ஆண்கள் வலது பக்கச் சுவர் அருகிலும் பெண்கள் இடது பக்கச் சுவர் அருகிலும். இரண்டுக்கும் நடுவில் அரங்கம். அப்படி பெண்களின் சிறுநீரில் ஊறி சொதசொதவென்றிருக்கும் தரையில் நீயும் ரெஜாக்கும் குதிப்பீர்கள். அது சற்று உயரமான சுற்றுச்சுவர் என்பதால் குதித்தும் தடுமாறி விழுந்துவிடாதபடி தரையிலேயே கைகளை ஊன்றி பேலன்ஸ் செய்ய வேண்டியிருக்கும். பிறகு மின்னல் வேகத்தில் கதவைத் திறந்து தரை டிக்கெட் பெண்கள் பகுதியில் அமர்ந்துவிட்டால் போதும். வெள்ளித்திரையில் சிவாஜி சண்டையிட்டுக்கொண்டிருப்பார். அல்லது, லெட்சுமி சோகமாக, “நன்றி, தேவா நன்றி” என்று பாடிக்கொண்டிருப்பார். படம் முடிவதுவரை சொர்க்க வாசம்தான். இப்படிப்பட்ட வழியைக் காட்டிக்கொடுத்தவன் ரெஜாக்குதான். பிறகு அவன் இல்லாமல் நீ எத்தனையோ தடவை சுவறேறி சிறுநீரில் குதித்து ‘தியாகம்’ பார்த்திருக்கிறாய். குறைந்தது ஒரு இருபதுமுறையாவது இருக்கும். அத்தனைமுறையும் அதிர்ஷ்டம் உன் பக்கமிருந்திருக்கிறது. நீ குதிக்கும்போதெல்லாம் ஒருமுறைகூட தியேட்டர் காவலாளி உன்னைப் பார்க்கவில்லை. எந்தப் பெண்ணும் அங்கே அமர்ந்து சிறுநீர் கழித்துக்கொண்டிருக்கவில்லை.

சரி. ஆனால், பன்றிகள் மீது உனக்கு ஏன் அவ்வளவு கோபம். அவை உனக்கு என்ன கெடுதல் செய்தன? எல்லாப் பையன்களும் பன்றிகளைக் கல்லால் அடிக்கிறார்களே என்று நீயும் செய்திருப்பாய்.

கல்லால் அடித்தால்கூடப் பரவாயில்லையே, நீ பன்றிகளைக் கொல்வதற்கு அல்லவா முயற்சி செய்தாய்! உன் முயற்சி பன்றி வளர்ப்பவர்களுக்குத் தெரிந்திருந்தால் உன்னைச் சும்மா விட்டிருக்க மாட்டார்கள்.

பள்ளி விட்டு வரும்போது, எங்காவது பாட்டில் ஏதாவது கிடக்குமா என்று பார்த்தபடியே வருவாய். ஏதாவது பாட்டில் கிடைத்தால் அதை உடைத்து பெரிய கண்ணாடித் துண்டுகளாக்குவதுதான் அடுத்த வேலை. புத்தகப்பையை வீட்டில் போட்டுவிட்டு தும்பைக் காட்டுக்கு ஓடுவாய் வெளிக்கிருக்க. வெளிக்கிருந்துவிட்டு அதன்மேல் கண்ணாடித்துண்டுகளை வைத்து ஒரு குச்சியால் உள்ளே அமிழ்த்திவிடுவாய். இப்போது பார்த்தால் உள்ளே கண்ணாடித் துண்டுகள் இருப்பது தெரியாது. அப்போது, எங்கிருந்தோ ஒரு பன்றி தன் குட்டிகளுடன் வரும். ஒதுங்கி நின்று அந்தப் பன்றியின் சோக முடிவை கற்பனையில் கண்டு ரசித்துக்கொண்டிருக்கும் உன்னை அலட்சியமாகப் பார்த்துவிட்டு அது உன் மலத்தைத் தின்னத் தொடங்கும். உன் படபடப்பு அதிகரிக்கும். இதோ இப்போது, இன்னும் சற்று நேரத்தில் இந்தப் பன்றி செத்து விழப்போகிறது என்று நீ எதிர்பார்த்திருப்பாய். ஆயினும் தம்பி, அது ஒரு பன்றியல்லவா. மனிதர்களுடன்தானே அதுவும் வாழ்ந்துவருகிறது. அதற்கும் சில சூட்சுமங்கள் தெரியாமலா இருக்கும். அது மிகவும் நுட்பமாகக் கண்ணாடித் துண்டுகளைத் துப்பிவிட்டு மலம் தின்று போய்க்கொண்டிருக்கும். பன்றிச் சுருக்கு வைப்பதாகட்டும், மலத்தில் கண்ணாடித்துண்டுகள் புதைப்பதாகட்டும், பன்றிகளுக்கு எதிரான சதியில் நீ ஒருபோதும் வென்றதில்லை.

வெளிக்கிருப்பதைப் பற்றிப் பேசும்போது இன்னொரு விஷயத்தையும் சொல்ல வேண்டியிருக்கிறது. நீ எவ்வளவு விவரங்கெட்டவனாக இருந்திருக்கிறாய் என்பதற்கு ஒரு சான்று. விவரங்கெட்டவன் என்றால் உன்னைவிட விவரங்கெட்டவன் வேறு யாரும் இருந்திருக்க முடியாது. ஐந்து வருட ஓவியக்கல்லூரிப் படிப்பில் மூன்றாம் வருடம் படிக்கும்போதுதானே, குழந்தை யோனி வழியாகப் பிறக்கிறது என்ற உண்மையையே நீ கேள்விப்படுகிறாய்! அதுவும் உன் ஆசிரியர் எதற்காகவோ தற்செயலாகக் குறிப்பிடும்போதுதான் உனக்கு உறைக்கிறது. சரி, அதைவிடு. அந்தக் காலத்தில் பெரிய ஆண்கள் அனைவரும் காலையில் வெளிக்கிருக்க ஆற்றுக்குப் போவார்கள். உனக்குத்

தும்பைக் காடு இருக்கிறது என்றாலும் பெரியவர்களைப்போல ஆற்றுக்குப் போக வேண்டும் என்று நீயும் விரும்பினாய். வாய்த்தது ஒரு சந்தர்ப்பம். பக்கத்து வீட்டு வாத்தியார் மனைவி துணி துவைக்க ஆற்றுக்குப் போகும்போது உன்னையும் அழைத்துச் சென்றார்கள். நீ பொடியன். தோள்புறங்களில் நாடா வைத்த காற்சட்டை அணிந்திருந்தாய். அன்றைக்குப் பெண்கள் படித்துறை கூட்டமாக இருந்தது. எல்லாப் பெண்களும் நெஞ்சில் ஏற்றிக் கட்டிய பாவாடையுடன் துணி துவைத்துக்கொண்டிருந்தார்கள். உன் விருப்பத்தைப் பரீட்சித்துப் பார்க்க வேண்டிய நேரம் அதுதான் என்று கண்டுகொண்டாய். படித்துறையின் வலதுபுற ஓரமாக மார்பளவு தண்ணீரில் நின்று நீ 'ஆற்றுக்குப் போனாய்.'

காலில் ஏதோ உரசுகிறதே என்று குனிந்து பார்த்த ஒரு பெண்மணி, "ஐயோ!" என்று அலறினாள். அவள் காலருகில் மலக்கட்டி ஒன்று மிதந்தபடி அடுத்த ஆளை நோக்கிச் சென்றுகொண்டிருந்தது. பெண்கள் பதறியடித்து மேற்படியில் ஏறி நின்றார்கள். ஆற்றில் எப்போதாவது பிணம் போவதுண்டு. அப்போதுகூட அவர்கள் இந்த அளவு பதற்றமடைந்திருக்க மாட்டார்கள். நல்ல வேளை, இதற்குக் காரணகர்த்தா நீதான் என்று யாரும் கண்டுபிடிக்கவில்லை.

இந்த விஷயத்தை நினைவூட்டினால் நீ வருத்தப்படுவாயோ, அதாவது, நீ பொம்மை திருடிய விஷயத்தை. அந்தப் பச்சைக்கிளி பொம்மை மிகவும் அழகாக இருந்தது என்று எனக்கும் ஞாபகம் இருக்கிறது. சிவந்த அலகுடனும், மின்னும் கருநிறக் கண்களுடனும் இருந்தது அது. அது ரப்பராலோ அல்லது பிளாஸ்டிக்காலோ தயாரிக்கப்பட்டிருக்க வேண்டும். அடுத்த தெருவில் உள்ள ஒரு பையனின் வீட்டில் இருந்தது பொம்மை. நீ அங்கே விளையாடச் சென்றிருந்தாய். வீட்டிலேயே மிட்டாய் தயாரித்து கடைகளுக்கு விநியோகம் செய்யும் குடும்பத்தைச் சேர்ந்தவன் அந்தச் சிறுவன். அவன் உனக்கு நிறையக் கமர்கட்டுகளும் கல்கோனாக்களும் கொடுத்தான். பிறகு விளையாடிக்கொண்டிருந்தீர்கள். அடிக்கடி உன் பார்வை, ஓரத்திலிருக்கும் கிளியிடமே சென்று சேர்ந்தது. விளையாட்டினிடையில் திடீரென்று வயிற்றுவலி ஏற்பட்டுவிட்டது உனக்கு. அடடா! நீயும் துடித்துத்தான்போய்விட்டாய்! உன்னால் நிமிரவே முடியவில்லை. வயிற்றில் கைவைத்தபடி அப்படியே குனிந்துகொண்டாய். வீட்டுக்குப் போக வேண்டும் என்று அழுதாய். அப்போது உனக்குக் கண்ணீர் வந்ததா! கண்ணீர்விட்டு அழுதிருந்தால் நீ கில்லாடிதான் போ! அந்தப் பையனின்

பெற்றோர்கள் அரண்டுபோனார்கள். "சரி, சரி, நீ உடனே வீட்டுக்குப் போ!" என்று அவசரமாக அனுப்பிவைத்தார்கள். அடே, எமகாதகனப்பா நீ! அந்தத் தெரு முழுவதையும் குனிந்தபடியே நடந்து கடந்தாயே. வீட்டுக்குள் நுழைந்ததும்தான் நிமிர முடிந்தது உனக்கு. சட்டைக்குள் வயிற்றுப் பகுதியில் வைத்துப் பிடித்திருந்த பொம்மையை வெளியே எடுத்தாய். எதையோ சாதித்துவிட்ட பெருமிதமாய் அதை மாடத்தில் வைத்து அழகுபார்த்தாய். அந்த விஷயத்தில் எவ்வளவு அபத்தமாக இருந்தது உன் கணக்கீடு. இந்தத் திருட்டை அவர்கள் கண்டுபிடித்துவிட மாட்டார்கள் என்று எதன் அடிப்படையில் நீ நம்பினாய்? நான் உன்னை விமர்சிக்கவில்லை. அந்தக் குழந்தைமையின் பேரார்வத்தை வியக்கிறேன்.

அடுத்த அரை மணி நேரத்திலேயே உன் நண்பனின் வீட்டார் உன்னைத் தேடி வந்துவிட்டார்கள். வாசலில் நின்றிருந்த அக்காவிடம் ஏதோ சொன்னார்கள். அக்கா வீட்டுக்குள் வந்து அந்தப் பொம்மையை எடுத்துக்கொண்டு போய் அவர்களிடம் கொடுத்து அனுப்பினாள். அப்பாவுக்கு இந்த விஷயம் தெரிந்திருந்தால் உனக்கு வீடுபேறு கிடைத்திருக்கும்.

'திசைகள்' எனும் பாடம் தமிழ்ப் புத்தகத்தில் உள்ளதுதான். ஆனால் அது எந்த வகுப்பிற்கானது என்று நினைவில்லை. அந்தப் பாடத்தை சகுந்தலா டீச்சர் நடத்திக்கொண்டிருந்தார்கள். கூரை உச்சியில் உடைந்த ஓடு வழியே உள்ளே நுழைந்த வெயில் சரியாக உன் மீது பதிந்திருந்தது. வியர்த்து விறுவிறுத்துப்போனாலும் நீ அந்த இடத்தைவிட்டு நகரவில்லை. வெப்பமான வெயில் கற்றை அது. டீச்சரின் குரலைத் தவிர வகுப்பில் வேறு ஓசைகள் ஏதுமில்லை. சிறுவர் சிறுமிகள் எல்லோரும் அமைதியாக இருந்தார்கள். பாடத்தைக் கவனித்தார்கள் என்று சொல்ல முடியாது, மௌனமாகத் தங்கள் வேலைகளைப் பார்த்துக்கொண்டிருந்தார்கள். டீச்சர் பாடம் நடத்தினார்கள்: "திசைகள் நான்கு. சூரியன் உதிக்கும் திசை கிழக்கு. மறையும் திசை மேற்கு..." அந்தப் பாடத்திற்கான படத்தில் ஒரு சிறுவன் சூரியனைப் பார்த்தபடி கைகளை விரித்து நிற்பான். நீ வாழ்க்கையில் முதலாவதும் கடைசியுமாக அந்தப் பாடத்தைக் கருத்தூன்றிப் படித்தாய். அற்புதம்! அந்தப் பாடம் உனக்கு அருமையாகப் புரிந்தது. உறக்கத்தில் தட்டி எழுப்பிக் கேட்டாலும் உன்னால் அட்சரம் பிசகாமல் அப்படியே ஒப்பித்துவிட முடியும். அது வரப்பிரசாதமான ஒரு நாள். திசைகள் நான்கு எனும் பாடம் உனக்குப் புரிந்துவிட்டது. பிற்பாடு நீ எஸ்.எஸ்.எல்.சி.யில் மூன்று

தடவை தோற்று தலைக்குப்புற விழுந்தாலும் பரவாயில்லை. உனக்கு ஒரு பாடமாவது வாழ்க்கையில் புரிந்ததே, அது போதும். கோடிப்பொன் பெறும் அது. இப்போதும் நான் அதை ஒப்பித்துக் காட்டட்டுமா?

உனக்கு யாருடனாவது சண்டைபோட உற்சாகம் ஏற்படுகையில், உன்னைவிட சிறிய பையன்களை, நோஞ்சான் பையன்களை வலுச் சண்டைக்கு இழுத்தாய் என்பதில் தெரிகிறது உன் சாணக்கியத்தனம். நீ ஜான்ஸிராணியிடம் உன் புத்தகப் பையைக் கொடுப்பாய். அவளோ அதைப் பெருமையுடனும் மரியாதையுடனும் வாங்கிக்கொண்டு ஓரத்தில் நிற்பாள். நீ பாய்ந்து சென்று ஒரு சோனிப் பையனுடன் சண்டை போட்டுவிட்டு வந்து வீர மிடுக்குடன் ஜான்ஸிராணியிடமிருந்து பையைத் திரும்பப் பெற்றுக்கொள்வாய். எப்போதுமே சண்டையில் வெல்லும் உன்னிடம் அந்தச் சிறுமி தனிப்பட்ட பிரியம் கொண்டிருந்தாள். வகுப்பில் உன்னருகே அமர்வதற்கு விரும்பினாள். வீட்டிலிருந்து எடுத்து வரும் தின்பண்டங்களை உன்னிடம் பகிர்ந்துகொள்வாள். நீ மல்யுத்தத்துக்கு ஆயத்தமாக உன் பையை அவளிடம் ஒப்படைப்பதும், வெற்றி பெற்று வந்து பெற்றுக்கொள்வதும் எத்தனையோமுறை நடந்திருக்கிறது.

வீட்டிலிருந்து சப்பாத்தியும் உப்புமாவும் கொண்டு வந்து பகிர்ந்துகொண்ட இன்னொரு நண்பன் இருந்தானே... கணேசன். ஆமாம், அவன்தான். நல்ல பையன் அவன். நான்காம் வகுப்பு படிக்கும்போதே சிறந்த பக்திமானாக விளங்கினான். நெற்றியில் திருநீறு இல்லாமல் அவனைப் பார்த்திருக்க முடியாது. நீயும் அவனும் சில வருடங்கள் இணைபிரியாதிருந்தீர்கள். பெரிய பையன்கள் உன்னிடம் சண்டைக்கு வரும்போது அவன்தான் உன்னைப் பாதுகாப்பான். உன் நோட்டுப் புத்தகங்களில் அழகாகப் பெயர் எழுதித் தருவான். எதன் பொருட்டோ உன்னிடம் மிகவும் பாசமாக இருந்தான். நிரம்பவும் கற்பனை வளம் பெற்றவன் அவன். அவன் நகைச்சுவையாகப் பேசுவதற்குத் தேர்ந்துகொண்ட விஷயம், 'மூக்குச்சளி.' மூக்குச்சளியைப் பற்றி இத்தனை விதமாகக் கதை சொல்ல முடியும் என்பது மிகவும் வியப்பிற்குரிய விஷயம். மூக்குச்சளிதான் அவன் கதைகளில் எவ்வளவு ரூபமெடுத்து வரும்! மூக்குச்சளி பல்லாயிரம் வாளிகளில் நிறைந்திருக்கும். ஆட்கள் ஒரு இடத்திலிருந்து வேறு இடத்துக்கு எடுத்துச் சென்றபடியே இருப்பார்கள். அதை வைத்து என்ன செய்யப்போகிறார்கள், ஏன்

இப்படி சிரமப்பட்டு சுமக்கிறார்கள் என்றெல்லாம் தெரியாது. இடையறாது அவர்கள் மூக்குச்சளி சுமந்து எங்கோ சென்றுகொண்டே இருப்பார்கள். இப்போது நினைக்கையில் உனக்கே கொஞ்சம் அருவருப்பாகக்கூட இருக்கலாம். அப்போது இந்தக் கதைகள் மிகவும் சுவாரஸ்யமாக இருந்தன. மூக்குச்சளி வீட்டுக் கூரையாக மாறும். அதுவே ஒரு மலையாகவும் நிற்கும். இட்லி, தோசை, சர்க்கரைப் பொங்கல், மனிதர்கள், மரங்கள், விலங்குகள், ஆகாய விமானம் என்று எண்ணற்றவிதமாக உருமாறும் அது. மூக்குச்சளி என்றால், நீர்த்துப்போனதை அவன் சொல்லவில்லை. அவன் குறிப்பிடுவது திட வஸ்து.

கடைசியாக, நெஞ்சில் குத்தப்பட்ட தேசியக்கொடியுடன் சுதந்திர தினத்தின்போது அவனைப் பார்த்த ஞாபகம் இருக்கிறது. பிறகு மறுபடியும் பல்லாண்டுகளுக்குப் பிறகு அவனைப் பார்த்தேன் தம்பீ. அவன் முழுப்பைத்தியமாகி இருந்தான். கையில் ஏகப்பட்ட காலி ஊதுவர்த்திப் பெட்டிகள் வைத்திருந்தான். அவன் கழுத்தைச் சுற்றி ஏதேதோ கந்தல் துணிகள் சுற்றிக் கிடந்தன. உடல் முழுதும் கடும் அழுக்கு. சடை பிடித்த தலை. என்னை நன்றாக அடையாளம் கண்டுகொண்டான். சிகரெட் வாங்கிக் கேட்டான். பணம் கேட்டான். கொடுத்தேன். "யாரும் எதுவும் கொடுத்தால் வாங்கித் தின்றுவிடாதே" என்று திரும்பத் திரும்பச் சொன்னான். பிறகு அவனை யாரோ கொன்றுவிட்டார்கள் என்று கேள்விப்பட்டேன்.

இவனைப்போல இன்னொரு நெருங்கிய நண்பன் ஒருவன் இருந்தானே உனக்கு... அவன் பெயர் என்ன? ஏதோ, 'குமார்' என்பதுபோல வருமே... ஆமாம், ஆமாம், கணேஷ்குமார்! அவன் பெயரையும் உன் பெயரையும் இணைத்து கதைகள் எழுதி கையெழுத்துப் பிரதிகள் தயாரிப்பீர்களே... உயர்நிலைப் பள்ளியில் ஆறாம் வகுப்புப் படிக்கும்போதான நண்பன் அவன். அவனிடம் நீ கதை படிக்கும் பழக்கத்தை ஏற்படுத்தியிருக்கக் கூடாது. அதனால் என்ன ஆயிற்று? அவன் அண்ணன் வைத்திருந்த சிறிய பெட்டிக்கடையில் தெரியாமல் பணம் எடுத்து மாயாஜாலக் கதைப் புத்தகங்களும் காமிக்ஸ் புத்தகங்களும் ஏராளமாக வாங்கிக் குவிக்க ஆரம்பித்தான் அவன். அவற்றையெல்லாம் உன்னிடம் கொடுத்துதான் பாதுகாப்பாக வைத்திருக்கச் சொல்வான். அவ்வகையான கதைகள் படிப்பதில் உனக்கும் பெரிய லாகிரி தோன்றியதால் அவனை ஊக்கப்படுத்தினாய். கடைசியில்

அவனுக்கும் உன்னைப்போல படிப்பு வரவில்லை. கடையும் போண்டியாயிற்று.

ஐந்தாம் வகுப்பில் நீ ஒரு கவிதை எழுதினாய். மூங்கில் மரங்களைப் பற்றிய கவிதை. நீயாக சொந்த முயற்சியில் சொந்தக் கற்பனையில் எழுதிய கவிதை அது. அதைப் பற்றிய நல்லவிதமான நினைவு இப்போதும் எனக்கு உண்டு. நீ அதைத் தூக்கிக்கொண்டு, 'கவிதை' எனும் வார்த்தையையே கேள்விப்பட்டிராத தெருவாசிகளிடம் காட்டி, பாராட்டுகளை எதிர்பார்த்தாய். எல்லோரும் உன்னை விநோதமாகப் பார்த்தார்கள். ஆனால் தெருவில் கிடந்த ஒரு காகிதத்திலிருந்த கோட்டுச்சித்திரத்தை நீதான் வரைந்தது என்று எல்லோரிடமும் காட்டினாயே, அப்போது எல்லோரும் உன்னை வியந்து பாராட்டினார்கள். இந்தப் பொடிப்பயலுக்குள் இப்படி ஒரு திறமை இருக்கிறதே என்று பேசிக்கொண்டார்கள். கவிதையைப் புறக்கணித்தவர்களெல்லாம் படத்தை மெச்சினார்கள். சில வருடங்கள் கழித்துதான் அதற்கான குற்றஉணர்வு உனக்கு ஏற்பட்டது. பரவாயில்லை. அது ஒன்றும் பெரிய தவறல்ல, சிறுபிராயம்தானே.

உனக்கும் சில சிறுமிகள் தோழிகளாக இருந்தார்கள். ஆனால், பெண் உடலின் தீண்டலை நீ உணர்ந்த சம்பவம் ஒன்று இருக்கிறது. ஒரு பெட்டிக்கடை முன் நின்று எக்கி எக்கி நீ கடைக்காரரிடம் ஏதோ கேட்கிறாய். நீ மிகவும் சிறியவனாக இருந்ததால், உள்ளே அமர்ந்திருந்தவருக்கு உன்னைப் பார்க்க முடியவில்லை. அப்போது அங்கு வந்த பெண்ணொருத்தி உன் கையிலிருந்த காசை வாங்கி கடைக்காரரிடம் கொடுத்து, நீ வேண்டும் பொருளைச் சொல்கிறாள். அப்போது உன் கை ஒரு சீசாவின் மேல்மூடியில் பதிந்திருந்தது. அந்தப் பெண் குனிந்து காசைக் கொடுத்தபோது அவளது மார்பு உன் புறங்கையில் மெத்தெனப் பதிந்தது. அது, இனம்புரியாத ஒரு நூதன உணர்வை ஏற்படுத்தியது. அதனால்தானே இன்னமும் அது நினைவில் தங்கியிருக்கிறது.

என் சின்னஞ்சிறிய நண்பனே, நாம் பகிர்ந்துகொள்வதற்கு இப்படியும் சில விஷயங்கள் இருக்கின்றன. ஆயினும் உன் இளம்பிராயத்திற்கு என் இரங்கலைத் தெரிவித்துக்கொள்கிறேன். உன் இன்பங்கள், மகிழ்ச்சிகள் எல்லாம் மின்னல் கீற்றுகள்போல. மூட்டமும் பற்கடிப்பும் திணறலும் பேரச்சமும் உன் உலகில் வியாபித்திருந்தன. விதிர்விதிர்த்த பார்வையுடன் மூத்த சகோதரியின்

கரத்தை இறுகப் பற்றியபடி நிற்கிறாய், கடந்த காலங்களின் ஒரே ஒரு சித்திரம்போல. அச்சத்திற்குப் பதில் உன் பார்வை மகிழ்ச்சியில் நிரப்பப்பட்டதாக இருந்தால் நான் இன்றைக்கு வேறு மாதிரியான ஆளாக இருந்திருக்கலாம். போகட்டும். எவ்வளவோ வசவுகள் கேட்டு வளர்ந்தாய். குரங்குக்குட்டி என்றும், கபோதி என்றும், சனியன் என்றும், உருப்படாதவன் என்றும் இப்படி எத்தனையோ... ஆனால், இன்றைக்கும் அக்கா என்னைத் திட்டத்தான் செய்கிறாள், 'பிழைக்கத் தெரியாத எருமை மாடு' என்று. இந்த வசவு எனக்கு இனிக்கிறது. நான் பிழைக்கத் தெரியாமல் இருப்பது எனக்கு ஒரு பொருட்டல்ல. ஆனால், பேரிடர்களிலிருந்து, கொடுந்துன்பங்களிலிருந்து தப்பிப் பிழைத்து வாழ்ந்திருக்கிறேன். இது போதும். உன்னையும் அண்ணனையும் அக்கா காப்பாற்றிக் கரைசேர்த்திருக்கிறாள்.

இறுதியாக ஒரு விஷயம் பையா. அக்காவுக்குத் திருமணமாகி தலைச்சன் குழந்தை பிறந்திருக்கிறது. குழந்தை பிறந்து சில மாதங்களாகியிருக்கும். அத்தான் வெளியூரிலிருந்து நம் வீட்டுக்கு தன் குழந்தையைப் பார்க்க வருகிறார். தன் முதல் குழந்தைக்காக அவர் வாங்கிவந்த மஞ்சள் நிற ரயில் எஞ்சின் பொம்மை மிகவும் அழகாயிருந்தது. அப்போதும் நீ சிறுவன்தான். அந்த பொம்மையை நீ விரும்புவதறிந்து அப்போதே உனக்கு அன்பளித்தாள் அக்கா. தன் குழந்தையைவிடவும் மேலாக உன் மீது கருணை கொண்டிருந்தாள். நீ எங்கே இருந்தாலும், ஏழையாக இருந்தாலும், செல்வந்தனாக இருந்தாலும், இழிந்தவனாக இருந்தாலும், மேன்மையானவனாக இருந்தாலும் இந்த அன்பு உனக்கு அரண் செய்யும். நீ என் நினைவில் பதிந்திருப்பதைப்போல எக்காலத்தும் சகோதரியின் கரத்தைப் பற்றிக்கொண்டிரு. நீ அறத்தைப் பற்றிக்கொண்டிருக்கிறாய். இந்த உலகின் சகல நன்மைகளையும் மகிழ்ச்சிகளையும் பற்றிக்கொண்டிருக்கிறாய். நீ உன் வாழ்க்கையைப் பற்றிக்கொண்டிருக்கிறாய்.

'புதிய பார்வை', செப்டம்பர் 16 – 30, 2007.

திசைக்குழப்பம்

அந்தச் சிறுவனுக்கு பள்ளிக்குச் செல்வது பிடிக்காது. அக்காவும் அம்மாவும் நாள்தோறும் அவனைச் சீவிச் சிங்காரித்து ஆயத்தமாக்கி பள்ளிக்கு அனுப்புவார்கள். அவன் வேறு எங்காவது, பொதுக் கிணற்றின் அருகிலோ வயல்வெளியிலோ போய் அமர்ந்துகொள்வான். துரத்தித் துரத்தி யானைத்தட்டான்கள் பிடிப்பது சுவாரஸ்யமான விளையாட்டு. ஆனால். ஊசித்தட்டான்கள்தான் நீல நிறத்தில், பார்ப்பதற்கு அழகாக இருக்கும். கருப்பும் சிவப்பும் கலந்த பெரிய வண்ணாத்திகளைப் (வண்ணத்துப்பூச்சிகள்) பிடித்துக் கொஞ்சிக்கொண்டிருப்பான். அந்த நேரத்தில் தவளைகள் அவன் முன்னால் வந்து நின்று, "என்னைப் பார் என் அழகைப் பார்" என்றாலும், அவன் பொருட்படுத்த மாட்டான். ஏனென்றால், தீபாவளி நேரத்தில்தான் தவளைகள் நிறையத் தேவைப்படும் என்று அவனுக்குத் தெரியும். தவளையைப் பிடித்து பெரிய லெட்சுமி வெடியோடு சேர்த்துக் கட்டி கொட்டாங்கச்சியால் மூடி திரியைப் பற்ற வைத்தால், அடடா, அந்த வெடிப் பேரோசையில் தவளை எங்கே போனது, எத்தனை துண்டுகளாகச் சிதறியது என்று கண்டுபிடிக்க முடியாது.

ஓரத்துப் புதர்களில் தொங்கிக்கொண்டிருக்கும் கோவைப்பழங்களைப் பறித்துத்தின்பான். தொட்டாற்சிணுங்கிகளை தொட்டுத் தொட்டு கூம்பச்செய்து, எருக்கஞ்செடி மொட்டுகளை அழுத்தி அழுத்தி வெடிக்கச்செய்து, பூக்களைப் பறித்துக் காம்புகளில் தேன் உறிஞ்சி ஆனந்தத்தில் ஆழ்ந்திருக்கும்போது தெரிந்தவர்கள் யாராவது வந்துவிடுவார்கள். இன்னார் மகன் பள்ளிக்குப் போகாமல் இப்படி அலைந்துகொண்டிருக்கிறானே என்று வருந்தி, "உடனே பள்ளிக்கொடத்துக்கு ஓடு. இல்லைன்னா உங்கப்பாட்ட சொல்லிடுவேன்!" என்று துரத்துவார்கள்.

படிப்பில் அவன் மிகவும் முட்டாளாக இருந்தான். வகுப்பில் பாடம் நடந்துகொண்டிருக்கும்போது, சிலேட்டில் குட்டிகுட்டிப் படங்கள் போட்டு ராகமாக நீட்டி முழக்கி கதை சொல்லிக்கொண்டிருக்கும் சிறுமிகள் குழுவில் கலந்திருப்பான். அல்லது கூரை ஓட்டை வழியே தரையில் விழும் ஒளிப் பொட்டின் நகர்வை நீண்ட நெடிய நேரம் உற்றுப் பார்த்திருப்பான். இல்லையென்றால் தன் சிலேட்டில், அம்மா போடுவதுபோன்ற மீன் கோலம் போடுவான். பிறகு சிலேட்டில் எச்சில் துப்பி கையால் அழித்துவிட்டு மூன்று புள்ளி மூன்று வரிசை கோலம்.

ஒரு நாள் மிகவும் தற்செயலாக, எதிர்பாராவிதமாக, விபத்துபோன்று பாடத்தைக் கவனித்தான். அப்போது ஆசிரியை திசைகள் பற்றிப் பாடம் நடத்திக்கொண்டிருந்தார். அவன் உடனே பையிலிருந்து புத்தகத்தை எடுத்தான். அந்தப் பாடம் அதில் படத்துடன் இருந்தது. படத்தில் ஒரு சிறுவன் சூரியனைப் பார்த்தவாறு, பக்கவாட்டில் இரு கைகளையும் விரித்துக்கொண்டு நிற்கிறான். அப்போது அவன் சூரியனைப் பார்க்கும் திசை என்ன, வலக்கைப் பக்கமும் இடக்கைப் பக்கமும் முதுகுப் பக்கமும் என்னென்ன திசைகள் இருக்கின்றன என்றுதான் ஆசிரியை சொல்லிக்கொண்டிருந்தார். அப்போது அவனுக்கு ஏற்பட்ட வியப்பை, பிறகு ஒருபோதும் அவனால் மறக்க முடியவில்லை. என்ன அதிசயம் நடந்ததென்றால், அதுவரையிலான வாழ்க்கையில் முதல் முறையாக அவனுக்கு அந்தப் பாடம் புரிந்துவிட்டது! கூரை ஓட்டை வழியே வந்த சூரிய வெளிச்சம் அவன் உச்சந்தலையில் விழுந்து ஞான ஒளியாகப் புகுந்திருக்கவேண்டும்! உடல் சிலிர்த்தது. அது, பரவசமின்றி வேறில்லை. பள்ளிவிடும் மணி அடிக்கும்போது அவன் எல்லாப் பிள்ளைகளுடன் சேர்ந்து தலைதெறிக்க ஓடிவரவில்லை. அந்த திசைகளைப் பற்றியே எண்ணிக்கொண்டு,

புதிய அறிவுச் சேகரம் சிதறிவிடாமல் நிதானமாக நடந்து வந்தான். பைக்குள் காலித் தீப்பெட்டிக்குள் கிடந்த பொன்வண்டு என்ன ஆயிற்று என்று கவனிக்கவில்லை. எந்திரமற்ற வெற்று கைக்கடிகாரத்தினுள் இட்டு வளர்த்துவந்த கட்டெறும்பு அரிசி தின்றதா என்றும் பார்க்கவில்லை. பெருமிதத்துடன், "திசைகள் நான்கு!" என்று அடிக்கடிச் சொல்லிக்கொண்டான்.

அதைப்போன்று ஆசிரியை சொல்லிக் கொடுத்த, "எங்கிருந்து வருகிறாய், காற்றே எங்கே போகிறாய்?" எனும் பாட்டும் அவனுக்குப் பெருமகிழ்ச்சியளித்தது.

பக்தி மிகுந்த அவன், அம்மாவுடன் வாரந்தோறும் முருகன் கோயிலுக்குச் செல்வதுண்டு. விபூதிப் பட்டையும் குங்குமமுமாக கையில் ஈர்க்குக் குச்சால் செய்த வேலுடன் முருகனாகவே தன்னைப் பாவித்துக்கொண்டு நடமாடியுமிருக்கிறான். அதுபோன்ற நேரங்களில் அவன் தன் வயதொத்த பிள்ளைகளுக்கு புத்திமதிகள் சொல்வான், "காலைல சீக்கிரம் எழுந்திருச்சிப் பல்லு வெளக்கணும். நல்லாப் படிக்கணும்..." சாமி படங்கள் கீழே கிடப்பதை அவன் அனுமதிக்க மாட்டான். யாரும் மிதித்து அவமதித்துவிடுவார்களே என்று அதை எடுத்து சட்டைப் பையில் வைத்துக்கொண்டு வீட்டுக்குக் கொண்டு வருவான். இப்படி செல்லுந்தெருவெல்லாம் பொறுக்கிப் பொறுக்கி லெட்சுமி படம் உள்ள காலி சீவல் உறைகள் ஒரு மூட்டை அளவுக்குச் சேர்ந்துவிட்டன. கடவுள் நிந்தனை கூடாது என்று சொல்லிக்கொடுத்த அம்மாவே அதையெல்லாம் ஒரு நாள், சமையலுக்கு அடுப்பெரிக்கப் பயன்படுத்தியது ஏன் என்று அவனுக்குப் புரியவில்லை.

அவன், சாக்கலேட் மிட்டாய்களின் உறைகளைச் சேகரித்தான். குப்பைமேடுகளிலெல்லாம் துழாவி பல வித சிகரெட் அட்டைகள், தீப்பெட்டிப் படங்கள், கோலிக்குண்டுகள், பழைய வாழ்த்து அட்டைகள் என எல்லாவற்றையும் சேகரித்தான். குப்பைகளிலிருந்து ஆணுறைகளும் கிடைக்கும். அவற்றில் நீர் நிரப்பி விளையாடுவான். அதை நேரில் பார்த்த யாரோ கடுமையாகக் கண்டித்ததால் அதைத் தொடர முடியவில்லை.

அழகான காட்சிகள் உள்ள வாழ்த்து அட்டைகள் அவனை மிகவும் ஈர்க்கும். அவையெல்லாம் உயிர்ப்பான நிஜக் காட்சிகள் என்பது அவன் எண்ணம். அந்த அட்டைகளின் விளிம்பில் நகத்தால் வகிர்ந்து, ஸ்டிக்கர் உரிப்பதுபோல படலமாக எடுத்துத்

திறந்துவிட்டால் அந்தக் காட்சிகளுக்குள் நுழைந்துவிடலாம் என்று உறுதியாக நம்பினான். அங்கெல்லாம் சென்று சுற்றிப் பார்க்கலாம், பூப்பறிக்கலாம், குளக்கரைக் குடிசையில் இருப்பவர்கள் யார் என்று தெரிந்துகொள்ளலாம், அருவியோரம் விளையாடலாம், பெண்களின் நடனத்தைப் பார்க்கலாம், பொங்கல் பானைக்கு அருகிலிருக்கும் கரும்புத் துண்டுகளை எடுத்துத் தின்னலாம்... அவன் எண்ணற்ற அழகான வாழ்த்து அட்டைகளை இரண்டாக உரித்து உரித்து காட்சிகளுக்குள் நுழைய, சளைக்காமல் முயன்றுகொண்டேயிருந்தான்...

எல்லாக் குழந்தைகளையும்போலவே அவனும் படுக்கையில் சிறுநீர் கழிப்பவன்தான். அதற்காக வீட்டில் குட்டுப்பட்டும் இழிச்சொற்களை நேரிட்டும் வந்தான். ஒரு நாள் அவன் ஏதோ கனவு கண்டு பாயில் மலம் கழித்துவிட்டான். காலையில் விழித்த பிறகுதான், காற்சட்டையின் பின்புறத்தில் மலம் ஒட்டிக் காய்ந்திருப்பது தெரிந்தது. இது யாருக்கும் தெரிந்தால் ஏற்படப்போகும் களேபரத்தையும் ரணகளத்தையும் எண்ணிப்பார்த்து மனம் பதைத்தான். அப்போது அவனுக்கு ஒரு வழி புலனாயிற்று. காற்சட்டையை அவிழ்த்தான். பவுடர் டப்பாவை எடுத்து, மலம் காய்ந்திருந்த பகுதியில் பவுடரைக் கொட்டி மெழுகி பிறகு அதையே திரும்ப அணிந்துகொண்டான். உடனடியாக யாருக்கும் விஷயம் தெரியவில்லை. அவனும் இயல்பாக உலா வந்துகொண்டிருந்தான். அவன் எதற்கு அஞ்சினானோ அது, சில மணி நேரங்களுக்குப் பிறகு நடந்தது. அவன் சூட்சுமத்தைத் தெரிந்துகொண்ட வீடு கலவரங்கொண்டாடியது. அதன் விளைவாக அவன் உடலில் பல இடங்கள் கன்றிப்போயின.

தேர்வுக்காலம் வந்தது. ஆசிரியை, பார்க்காமல் எழுதச் சொன்னதை அவன் சிலேட்டில் எழுதினான். ஆசிரியை அதில் சாக்பீஸால் மதிப்பெண் இட்டார். அவ்வளவாக எண்கள் பரிச்சயமற்ற அவனுக்கு அது நல்ல மதிப்பெண்ணா அல்லது கெட்டதா என்று தெரியவில்லை. அதைப் பார்த்த சிலரது புன்னகையும் சிலரது மௌனமும் அவனுக்கு மேலும் குழப்பத்தை ஏற்படுத்தின. அது எந்த வகையான மதிப்பெண், அதன் குணம் என்ன என்பது அவனுக்கு விளங்கவில்லை. அவன் சிலேட்டில் எழுதிக்காட்டும் விஷயங்களுக்கு ஆசிரியை மதிப்பெண் இடும்போதெல்லாம் அவனுக்கு இந்தத் திகைப்பு ஏற்படும். அம்மாவும், தனக்காக அதை நல்லது என்கிறாளோ எனும் சந்தேகமும் வரும். ஆயினும் அம்மா

சொல்லும் அற்புதமான கதைகள் அவனுக்கு மிகவும் பிடிக்கும். தவறான சந்தேகத்தால் ராஜா, ராணியைக் கொன்றுவிடுகிறார். பிறகு கொல்லப்பட்ட ராணியின் மார்புகள் இரண்டும் இரண்டு புறாக்களாகி மரக்கிளையில் அமர்ந்து, அந்த வழியே குதிரையில் வரும் ராஜாவிடம், ராணி களங்கமற்றவள் என்பதை விளக்குகின்றன... பாம்பைத் துண்டுபோட்டு சமைத்து தன் அண்ணன்களுக்கு சாப்பாடு எடுத்துப் போகும் ஒருத்தி... அம்மாவின் வார்த்தைகள் வளர வளர அனைத்தும் அவன் கண் முன் காட்சியாகக் கண்டான்... வியப்பும் அதிசயமும் மகிழ்ச்சியும்...

இருட்டில் சாப்பிடக் கூடாது. அப்படிச் சாப்பிட்டால், நமக்குத் தெரியாமல் பிசாசும் நம் தட்டிலிருந்து எடுத்துச் சாப்பிட்டுக் காலியாக்கிவிடும். நமக்கு ஒன்றும் கிடைக்காது என்றும் அம்மா சொல்லியிருந்தாள். அவன் வளர்ந்துவந்தான்.

குளங்களில் முங்கு நீச்சலிட்டனான், கால்வாய்களில் மீன்பிடித்தான், வயல்வெளிகள் அவனை அழைத்தன, அவனது சேகரத்தில் தங்களுக்கும் இடம் கேட்டு பூச்சி பிராணிகள் முன்வந்தன, அக்காவுக்குப் பூக்கள் பறித்துக் கொண்டு போனான், குழந்தைகளுடன் சேர்ந்து பாடினான், விளையாட்டுகள், கதைகள், சூரிய சந்திராதி நட்சத்திரங்கள்...

உண்மையிலேயே தன்னை நிரப்பந்த இருட்டு சூழ்ந்திருப்பதைப் புரிந்துகொள்ளும்போது, இளமை கடந்திருந்தது. தன் தட்டிலிருந்து அவன் நிதானமாக ஒரு கவளம் வாழ்வை எடுக்கும்போது, அந்தப் பைசாசம் அவசர அவசரமாக வாரி அள்ளி வாயில் திணித்துக்கொள்கிறது. அதன் மிகக்கூர் நக முனைகளையும் சருமத்தின் பயங்கரச் சொரசொரப்பையும் அவன், தன் பருக்கைகள் தீர்வதனூடாக பேரச்சத்துடன் உணர்கிறான். விடுபடும் திசை தேடி அற்றலைந்து களைக்கும்போதில்தான் தரிசனம்போல உறைக்கிறது. அவன் செல்லமான வளர்ப்புப் பிராணிகள்போன்றிருந்த அந்த நான்கு திசைகள் அல்ல இங்கே! ஒன்றொடொன்று சிக்கிப் பிணைந்து முறுக்கிக்கொண்டு கிடக்கும் வன்மங்கொண்ட பல நூறு பெருந்திசைகள்! பேதமை மாறா பிள்ளைப் பார்வையுடன் அவன் குழம்பித் திகைத்து உறைந்துபோனான்...

'புதிய தலைமுறை கல்வி'.

என் பழைய குறிப்பேடு உயிர்த்தெழுகிறது

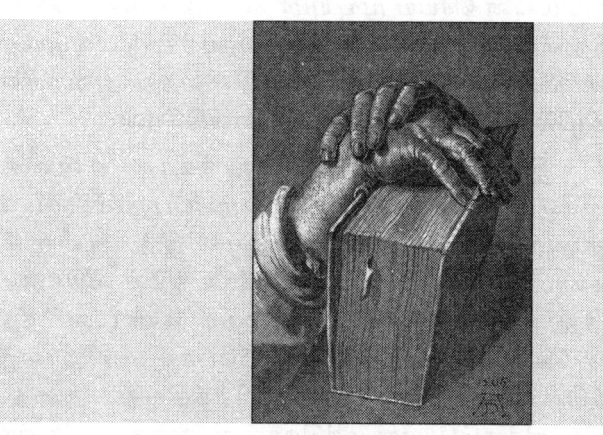

தங்களின் முழுமைவேண்டி என் சகல செயல்களினூடேவும் பின்தொடர்ந்து உற்று நோக்கி கவனம் கோரும் உருவாக்கங்களை மனதணைத்து மன்னிப்புக்கோருகிறேன்: “சற்றே பொருத்தருள்க, நீங்கள்தான் என்னை அறிவீர்களே!” இனியும் தாமதிப்பது அவற்றின் மனம் நோகச் செய்யும். தாமதம் நீடித்தால் ஒருவேளை அவை விரக்தியைப் பற்றிக்கொண்டு, தழுவிக்கொள்ள வரும் என் கரங்களைத் தட்டிவிட நேரலாம். ஆகவே, என் கணிப்பொறிக்குள் முதிர்வெய்தாது வசித்துக்கொண்டிருக்கும் அவற்றின் உடல், மன நலனைக் கண்ணுற விழைகிறேன்.

மலையாள எழுத்தாளர் அமரர் சி.வி. ஸ்ரீராமன் அவர்களின், தேர்தெடுத்த சிறுகதைத் தொகுப்பை மொழிபெயர்க்க ஆரம்பித்தது ஏறத்தாழ பன்னிரண்டு வருடங்களுக்கு முன்னால். அறுநூறு பக்கங்களில் மொத்தம் எழுபத்தைந்து கதைகள் அடங்கிய, சாகித்ய அகாதமி விருது பெற்ற நூல். நான் வேலை தொடங்கிய போது எழுத்தாளர் உயிருடன் இருந்தார். இரண்டு மூன்று முறை, தள்ளாமை தொனிக்கும் குரலில் மிக நிதானமாக, மொழிபெயர்ப்புப்

பணி பற்றி விசாரித்தறிந்தார். தமிழிலே தான் வாசிக்கப்படவேண்டும் எனும் அவரது தீவிர ஆர்வம் எனக்கு மிகவும் மகிழ்ச்சியளித்தது. அவர் பேச்சும் கதைகளும் அவருடனான மிகு இணக்கத்தை வளர்த்துவிட்டிருந்தன. வார்த்தை வார்த்தையாக, வாக்கியம் வாக்கியமாக அந்தக் கதைகளுக்கு தமிழ்ப் பிரவேசம் கொடுத்துக்கொண்டிருந்த காலத்தில் ஒரு நாள், கவிஞர் சுகுமாரன் அவர்களிடமிருந்து எழுத்தாளரது மரணச் செய்தி வந்தது. தகவலுக்குப் பிறகான மௌனமடர்ந்த நொடிகளில் சுகுமாரன், “அழாதீர்கள், நாமென்ன செய்ய முடியும்?” என்று எனைத் தேற்ற முயன்றார். அந்த ஸ்தம்பிதத்துக்குப் பிறகு முயற்சி முடங்கியது. இப்போது மீண்டும் அந்தக் கதைகளில் திளைத்து அவற்றின் ஆன்மாவை தமிழில் வடிக்க பிரயத்தனம் கொள்கிறேன்.

தவிரவும், இறுதிச் செப்பனிடலுக்காக என்னை ஏவிக்கொண்டிருக்கும் பதினைந்து மொழிபெயர்ப்பு நூல்களுடன் பேச்சுவார்த்தை ஆரம்பித்தாகவேண்டிய சூழல் இது. ஆயினும், காணாததைக் கண்டவன்போலத்தான் இலக்கியத்தின் வீதிகளில் வியந்து வியந்து அலைகிறேன். ஒன்றைக் கண்டடைந்து நெஞ்சிலேற்றிக் கொஞ்சிக்கொண்டிருக்கும்போது மற்றொன்று வந்து தூக்கிக்கொள்ளச்சொல்லி கைவிரிக்கிறது. அதைச் சீராட்டிக்கொண்டிருக்கும்போது மற்றொன்று என் உடை பற்றி இழுத்து மலரச் சிரிக்கிறது. அடுத்து வரும் இன்னொன்றின் ஜாலத்தில் மற்றவை மறதிக்குள் வாழப்போகின்றன. மோதும் தற்செயல்களில் போக்கு குலைகிறது. ஒரு வேட்டை விலங்கென வேடனொருவன் என்னைப் பின்தொடர்வானெனில், சிக்கலும் சிதறல்களுமாக தள்ளாடிக் குழம்பிக் கிடக்கும் என் காலடிகள் பார்த்து வினோதமுறுவான் என்று நினைக்கிறேன். ஒவ்வாதது ஆயினும் பலவீனம் ஆயினும் இந்த வரையற்ற வழிகளே என் இயல்புக்கு விதிக்கப்பட்டிருக்கின்றன.

பச்சிளம் கன்றை நக்கிக்கொடுக்கும் பசுவின் வாஞ்சையாக, சிறார் நாவலுக்கான சாராம்சம் ஒன்றை மனதில் தோய்த்துத் தோய்த்து இனித்துக்கொள்கிறேன். அதற்கான பிள்ளைமைக் கவிச் சுரப்பின் விகாசம் கூட, அதற்குரிய பாடுகளின் வலியில் யாசிக்கிறேன். இடர் என்னவெனில், முனைப்பின் விழிகள் மனமுவந்து அரியவற்றைக் காட்டித் தந்தாலும்கூட இன்னதென்று அறிந்து சட்டென்று அணைத்துக்கொள்ளத் தெரியாத பேதையாகவே

பல நேரங்களில் இருக்கிறேன். நழுவிச் சென்றவை பிறகு நாடி வருவதும் நிராகரித்துப் போவதும் நடப்பதுதான்.

பழைய குறிப்பேட்டில் என்றோ எழுதிவைத்த நாவல் ஒன்றை இப்போதுதான் படித்துப்பார்த்தேன். அது ஒரு அபத்த சேகரம். முற்றிலும் எதிர்பாராத சம்பவக் கண்ணிகள் மூலம், ஒன்றுக்கொன்று தொடர்பற்ற செயல்களின் மூலம் அது பேரபத்தங்களின் ரத்தக் கட்டிகளை எடுத்து வைப்பதாக எனக்குத் தோன்றுகிறது. ஒரு மரத்தின் சகல இலைகளும் கொடூரம் கொண்டிருப்பதுபோன்று வன்மத்தின் வெம்மையில் தகித்துக்கொண்டிருக்கும் ஒரு பாத்திரத்தை இதில் நான் பார்க்கிறேன். பற்றிக்கொண்டு போவதற்காக சிறுகச் சிறுக செதுக்கி உருவாக்கிய அர்த்தங்களை அது ஏன் இவ்வளவு அனாயாசமாக முறித்துப்போட்டு முடமாக்குகிறது? தன்னை வருத்திக்கொண்டும்கூட, சிதைவுகளில் அது ஏன் இவ்வளவு நிறைவுகொள்கிறது? இந்தக் கனலின் பூதாகரப் பீறிடலுக்கான அடிப்படைப் புழுக்கம் என்ன? ஏமாற்றத்தையும் நிராதரவையும் பீதியையும் மட்டுமே கொண்டாடிக் கொடுக்கும் அதன் அகக் கூறுகள் என்ன? அந்தப் பாத்திரம் சுட்டுவதன்படி இவ்வளவு அற்பமாகவும் எள்ளலுக்குரியதாகவும்தான் வாழ்க்கை இருக்கிறதா? இதை எழுதிக்கொண்டிருக்கும் இந்த வேளையில் அந்தப் பாத்திரம் என் முன்னால் வந்து எதிர் இருக்கையில் அமர்கிறது. அதற்கென்றே தகவமைந்த ஏளனப் புன்னகையுடன் என்னை உற்றுப் பார்க்கிறது: "என்னை எதிர்கொள்ளத் தயங்கித்தானே இத்தனைக் காலம் விலகியிருந்தாய். உன் வார்த்தைகளுக்குள் அடைபடுவேன் என்று நினைக்கிறாயா? என் நிறங்களைத் தீண்ட முடியுமா உன்னால்? இதில் பார்க்கிறேன், உன் படைப்பு தர்மத்தை!"

நான் குன்றி அமர்கிறேன். எதிரில் இருப்பதோ வலிமை வாய்ந்த ஆகிருதி. என்னிடமிருப்பதோ ஆகிவந்த சில சொற்கள். மனம் சோர்ந்தேன் என்றாலும் பணிவாகச் சொன்னேன்:

"உன்னை சித்திரிக்கச் சித்தமாகிறேன்..."

விடைபெறவும் இல்லாமல் அது புறப்பட்டுச் செல்கிறது. நான் வாயிலுக்கு வந்து பார்க்கிறேன். அதன் ஒரு குதிகால் தடம், ஒருவனின் மார்புச் சட்டையில், கொல்லும் துரோகமென ஓங்கிப் பதிகிறது. ஆவேசமாகக் காறித் துப்பிய மிகுவெறுப்பின் எச்சில், ஒரு கன்னத்தில் நிலைத்திருக்கிறது. அதன் உடையசைவில் மூண்ட தீ

கலைஞனின் நுண்ணோவியங்களைக் கரிக்கிறது. தன்னியல்பில் அசையும் விரல்களில் மன்றாடும் குரல்கள் நெரிபடுகின்றன. காலத்தின் மீது கால்கள் பதித்து அது நடந்து செல்கிறது.

இப்போது நாவலில் ஒருவன் தன் முறையீட்டைத் தொடங்குகிறான்:

"நிறைய தடவ தனிமையில மனம் வாடியிருக்கேன். ரொம்ப ரொம்ப மனம் நொந்து அழுதிருக்கேன். இந்த ஒரு காரியத்தால, ஒரே ஒரு செயலால எவ்வளவு கொடுமைகள அனுபவிக்க வேண்டியிருக்கு... தாங்கிக்கவே முடியலயேன்னு மனசு ரொம்ப கஷ்டம். நமக்கு வெற்றி கிடைக்கல. பொருளாதார நிலையும் சரியில்ல... இப்ப சூழ்நில ரொம்பக் கடுமையா இருக்கு. எதுத்து நிக்க முடியாதே..."

விகடன் 'தடம்'

கரும்பூஞ்சைப் படலத்தில் வெண்ணிறக் காளான்கள்

வாசிப்பின் உலகத்தை என் அம்மாவிடமிருந்து கண்டுகொண்டேன். வாரந்தோறும் குமுதம் படிக்காவிட்டால் அவர்களுக்கு நிலைகொள்ளாது. அதுபோன்றே, ராணியும் ஆனந்த விகடனும் அவர்களை வசீகரித்திருந்தன. நானும் என் அண்ணனும் அண்டை வீடுகளிலிருந்து இந்த இதழ்களை இரவல் வாங்கிக் கொடுப்போம். வார இதழ்களில் தொடராக வெளிவந்து பைண்ட் செய்யப்பட்ட தொடர்கதை நூல்களும் கிடைக்கும். அம்மா அவற்றைப் படித்து முடித்த பிறகு நானும் அண்ணனும் படிப்போம். இந்த இதழ்களை வாசிப்பது ஒரு வித சுவாரஸ்யத்தைக் கொடுத்தது. அந்த காலகட்டம் எனக்கு ஆறாம் வகுப்புப் பருவம். அதன் தொடர்ச்சியாகத்தான் இலக்கிய உலகம் சிறுகச் சிறுகப் புலனாகி வந்தது. அம்மாவின் அண்ணன் அமரர் மாயூரம் பாலசுப்பிரமணியம் கர்நாடக இசைக் கலைஞர்; ஓவிய ஆசிரியராகப் பணிபுரிந்தவர். அவருக்கு மூத்தவர் அமரர் மாயூரம் கல்யாணசுந்தரம் கவிஞர், நாடகாசிரியர். அம்மாவுக்கு இவரிடமிருந்துதான் வாசிப்புப் பழக்கம் ஏற்பட்டிருக்கக்கூடும் (சமீபத்தில் ஊருக்குச் சென்றிருந்தபோது

அம்மா, "காந்தி இறந்த நாளன்று நடந்த விஷயங்களைப் பற்றி ஒரு கதை எழுதித் தருகிறேன். பிரசுரம் செய்கிறாயா" என்று கேட்டார்கள். உடனே எழுதித் தரும்படிச் சொன்னேன். ஐந்து பக்கங்களுக்கு நுணுக்கி நுணுக்கி எழுதிக் கொடுத்தார்கள்.)

அந்த வயதில் நான் தொடர் கதைகளும் மாயாஜாலக் கதைப் புத்தகங்களும் படக் கதைகளும் தமிழ்வாணனின் துப்பறியும் நாவல்களும் சாண்டில்யன், கல்கி நாவல்களும் சுஜாதாவின் புத்தகங்களும் வாசித்திருக்கிறேன். தமிழ்வாணன் எழுத்துகளால் பெரிதும் ஈர்க்கப்பட்ட என் அண்ணன் மாதவன் சில நண்பர்களுடன் 'வாணன் வாசகர் வட்டம்' எனும் பெயரில் குழு ஏற்படுத்தினார். அந்தக் குழுவினர் தமிழ்வாணனின் புத்தகங்களை நிறைய வாங்கிப் படித்தார்கள். அவற்றை நானும் படித்தேன். அந்தச் சிறு வயதில் இரவு நேரங்களில் தமிழ்வாணன் நாவல்கள் படிப்பது பெரிய கிளர்ச்சியூட்டும் அனுபவம். துப்பறிவாளர் சங்கர்லால் மனங்கவர்ந்த நாயகராயிருந்தார். அவருக்கு இருப்பதைப் போன்று நெற்றியில் முடி சுருண்டு கிடக்கவேண்டும் என்பதற்காக, தலைமுடியை அடிக்கடி திருகிவிட்டுக்கொண்டதுண்டு. அப்புறம் சுஜாதா புத்தகங்களை நினைத்தாலே நாவில் நீர் ஊறும் காலம். மு.வ.வின் கரித்துண்டையும் வெகுவாக ரசித்திருக்கிறேன். ஆயினும் எனக்குள் முதன் முதலாக வலுவான பாதிப்பையும் கலக்கத்தையும் ஏற்படுத்திய கதை ஜெயகாந்தனின் 'நந்தனவத்தில் ஓர் ஆண்டி.' அதுதான் எனக்கு இலக்கியம் குறித்தான ஒரு விழிப்பு. அந்தக் கதையின் தடம் பற்றி, புதுமைப்பித்தன், அழகிரிசாமி, கு.பா.ரா., தி. ஜானகிராமன், அசோகமித்திரன், சுந்தர ராமசாமி, கரிச்சான்குஞ்சு, எம்.வி. வெங்கட்ராம், கி.ரா. என்றெல்லாம் பயணப்பட ஆரம்பித்தேன்.

பிறகு புத்தகங்களின் மீது அதீத பித்து ஏற்படத் தொடங்கியது. நூலகங்களில் பார்த்துப் பார்த்து, அதுபோன்ற ஒரு அமைப்பை எனக்கும் உருவாக்கிக்கொள்ள விரும்பினேன். வீட்டில் ஒரு பெரிய முக்காலியின் மீது டிரங்குப் பெட்டி வைத்திருப்பார்கள். அந்த முக்காலியின் கீழ் புறத்தின் நான்கு சட்டங்களின் மீது காலண்டர் அட்டைகளை வைத்து தளம் உருவாக்கி, அதன் மேல் புத்தகங்களை வைத்து அழகுபார்ப்பேன். அந்த முக்காலியின் கீழ் பகுதிதான் என் நூலகம். அவற்றில் சி. என். அண்ணாதுரை, தமிழ்வாணன், சாண்டில்யன், சுஜாதா நூல்கள் வைத்திருந்தேன். எல்லாம் சேர்ந்து அதிகபட்சம் பதினைந்து இருபது புத்தகங்கள் இருக்கும்.

அந்தப் புத்தகங்கள் அப்படியே இருக்கும் என்று சொல்ல முடியாது. திடீரென்று செலவுக்கு சில்லறைக் காசுகள் தேவைப்படும்போது விற்றுவிடுவேன். என் பள்ளிக்கூடத்துக்கு எதிரில் ஒருவர் வண்டிக் கடை வைத்திருப்பார். ஏராளமான படக் கதை நூல்களையும் மாயாஜாலக் கதைகளையும் வண்டி முழுதும் பரப்பி வைத்திருப்பார். விற்பதற்காகவும் வாடகைக்குக் கொடுப்பதற்காகவும். அவரிடம்தான் என் புத்தகங்களை விற்பேன். மிகக் குறைவான விலைக்கு வாங்கிக்கொள்வார். பெரும்பாடு பட்டு சேகரித்த அவற்றை எதிர்பாரா நேரத்தில் அற்ப விலைக்கு விற்க நேரும். சிறிது காலத்துக்குப் பிறகு, காலியான என் முக்காலி நூலகத்தில் கொஞ்சம் கொஞ்சமாக மீண்டும் புத்தகங்கள் கூடடையத் தொடங்கும். நல்ல நல்ல புத்தகங்கள் அறிமுகமாயின. பிரயாசைப்பட்டு சேகரித்தேன். எனக்குத் தெரிந்த அளவிலும், மற்றவர்கள் தெரிவித்த வகையிலும் தேர்வு செய்தேன். அப்படி இன்று என்னிடம் பட்டுக்கோட்டையிலும் இங்குமாக, ஏறத்தாழ இரண்டாயிரம் புத்தகங்கள் இருக்கும்.

என் புத்தக சேகரிப்பு பற்றி எனக்கு பெரிய திருப்தியும் மகிழ்ச்சியும் உண்டு. இன்றளவும் என் சொத்து சம்பாத்தியம் என்பது இதுதான்.

வாழ்க்கையில் அடித்துச் செல்லப்பட்டு சென்னையில் கரை ஒதுங்கி, தனி அறைகள் பலவற்றில் தங்கவேண்டிய சந்தர்ப்பங்கள் ஏற்பட்டிருக்கின்றன. ஒவ்வொரு இடத்துக்கும் மாறிச்செல்லும்போது அந்தப் புத்தகங்களைக் கொண்டு சேர்ப்பது, விரக்திகரமான சவால். மிகு துன்பகாரியம். சில நேரங்களில் அறைக்கு வாடகை கொடுக்காமல் நீண்ட நாட்கள் வெளியூர் சென்று திரும்பும்போது, வீட்டுக்காரரர் என் புத்தகங்களையெல்லாம் அள்ளி கொல்லைக் கொட்டகையின் ஈர மண் தரையில் கொட்டியிருப்பார்.

வெளியூரில் இருக்கும்போது யோசிப்பேன்: ‘அங்கே ஓரிடத்தில் என் புத்தகங்கள் பாதுகாப்பாக வசிக்கின்றன. அவற்றில் அதி அற்புதமான கதைப்புத்தகங்கள் இருக்கின்றன. நல்ல கவிதைத் தொகுதிகள் அதிகம் உண்டு. மிகச் சிறந்த நாவல்கள் இருக்கின்றன. ஓவியம் குறித்தும் ஒளிப்படம் குறித்துமான நூல்கள், மிகப் பழைய மொழிபெயர்ப்பு புத்தகங்கள், பழங்காலத்து அரிய தமிழ் நூல்களெல்லாம் ஒன்றாக இருக்கின்றன. எனவே நமக்கு எது குறித்தும் கவலை இல்லை’ என்று பூமியில் கால் பதித்து மேகத்தில்

முகமுரசி நடக்கும் பெருமிதம்! ஆனால் திரும்பி வந்து பார்க்கும்போது அந்தப் புத்தகங்களெல்லாம் குப்பை கொட்டி வைத்திருப்பதுபோன்று, சிதைந்து சிதறிய உடல்கள்போன்று, மண் தரையில் நாசகார வன்மத்துடன்கொட்டப்பட்டிருக்கும். பக்கங்கள் கட்டுவிட்டு கொத்தாக பிதுங்கிக் கிடக்கும்... அட்டைகள் மடங்கிக் கிழிந்திருக்கும்... சேறு படிந்திருக்கும்... ஈரத்தில் ஊறித் துவண்டு ஒட்டிக்கிடக்கும்... உறைவிடத்துக்கும் உணவுக்கும் உத்தரவாதமற்ற பாழ் வாழ்க்கை பலிகொண்ட நூல்கள் மிக அதிகம். குடந்தை ஓவியக் கல்லூரியில் படிக்கும்போதான மூன்று கல்விச் சுற்றுலாவில் சிம்லாவரைசென்று ஒளிப்படம் எடுத்த ஏராளமான நெகட்டிவ்களும் இப்படித்தான் முற்றாக அழிந்தன. அவற்றில் மிகச் சிறப்பான ஐந்து ஒளிப்படக் காட்சிகள் நடத்தும் அளவுக்காவது தேர்ந்த படங்கள் இருக்கும். இன்று நினைக்கும்போதும் ஏக்கம் பிடரியழுத்தி தலைகுனியச் செய்யும் இழப்புகள்...

குறைந்த வாடகைக்குக் கிடைக்கும் சில அறைகள் மிக மோசமானதாக அமைவதும் உண்டு. பழவந்தாங்கல் காந்திசாலையில் தங்கியிருந்த ஒரு அறை இப்படியானதுதான். அறையின் மேற்தளத்தில் பெரிதாக வீறல் விட்டிருந்தது. அதன் வழியே மழை நீர் புத்தகங்களின் மீது கொட்டும். சில நாட்களுக்குப் பிறகு புத்தகங்கள் மக்கிப்போய் அவற்றின் மீது கருநிறப் பூஞ்சை படரும். அந்தப் பூஞ்சையிலிந்து ஒளிர் வெண் நிறத்தில் கடும் நெடியுடன் மெல்லிய காளான் தோன்றும். திணறச் செய்யும் நெடி. அப்படியான சந்தர்ப்பங்களில் அறையில் இராத் தங்க முடியாது. புத்தகங்களின் மீதான கரும் பூஞ்சைப் பரப்பும் அதன் மீது விளைந்திருக்கும் வெண் காளான் கொடிகளும்...

அப்புறம் அப்புறம், புத்தகங்களின் இடையே ஆயிரக் கணக்கான கட்டெறும்புகள் வந்து வசிக்கத் தொடங்கின. அவை எங்கிருந்தோ அரிசிகளையும் உணவுத் துகள்களையும் கொண்டு வந்து சேமித்தன. பாச்சை, கரப்பான், சிறிய மற்றும் பெரிய பல்லிகள், சிலந்திகள் ஆகியவையெல்லாம் வந்து புத்தகங்களின் இடுக்கு வெளிகளை தங்கள் சாம்ராஜ்ஜியமாக்கிக்கொண்டன. நண்பர் ஒருவரின் ஆலோசனையின் பேரில் பூச்சி மருந்தும் அடித்தேன்; வேறு வழியில்லை. இரவு நேரம். புத்தகங்களைச்சுற்றிலும் இடுக்குகளிலும் பீச்சாங்குழலால் மருந்து அடித்து படுத்துவிட்டேன். அது காற்றோட்டமற்ற அறை. சில மணி நேரத்துக்குப் பிறகு தொடர்

வாந்தி, மயக்கம். மறுநாள் முழுதும் கடும் தலைவலி, கிறுகிறுப்பு...

முதன் முதலில் நான் நீண்ட பயணம் மேற்கொண்டு வாங்கிய புத்தகம், சுந்தர ராமசாயின் சிறுகதைகள் (முழுத் தொகுப்பு, கிரியா வெளியீடு). அப்போது நான் பட்டுக்கோட்டையில் இருந்தேன். தஞ்சையில் அது கிடைக்கவில்லை. கோயமுத்தூர் விஜயா பதிப்பகத்தில் இருப்பதாகச் சொன்னார்கள். இரவு புறப்பட்டு மறுநாள் காலை கோவை சென்று அந்தப் புத்தகத்தைக் கைப்பற்றி வெற்றி வீரனானேன். இப்போது புத்தகங்களுக்கான பயணம் என்பது சாதாரணமாகிவிட்டது. வருடத்தில் சிலமுறை கேரளத்துக்கும் சென்று நிறைய புத்தகங்கள் வாங்கி வருகிறேன். என் வீட்டுக்கு வரும் உறவினர்கள் சிலர் என் புத்தகங்களைப் பார்த்து வியந்து, "இந்தப் புத்தகமெல்லாம் எவ்ளோ இருக்கும்?" என்று தவறாமல் கேட்பார்கள். நான் அந்தக் கேள்வியைத் தவிர்க்க நினைத்தாலும் மீண்டும் மீண்டும் முகத்துக்கு நேராக அந்தக் கேள்வியை நிறுத்துவார்கள். விருந்தோம்பல் நாகரிகம் பேணவேண்டிய கட்டாயத்தில் நான் ஏதேனும் ஒரு தொகையைச் சொல்வேன். ஏளனமும் பரிதாபமும் கலந்த பார்வையுடன் என்னைப் பார்த்து, புத்தகங்களுக்குச் செலவான பணத்தைக் கொண்டு என்னென்ன காரியங்களைச் செய்திருக்கலாம் என்று பட்டியலிடுவார்கள். என் முட்டாள்தனத்தை 'சரிப்படுத்து'ம்படி என் மனைவிக்கு உபதேசம் செய்வார்கள்.

புத்தகங்கள் கணிசமாகப் பெருக ஆரம்பித்துவிட்டன. இப்போது குடும்பஸ்தன். சென்னையில் வீடு மாறும்போதெல்லாம் மிகவும் துன்பப்பட்டு புதிய இடங்களுக்கு புத்தகங்களை கொண்டு போய்ச் சேர்க்கிறேன். கடந்த முறை வீடு மாற்றும்போது நானும் என் மனைவியும் மலேரியா காய்ச்சலால் பாதிக்கப்பட்டு சுருண்டு கிடந்தோம். தெருவின் ஒரு எல்லையிலிருந்து மறு எல்லைக்குக் குடிமாற்றம். என் மனைவியின் தங்கைகள் இருவர், சித்ராவும் மஞ்சுளாவும் மிகப் பொறுப்புடன் என் புத்தகங்களையெல்லாம் இடம் மாற்றினர்.

புதிதாகச் சென்ற வீட்டில், கடந்த மழை வெள்ள காலத்தில் தண்ணீர் வீட்டுக்குள் புகுந்தது. எல்லாம் கழிவு நீர். முதல் முறை தண்ணீர் வந்து அது வடிந்து, தரையைக் கழுவி, இயல்புக்கு வந்து, உயரத்தில் வைத்த புத்தகங்களையும் பொருட்களையும் அதனதன் இடத்தில் வைத்தால்... திடீரென்று மழை கனத்து

மீண்டும் வீட்டுக்குள் தண்ணீர் புகும். இப்படி மூன்று முறை. இதில் இழப்பான புத்தகங்களில், மக்கிய பக்கங்களுடைய மிகப் பழைய தமிழ்ப் புத்தகங்களும் அடக்கம்.

புத்தகங்களில் வந்தடையும் தூசியும் ஒட்டடையும் என்னுடன் இருப்பவர்களையும் பாதிக்குமோ என்று அஞ்சுகிறேன். எல்லா புத்தகங்களையும் அடிக்கடி துடைத்து சுத்தப்படுத்தவோ, முறையாகப் பராமரிக்கவோ முடியவில்லை. புத்தகங்கள் வைத்துக்கொள்வது என் தகுதிக்கு மீறிய காரியமாகத்தான், பெரிய பிரச்சினையாகத்தான் இருக்கிறது. ஆயினும் என் அன்பிற்கும் போற்றுதலுக்கும் வேதனைக்கும் துயரத்துக்கும் பெருமகிழ்ச்சிக்கும் பெருந்தனிமைக்கும் உரிய இந்தப் புத்தகங்கள் இல்லையென்றால், என் உயிரின் மகத்துவ உணர்கொம்பு ஒன்று துண்டிக்கப்பட்டுவிடும் என்று நினைக்கிறேன்.

நான் எப்போதும் என்னுடன் வைத்துக்கொள்ள விரும்புகிற புத்தகங்களில் ஒன்று 'குட்டி இளவரசன்.' அந்தக் கற்பனையின் கவித்துவ சாத்தியங்கள், அது நம் பிரக்ஞையில் நடத்தும் முடிவற்ற பயணம், மொத்தத் தாய்மையிலிருந்து கசியும் முலைப்பால் துளிகளான அதன் நிகழ்வுகளெல்லாம் என்னை அந்தப் புத்தகத்துடன் இணைபிரியாது இருக்கச்செய்கின்றன. சமீப காலத்தில் வெளிவந்த சி. மோகனின் 'விந்தைக் கலைஞனின் உருவச் சித்திரம்' தமிழில் மிகப் புதிய முயற்சி. விந்தைக் கலைஞனான ஓவியனின் வாழ்க்கையை சொல்லும் படைப்பை, ஓவியார்த்தமாகவே நிறைவேற்றியிருக்கிறார் மோகன். ஓவியனைப் பற்றிய, அதே தன்மையான ஒரு சிறந்த நாவல் என்பது (கரித்துண்டு, காலவெளிக்கு அப்பாற்பட்டு) தமிழில் இது மட்டும்தான் என்று நினைக்கிறேன். சுஜாதா, தமிழுக்கு ஒரு புதிய, வெகுஜன உரைநடையை உருவாக்கிக் கொடுத்தவர் என்றால், பிரான்சிஸ் கிருபா 'கன்னி' நாவலில் கவித்து உரைநடையொன்றைக் கையளித்திருக்கிறார். அவரது எளிமையின் காரணமாக அவர் மீது பாராமுகம் பிரயோகிக்கப்படுகிறது. பதவி அதிகாரங்களும் பணபலமும் கொண்ட, சராசரிக்கும் கீழான எழுத்துத் தரம் கொண்டவர்களுக்கு கிடைக்கும் தகுதியற்ற அங்கீகாரத்தையும் நியாயமற்ற புகழையும் முறையற்ற விருதுகளையும், அவர்கள் விரைவிலேயே 'தீர்மானிக்கும் சக்தி' யாக மாறிவிடுவதையும் நான் பல நேரங்களில் பிரான்சிஸ் கிருபாவுடன் ஒப்பிட்டுப்பார்ப்பதுண்டு. மலையாளத்தின் இலக்கியப் பேராசான்

ஓ. வி. விஜயன் எழுதிய 'கசாக்கின் இதிகாசம்' எனும் நூலை மொழிபெயர்த்திருக்கிறேன். ஏறத்தாழ அறுபது ஆண்டுகளுக்கு முன்பு வந்த நாவல். இப்போதும் அதே நவீனத்துடன், முற்றிலும் மாறுபட்ட தொனியுடனும் மிகத் தேர்ந்த மொழிப்பிரயோகத்துடனும் இருக்கிறது. நாவலின் மொழிநடையும் களமும் பாத்திரங்களும் சூழலுமெல்லாம் யதார்த்தப் போர்வையில் நவீன காவியமாக ஒருங்கிணைந்திருக்கின்றன.

ஏதாவது ஒரு புத்தகம் என் சிந்தனையில் பளிச்சென்று மின்னும். சற்றும் தாமதமின்றி அப்போதே அந்தப் புத்தகத்தைக் கையிலேந்தவேண்டும் எனும் பரவசம் பீறிடும். நான் பரபரப்பாகத் தேடத் தொடங்குவேன். வீட்டின் பல இடத்தில் இருக்கும் புத்தகங்களிலிருந்து அந்த ஒரு புத்தகத்தைக் கண்டுபிடிப்பது மிகவும் சிரமமாக இருக்கும். அப்போதைக்கு முடியாமலும் போகும். அப்போது வரும் பெருங்கவலையும் இழப்புணர்வும். இப்போதே இக்கணமே அந்தப் புத்தகத்துடன் என் உறவைப் புதுப்பிக்கவேண்டும் எனும் மகா உந்துதலால் பீடிக்கப்படுவேன். தேடத் தேட தோல்வியுற்று ஏக்கமே மிஞ்சும். அந்த இயலாமை, அழுகையைக் கொண்டுவந்துவிடுமோ எனும் அச்சம் துடிக்கும். அப்போது நான் மனதில், அந்தப் புத்தகத்தை நினைத்து மிகவும் மன்றாடுவேன், தாழ்ந்து பணிந்து இறைஞ்சுவேன். "என் அன்பிற்குரிய புத்தகமே, என் அருமையே, கண்மணியே, நீ எங்கே இருக்கிறாய் அன்பே, என்னிடம் வந்துவிடேன். நான் உன்னைக் காணாமல் மிகவும் தவித்திருக்கிறேன், தயவு செய்து என் கைகளில் சேர்ந்துவிடு" என்று பிதற்றிக்கொண்டிருப்பேன்.

அதிசயம்போல அது நடக்கும். அது நிகழும்போது பெரிய வியப்பாக இருக்கும். குறுகிய பொழுதில் அந்தப் புத்தகம் எங்கிருந்தாலும் வந்து என்னை அனைத்துக்கொள்ளும். தொலைவே சென்று நீண்ட நெடுநேரமாகியும் வீடு திரும்பாத பிள்ளைகளை அம்மா மனம் நொந்து அழைப்பதுபோல, என் கண் மறைந்த புத்தகங்களிடம் மனம் உருகிப் பிரார்த்தனை செய்திருக்கிறேன். அந்தப் புத்தகங்கள் ஒருபோதும் என் அழைப்பை மறுத்ததில்லை.

விகடன் 'தடம்'

யாரோ என் புத்தகங்களைக் களவாட சதி செய்கிறார்கள்!

பல வருடங்களுக்கு முன்பு சென்னையில் தங்கியிருந்த காலத்தில் எப்போதாவது அம்மாவைப் பார்ப்பதற்காக என் ஊருக்குச் செல்வேன். ஊரில் நான் பல்லாண்டுகளாக முயன்று தேடிய புத்தக சேகரம் ஒன்றும் இருந்தது.

வீட்டுக்குள் நுழைந்ததும் முதல் வேலையாக என் புத்தகங்களின் முன்னால் போய் நின்றுகொள்வேன். அவற்றை மணிக்கணக்காக உற்று ஆராய்வேன். நான் வைத்துவிட்டுச் சென்றபடிதான் புத்தகங்கள் இருக்கின்றனவா? அல்லது நான் வைத்திருந்த முறை தவறி வரிசை கலைந்திருக்கிறதா? நான் ஊரில் இல்லாத நேரத்தில் யாராவது திட்டமிட்டு வந்து என் புத்தகங்களில் எவற்றையேனும் அபகரித்துச் சென்றுவிட்டார்களா? என்றெல்லாம் தூக்கிவாரிப்போடும் மனதுடன் நான் சிந்தித்துக்கொண்டிருப்பேன். நேரமாக ஆக, நான் இல்லாத நேரத்தில் யாரோ வந்து அளவற்ற முத்தியத்துவம் வாய்ந்த என் புத்தகங்களைத் தூக்கிச் சென்றுவிட்டார்கள் என்ற என் கருத்து வலுப்பெறும். அப்போது, என் புத்தகங்களைச் சரியான வகையில் பாதுகாக்காமல் தன்

கடமையில் அலட்சியமாக இருந்த என் அம்மாவின் மீது மிகவும் வருத்தமும் கவலையும் ஏற்படும். அம்மாவுக்குக் கோபம் ஏற்பட்டுவிடாதபடி நான் மிகவும் நைச்சியமாக விசாரணையைத் தொடங்குவேன்.

நான் இல்லாதபோது யாரேனும் உறவினர்கள் வந்தார்களா? அல்லது என் நண்பர்கள் யாரும் வந்திருந்தார்களா? அல்லது எந்த சமயத்திலாவது அம்மா வீட்டைத் திறந்துபோட்டுவிட்டு அக்கம்பக்கத்தாருடன் அரட்டையடிக்கச் சென்றிருந்ததா? இதுபோன்று மிகவும் நுட்ப சாதுர்யத்துடன் கேள்விகளைப் போட்டு, அம்மாவின் எதிர்வினைகளை அபார கவனத்துடன் கிரகிப்பேன். சில நிமிடங்களுக்குப் பிறகு அம்மாவுக்கு என் கேள்விகளின் அடியில் உள்ள சந்தேகம் வெளிச்சமாகிவிடும். பிறகு சுனாமி சீற்றம்தான்! "ஏ, சனியனே! இந்தப் புத்தக இழவுகளையெல்லாம் உன் தலையிலேயே கட்டிச் சுமந்துகொண்டு நீ செல்லும் இடத்துக்கே கொண்டு செல்ல வேண்டியதுதானே? ஏன் இங்கே வைத்துக்கொண்டு என் உயிரை எடுக்கிறாய்?" இந்தப் பெருவெடிப்புக்குப் பிறகு என்னால் ஒன்றும் செய்ய முடியாது. நான் அமைதியடைந்து மறுபடியும் என் புத்தகங்களை அடுக்கத் தொடங்கிவிடுவேன்.

நான் ஊருக்குச் செல்லும் ஒவ்வொருமுறையும் இந்தக் காட்சி தவறாமல் அரங்கேறும். ஆனால் சமீப காலமாக அப்படி நடப்பதில்லை. அம்மாவுக்கு வயதாகிவிட்டது. உடல்நிலையும் சரியில்லை. எனவே இப்போதெல்லாம் நான் ஊருக்குச் செல்லும்போது, என் முக்கியமான புத்தகங்களில் சில கடத்தப்பட்டிருப்பதாக நானே சந்தேகப்பட்டுக்கொண்டு, பிறகு நானேவேறு வழியின்றி சமாதானமாகிவிடுவேன். என் அக்காவுக்கும் என் புத்தகப் பிரியம் தொடர்பாக தீராக் கவலையுண்டு. "இந்த எருமைமாடு ஏன்தான் காசைப்போட்டு இப்படி பேப்பர் பேப்பராக வாங்கிக் குவிக்கிறதோ தெரியவில்லையே!" என்று அவர் பெருமூச்சுவிடுவார்.

இதுபோன்று, திருமணத்துக்குப் பிறகு நடந்த ஒரு நிகழ்ச்சியும் சொல்வதற்குச் சுவாரஸ்யமானதுதான் என்று நினைக்கிறேன். கும்பகோணத்திலிருந்து என் மனைவியின் மாமன் மகன் எங்களைப் பார்ப்பதற்காக சென்னை வருவதாகத் தகவல் கிடைத்தது. அந்த நொடியே நான் சுதாரிப்படைந்துவிட்டேன். வருமானவரி அதிகாரிகள் இன்னும் சற்று நேரத்தில் பரிசோதனைக்காக

வீட்டுக்கு வரப்போகிறார்கள் எனும் தகவல் கிடைத்த பெருங்கோடீஸ்வரன்கூட நான் அடைந்த அளவு பதற்றத்தையும், கவலையையும், பயத்தையும் ஒருபோதும் அனுபவித்திருக்க மாட்டான் என்று நினைக்கிறேன். அந்தப் பையன் வரப்போகிறான் என்றதும் நான் அப்படிக் கலங்கிப்போனேன்!

வருபவன், என்னிடம் உள்ள நல்ல நூல்களை எடுத்துச் சென்றுவிட்டால் என்ன செய்வது?

பிறகு நான் சற்றும் தாமதிக்காமல் போர்க்கால நடவடிக்கையில் இறங்கினேன். பல மணி நேரங்கள் பாடுபட்டு வியர்வை சிந்தி புத்தகங்களை வேறு இடத்துக்கு மாற்றினேன். ஆனால், வந்த விருந்தினன், மிகவும் அப்பாவியான ஒரு சிறுவன். அவன் வந்திருந்து உண்டு உறங்கி தொலைக்காட்சி பார்த்துச் சென்றுவிட்டான். நல்லவன் அவன்!

இந்த வகையில்தான் புத்தகங்களுக்கும் எனக்குமான உறவு இருந்து வந்திருக்கிறது. காசு கொடுத்து வாங்க இயலாத, கிடைக்காத பல அரிய நூல்களைப் பெறுவதற்கு நான் பல அடவுகளும் பிரயோகித்திருக்கிறேன். அவற்றில் சில அடவுகள் முறையற்றதாக இருந்தாலும்கூட நான் தயங்கியதில்லை. ஏனென்றால், நான் தேடும் புத்தகம் என்னை நோக்கி காலத்தில் பயணம் செய்து வந்துகொண்டிருப்பதாகவும், என் வாழ்க்கை அதை நோக்கி என்னை நகர்த்திச் செல்வதாகவும், இடையில் எதுவும் பொருட்டல்ல என்றும் ஓர் எண்ணம் இருந்ததுண்டு. நிறைய நல்ல புத்தகங்களைச் சேகரித்தேன். அவற்றில் சிலவற்றைப் படித்திருப்பேன். ஆனால், இவ்வளவு அருமை பெருமையாக நான் போற்றிவைத்திருந்த புத்தகங்களை என்னால் எல்லாக்காலங்களிலும் முறையாகப் பாதுகாக்க முடியாமல்போனதுதான் சங்கடம்.

சென்னையில் அற்றலைந்த வருடங்களில், ஒரு அறையிலிருந்து மற்றொரு அறைக்கு மாறிமாறி வாழ்ந்த காலத்திலெல்லாம் பல புத்தகங்கள் அழிந்திருக்கின்றன. அறையின் மேற்கூரையிலிருந்து மழைத் தண்ணீர் அருவிபோல என் புத்தகங்களின் மீது கொட்டியிருக்கிறது. மழையில் ஊறிய புத்தகங்களின் மீது வினோத வடிவிலான காளான்கள் சுருண்டு சுருண்டு முளைத்தன. பாசிக் கருமை பிடித்த பக்கங்களைத் திருப்பித் திருப்பிப் பார்த்துக்கொண்டிருப்பதைத் தவிர வேறெதுவும் அப்போது செய்ய முடிந்ததில்லை.

நான் ஒருமுறை சென்னையிலிருந்து ஊருக்குச் சென்று நீண்ட நாட்கள் தங்கியிருந்தேன். திரும்பி வந்து பார்க்கும்போது, நான் இருந்த சிற்றறையை வீட்டுக்காரர் வேறு ஒருவருக்கு வாடகைக்கு விட்டிருந்தார். நான் இனிமேல் திரும்பி வரமாட்டேன் என்று அவர் முடிவு செய்துவிட்டார்போலும். அறையில் நான் வைத்திருந்த புத்தகங்களையெல்லாம் அவர் கொல்லைப்புற கொட்டகையில் ஈர மண்தரையில் போட்டு வைத்திருந்தார். அவற்றில் பல அப்போதே சிதைந்திருந்தன. நைந்து தொய்ந்திருந்த அவற்றையெல்லாம் பொறுக்கிக்கொண்டு நான் வேறொரு அறையைத் தேடிப் போனேன்.

எப்போதும் என் அறையில் உள்ள புத்தக வரிசைகளின் இடுக்குகளில், எறும்புகள் சாரைசாரையாக உணவுப் பொருட்களைக் கொண்டு வந்து பதுக்கின. எலிகள் இடைவிடாது தங்கள் பற்களுக்கு வேலை கொடுத்துக்கொண்டிருந்தன. பல்லிகள் தங்கள் சந்ததிப் பெருக்கத்துக்கு புத்தகங்களுக்கிடையே இடங்களைத் தேர்வு செய்துகொண்டன. அறையின் பழமையினாலும், உள்ளே நிலவும் ஈரப்பதத்தாலும் எப்போதும் மூக்கடைப்பு, தும்மல், ஜலதோஷம். பழைய புத்தகங்களின் மக்கல் நெடி சூழ நான் பசியையும் பொருட்படுத்தாமல் பலகாலம் நிம்மதியாகப் படுத்துத் தூங்கியிருக்கிறேன். ஏனெனில், என்னிடம் நல்ல புத்தகங்கள் இருக்கும் மகிழ்ச்சி! அது குறித்து மெல்லியதொரு ஆணவம்! அந்தக் கடுமையான காலத்திலும் இனம்புரியாத திருப்தி!

இப்போது நான் இருக்கும் வாடகை வீட்டில் புத்தகங்களுக்காக ஒரு அறை ஒதுக்கியிருக்கிறேன். ஆயினும் புத்தகங்கள் அதற்குள் அடங்காமல் கிளைத்துக் கிளைத்து வீட்டின் எல்லா இடங்களுக்கும் பரவுகின்றன. புத்தகங்களால் ஏற்படும் தூசு என் மகனுக்கும் ஒத்துக்கொள்ளவில்லை. எனவே மிகமிகவும் அத்தியாவசியமான புத்தகங்களை மட்டும் வைத்துக்கொண்டு மற்றவற்றை கொஞ்சம் கொஞ்சமாக விடைகொடுத்து அனுப்பிவிடலாம் என்று தோன்றுகிறது. என் பேராசை மட்டுப்பட்டால்தான் இது சாத்தியம்.

சின்னஞ்சிறு வயதில் எனக்கு மிகவும் அதிகமாக மாயாஜாலக் கதைப் புத்தகங்களை வாங்கிக் கொடுத்தவன் என் நண்பன் கணேஷ்குமார். தங்கள் பெட்டிக்கடையிலிருந்து தன் அண்ணனுக்குத் தெரியாமல் ஒரு ரூபாயோ இரண்டு ரூபாயோ எடுத்துக்கொண்டு என்னைத் தேடி வந்துவிடுவான். நாங்கள், பேருந்து நிலையக் கடைகளில் விற்கும் கதைப் புத்தகங்களை வாங்க உற்சாக

நடைபோட்டுச் செல்வோம். 32 பக்கம் உள்ள ஒரு புத்தகம் 25 பைசா. ஐந்தாம் வகுப்பு, ஆறாம் வகுப்புப் பருவத்தில் இவன்தான் எனக்கு மிக அதிகமான கதைப் புத்தகங்கள் வாங்கித் தந்தவன். ஓவியக் கல்லூரியில் படிக்கும்போது நண்பன் அறிவுச் செல்வனும் இப்படிச் செய்தான். நான் விரும்பும் புத்தகம் எதுவானாலும் இவன் மூலமாக என்னை வந்தடைந்துவிடும். அதை நான் ஆவல் மீதுற புரட்டியும் தடவியும் பார்ப்பதை, விழிகளில் பரிவு மிளிரப் பார்த்து ரசிக்கும் நண்பன் அவன். நான் சுந்தர ராமசாமியைப்போல ஒரு எழுத்தாளராக ஆக வேண்டும் என்பதுதான் இவனது ஆசை. இவர்கள் இருவரும் ஆதியில் புத்தகங்களோடு என்னை நெருக்கப்படுத்தியவர்கள். முக்கியமானவர்கள். என்றும் என் நன்றிக்கும் வணக்கத்துக்கும் உரியவர்கள்.

சமீபத்தில் நண்பர் கூத்தலிங்கத்திடம் இப்படிக் கேட்டேன்: "என்னதான் துன்பங்களும் துயரங்களும் இருந்தாலும், நாம் மிகவும் அருமையான ஒரு வாழ்க்கையை வாழ்ந்துகொண்டிருக்கிறோம், அல்லவா!"

"எப்படிச் சொல்கிறீர்கள்?"

"நமக்குக் கவிதையை ரசிக்கத் தெரிந்திருக்கிறதே!"

"ஆமாம். ஒவ்வொன்றிலும் உள்ள கவிதையை உணரத் தெரிந்திருந்தால் போதும். வேறெதுவும் தேவையில்லை!" என்றார் கூத்தலிங்கம்.

பிரபஞ்சம் நிகர்த்த வாழ்வின் கவித்துவத்தில் சில நுண் துணுக்குகளை எனக்குச்சுட்டியவை புத்தகங்கள். இன்னும் இன்னும் ஆழ்ந்துபோக வேண்டியிருக்கிறது. இன்னும் இன்னும் உணர வேண்டியிருக்கிறது. இன்னும் இன்னும் பதம் பெற வேண்டியிருக்கிறது. இருப்பினும் என்னைக் கவிதையின் மாணாக்கனாக ஆக்கியதே என் வாழ்வில் எனக்குப் புத்தகங்கள் செய்த மிகப் பெரும் தியாகம். இது எனக்கு நிறைவு.

இத்தனை வயதான பிறகும் என் புத்தகங்களை யாரோ களவாடக் காத்திருப்பதான ஒரு பூடகமான எண்ணம் மட்டும் என் மனதிலிருந்து இன்னும் மறையவில்லை.

அன்று நான் அம்மாவிடம் செய்த புலன்விசாரணை இன்று என் மனைவியிடமும் தொடர்கிறது:

"இந்தப் புத்தகங்கள் நான் வைத்துவிட்டுச் சென்றதுபோல இல்லையே, சற்றுக் கலைந்திருக்கிறதே. நான் இல்லாதபோது இந்த அறைக்குள் யாரும் வந்தார்களா?"

புத்தகங்கள் சூழ்ந்தமையாத ஒரு இருத்தல் எனக்கு வாய்த்துவிடுமோ என்பது குறித்தான என் பேரச்சமே இந்த விசாரணைக்குக் காரணமாக இருக்கக்கூடும்...

'புதிய புத்தகம் பேசுது' செப்டம்பர் 2011

ஒரு கேள்வியும் பதிலும்

நவீனக் கவிஞனொருவன் படைப்பியல் ரீதியாக இன்று எதிர்கொள்ளும் முக்கியமான சவால்கள் என்ன?

'நவீன' என்பதற்கான வரையறை மிகவும் தளர்வானது. உயிர்ச்செறிவான நவீனக் கலை வெளிப்பாடுகளிலும், மரபான கலைப் பதிவுகளிலும் நிலைகொண்டிருக்கும் சாராம்சம், மனதை ஊடுருவும் விழிப்பென நம்முள் ஒன்றுபோலவே செயல்படுகிறது. இரண்டும் ஒன்றையே ஆன்மாவாகக் கொண்டிருக்கின்றன. கால இடச் சூழலைப் பொறுத்து வெளித்தோற்றம் வேறுபடுகிறது.

நவீனம் தன் அடிப்படைகளில் ஒன்றாகப் பன்முக அர்த்த தளங்களைக் கொண்டிருக்கிறதெனில், அனேக ஊடுவழிகளைக் கொண்டிருக்கிறதெனில், மரபு மிகக் குறுகிய எல்லைகளைக் காத்துக்கொண்டிருப்பதாகக் கருத்துரைக்கப்படுவதுண்டு. ஆயினும் அந்த எளிய பரிமாணமும் ஈரமுடையதாயிருந்து, அது ஒரே ஒரு ஒற்றையடிப் பாதையை மட்டுமே நமக்குத் திறப்பதாயினும் அந்தப் பயணத்தின் முடிவிலும் நாம் அகண்டு விரிந்த பேருணர்வை எட்டுகிறோம். ஒன்றாகப் பிறந்த இரண்டு சிறுமிகளின் உடைகள் வேறுபட்டிருக்கின்றன.

முதலாவதாக, கவிஞன் தன் படைப்புருவாக்கத்தில் சந்திக்கும் முட்டுச்சந்துகளை, படைப்பைக் கருக்கொள்வதிலிருந்து அதை உருவாக்குவதுவரை நேரக்கூடும் பெருந்தடைகளையெல்லாம் தன் கவிதார்த்த தாபத்தின் பேரான்மிகத்தால், பலகோடிக் கண்களாலும் கரங்களாலும், கொந்தளிப்பும் குமுறலுமாகத் தேடும் படைப்பு மூர்க்கத்தால் உடைத்துப் போட்டுப் பெருவெளிக்குப் போகிறான். அவனுடைய அந்த அபூர்வ இயல்பினால் சொற்களும் பொருட்களும் புத்தாக்கங்களாகக் கூடுகின்றன. அறியப்படாத பிரதேசங்கள் கண்டடையப்படுகின்றன. இது அவனது அகவாழ்க்கை. இதில் அவனை அவனே தின்று முடித்து மீளவும் தன்னைப் பிறப்பித்துக்கொள்கிறான். இப்படி, கவிதை அவன் மீது சுமத்தும் பேரழுத்தத்தின் காரணமாகத்தான் அவன் உலகின் ஒளியாக மாறுகிறான்.

இரண்டாவது, அவனது பசுந்துளிர்கள் மீது பெருந்தீப்பிழம்புகளைக் கக்குகிற, நச்சு நீரகழியாக வழிமறித்துக் கிடக்கிற லௌகீகம். அன்றும் இன்றும் லௌகீகம் பெரிய பீப்பாயைச் சுமந்து அவனைப் பின்தொடர்கிறது. "எனக்கு மிகவும் தாகமாக இருக்கிறது. இது நிறைய உன் ரத்தத்தைக் கொடு! இது நிறைய உன் ரத்தத்தைக் கொடு!" என்று அவனைச் சுரண்டிக் கேட்கிறது அது. கவிதையின் பொருட்டு தன் இருத்தலை உணரும் அவன், தன் இருத்தலுக்கு விலையாக உதிரம் கொடுக்கிறான்.

பேரிழிவால் செய்த வாட்களைச் சுழற்றி எட்டுத்திக்கும் மதர்த்தாடும் சாதியம்... கணப்பொழுதும் செத்து விழும் மனசாட்சிகளின் பிணங்கள்... ஊடகங்களின் பிடிவாதமான மலட்டுத்தனம்... விளம்பர மாயலோகப் பசப்புகள்... வர்த்தக மிகைப்பின் அப்பட்டமான அறப்பிறழ்வுகள்... மலம் துடைத்தெறியப்படும் விழுமியங்கள்... அதிகாரத்தில் சிக்கி நசுங்கும் தார்மிகம்... என்றெல்லாமான, அங்கீகரிக்கப்பட்ட மாபெரும் லௌகீகம் அவன் எங்கு சென்றாலும் அவனைப் பின்தொடர்கிறது. காலங்காலமாக ரத்தம் கேட்கிறது.

கொடுத்துக் கொடுத்து உடல் வெளிறிய அவன் நிராதரவாய்க் கேட்கிறான்:

"ஏன் என்னைத் துன்புறுத்துகிறாய்?"

புவி முழுதும் பரவி என்றும் நிலைத்திருக்கிறது அந்தக் குரல். ●

'உயிர்மை' டிசம்பர் - 2011

சிறார் இலக்கியம்

தமிழ் சிறார் இலக்கியம் தீவிர செயல்பாட்டுடன் இருந்த காலம் ஒன்று இருந்தது, ஐம்பதுகளில். இப்போதைய நம் சூழலில் சிறார் இலக்கியத்தின் நிலை மிகவும் பலவீனம் கொண்டிருக்கிறது. இந்த வகையில் நிறைய நிறைய புத்தகங்கள் வெளிவருகின்றனதான். ஆனால் அவற்றில் நல்ல புத்தகங்கள் காணக்கிடைப்பது அபூர்வம். சிறார் இலக்கியம் குறித்தானகருப்பொருள், கவித்துவம், சொல்முறை நுட்பம், வாசிப்பின் மகிழ்வு, இலக்காகக் கொள்ளும் மனவிரிவு - விழிப்பு ஆகியவற்றுக்கெல்லாம் நானறிந்த முன்மாதிரி அழ. வள்ளியப்பா, வாண்டுமாமா உள்ளிட்ட முன்னோடிகளின் படைப்புகள், மற்றும் ரஷ்ய, மலையாள, இன்னபிற வேற்றுமொழி இலக்கியங்கள்தான். இவற்றின் தரத்துடனும் அழகியலுடனும் ஒப்பிடும்போது சமகால தமிழ் சிறார் இலக்கியப் படைப்புகள் பெரும்பாலும் உட்சிதைந்த எலும்புகள் வெளித்தெரியும் விதமாக வறண்டு, உயிரற்று இயல்பற்றுக் காகிதங்களில் முடங்குகின்றன.

பெரியவர்களுக்கு எழுதுவதைவிடப் பேரளவான கவித்துவம் சிறாரெழுத்தாளர்களின் நெஞ்சில் சுரக்கவேண்டும். மொழியின் மிகு

லாவகப் பிரயோகம் கூடவேண்டும். கட்டற்ற குழந்தைமையும், விண்ணிலும் மண்ணிலும் உள்ள ஒவ்வொன்றும் குறித்த அக்கறையும் அன்பும் நிலவவேண்டும். தவிர, வெளிப்பாட்டு யுக்திக்கான பிரக்ஞையும் முக்கியமாகிறது. இதற்கான பாடுகளில், இதற்கான துயர்களில் தன்னை ஒப்புக்கொடுப்பவரே மனங்களைப் பூக்கச் செய்கிறார். நம் முன் மனமுவக்கும் படைப்பாக காலத்தில் எஞ்சுகிறார். இந்த எண்ணத்தினூடே பார்க்கும்போது, நமது இக்கால சிறார் இலக்கியச் செயல்பாடுகள் மிகப் பெரும்பாலும் ஏமாற்றமும் சோர்வுமளிக்கின்றன. வெகுசன நாளிதழ் இணைப்பான சிறார் பக்கங்களில் வரும் படைப்புகளும், அடிப்படை ரசனையும் கவனமும் இன்றியே தேர்வு செய்யப்படுகின்றன.

நல்ல சிறார் இலக்கியப் படைப்புகள் தாய்ப்பாலுக்கு நிகரானவை என்று நம்புகிறேன். பிள்ளைப் பிராயத்தில் படித்துக் களிக்கும் நல்லதெதுவும் எக்காலத்திலும் உள்ளத்துக்கு உரமாக உடனிருப்பவையே. இன்று நம் தலைமேல் விழுந்து மூச்சுவிட முடியாமல் அழுத்தும் இழிவுகளையெல்லாம் நாளையேனும் அகற்றுவதற்கு, நாளையேனும் மனிதம் சகல உரிமைகளுடனும் மகத்தான கனவுகளுடனும் நிமிர்வதற்கு நம் பிள்ளைகளுக்கு கலை இலக்கியம் ஊட்டுவதொன்றே வழி.

மிகப் பரந்து விரிந்த தமிழ்வெளியில் அங்கொன்றும் இங்கொன்றும் நடக்கும் சில முயற்சிகளைக்கொண்டு மட்டும் திருப்தியடையவேண்டிய துரதிர்ஷ்டம் நமக்கு. நமது அரசும், பெரும் படைப்பாளிகளும், ஊடகங்களும், பதிப்பகங்களும், பெருநிறுவனங்களும், அமைப்புகளும் சிறார் இலக்கியத்தின் காலகால கட்டாயத் தேவையை உணர்ந்து அதற்கு முகங்கொடுத்து தீவிரமாகச் செயல்பட்டால், அதன் தொடர்ச்சியாக பெரும் சாதனைகள் எழுவதற்கு வாய்ப்பிருக்கிறது.

விகடன் 'தடம்'

தன்னை ஈந்து கனிந்த கலைத்துவம்

மூன்றுமுறை பாடுகள்பலபட்டு, ஒருவிதமாகப் பத்தாம் வகுப்பு தேர்ச்சி பெற்ற பிறகு, வாழ்க்கை ஒரு முட்டுச்சந்தாகி, பூச்சியைச் சீண்டி விளையாடும் சிறுவனைப்போல என்னைச் சுண்டிவிட்டு சுண்டிவிட்டு விளையாடிக்கொண்டிருந்தது. அந்த இயலாத பருவத்தில், நிலைபெற்ற திக்பிரமையுடன் தனிமை தேடி அரையிருள் புகலிடங்களில் இறுதி இதுவோ என்று குமைந்து மருகியிருக்கிறேன்; கவிதைகள் எழுதியிருக்கிறேன். அருகில் இருந்தோரால், கார் ஓட்டக் கற்றுக்கொண்டு ஓட்டுநர் உரிமம் பெற்று டாக்ஸி டிரைவர் ஆகிவிடும்படி அறிவுறுத்தப்பட்டேன். அதற்கு வைத்த எத்தனங்கள், ஓட்டுநர் பயிற்சிக்கான பணம் இல்லாததால் பிறழ்ந்துபோயின. அக்கறை கொண்டோர் அருகழைத்து, தையற்காரன் ஆகிவிடும்படி ஆற்றுப்படுத்தினார்கள். அத்துறைக் கலைஞர் எவரையும் அறியாத காரணத்தால் அதுவும் கைகூடவில்லை. அந்தக் குழப்பக் கவலைகளின் சொறி, இடையறா அச்ச நமைச்சலான காலத்தில் என் பெரியப்பா மகளின் கணவர் லெட்சுமணன் வந்தார். "வந்து சேரடா தம்பி, அங்கே இருக்கிறது ஓர்

ஓவியக் கல்லூரி; தங்குவதற்கு என் வீடும் உண்டு" என்று எனக்குத் தயாளம் தந்தருளினார். இவ்வாறு நான் கும்பகோணம் ஓவியக் கல்லூரியில் மாணவனாக ஒண்டிக்கொண்டேன். முடிவில், 'இனி நீ புறத்தேகி உலகம் பார்; பிழைத்துக்கொள். நான் உனக்குக் கால்கள் முளைப்பித்திருக்கிறேன்' என்று தன் இதயத்திலிருந்து என்னைச் சென்னைக்கு விடுவித்தது கல்லூரி.

அங்கே என் பார்வை எதிலும் காத்திரமாகப் பதியவில்லை. நகர பிரமாண்டம், முன்னறியாப் பரபரப்பு, வாகனாதிகளின் வெறிப்பிரவாகம், எக்கணமும் கவனம் – திசையெதிலும் எச்சரிக்கை எனும் அறிவுரைகள் எல்லாம் என் பார்வையை நீர்க்கச்செய்து நீர்க்கச்செய்து, பதற்றக் கலங்கலான மெல்லிய நோட்டங்களாக எதிலும் பதித்து வந்தன. உண்மையில், நகரத்தின் மூலையில், பழவந்தாங்கல் அறையில், இரவானது தனிமையின் முரட்டுச் செதில்களை என் மீது உராய்ந்து உராய்ந்து உதிர்த்து என்னை மூழ்கடிக்கும் அகாலங்களில், தூசுபடும் கனம்கூடத் தாளாமல் குமுறிக் கொந்தளித்துவிடும்படி சன்னமாகிப்போன, பச்சை நெடி வீசும் அநாதைத்துவ மனநிலையில் என் கண்ணீர் இழைகள் அறை முழுதுமான சிலந்தி வலையாகும். அந்த வலையில் உறைவதும் நானே, சிக்கி உணவாவதும் நானே என்றாகி, சிறுத்துச் சிதைந்துகொண்டிருந்த ஸ்தம்பிதம். அந்தக் காலங்களில் என் பார்வை எதிலும் காத்திரமாகப் பதியவில்லை. பார்வை என்பது, பதற்றக் கலங்கலான மெல்லிய நோட்டங்களன்றி வேறில்லை.

ஏறத்தாழ யாசகனாக, ஏறத்தாழ நாடோடியாக, முழுமுற்றிலும் பசித்தவனாக பருக்கைகளுக்கான மார்க்கங்கள் தேடி கனல் அளைந்து போகையில் எதிர்ப்பட்ட ஒரு புத்தகக் கடை எனக்கு வினோதப் பிரதேசமாயிருந்தது. தி நகர், ரங்கநாதன் தெரு, 'முன்றில்' புத்தகக் கடை. அந்தக் கடையை வைத்திருந்தது, எழுத்தாளர் மா.அரங்கநாதனும் அவரது மகன் மகாதேவனும் (மகாதேவன் இப்போது சென்னை உயர்நீதிமன்ற நீதிபதி). நாளெல்லாம் எங்கே நொந்து அலைந்தாலும் மாலையில் அந்தக் கடை தன் கதகதப்பால் என்னைப் பொதிந்துகொள்ளும். புத்தகங்களின் அரணுக்குள்ளிருப்பதில் அனைத்தையும் மீறியதொரு உவகை. சில நாட்களில் முழு நாளுமே அந்தக் கடையில் கரையும். வெறுமனே உட்கார்ந்து பொழுதுபோக்கவும், பேசிக்கொண்டிருக்கவும், படிக்கவும், அமர்ந்தபடியே குட்டித்தூக்கம் போடவும் உகந்த இடம்.

இதை அந்தக் கடைக்காரர்களும் உவந்து அனுமதித்தார்கள் என்பதுதான் வியப்புக்குரியது. கலைஞர்களின் சங்கம ஸ்தலமாக இருந்த முன்றில்... அப்போது புத்திளைஞனாக இருந்த எனக்கு ஓர் இனிய திளைப்புக்களம். நாட்களின் அலகுகள் எங்கிருந்தெல்லாமோ கலைஞர்களைக் கவ்வி முன்றிலுக்குக் கொண்டு வந்து சேர்த்தன. ஒருநாள் பிரமிளைக் கொண்டு வந்தது என்றால், மறுநாள் ஜெயந்தனுடன் வரும். இன்னொன்று பிரேமை, வேறொன்று எஸ். ராமகிருஷ்ணனை, கோணங்கியை, கோபிகிருஷ்ணனை, வண்ணநிலவனை, பா. வெங்கடேசனை... கொத்துக்கொத்தான கலைஞர்களைத் தரித்துக்கொண்டு பிரகாசமாயிருந்தது முன்றில். அறிமுகங்கள் உருவாயின, நட்புகள் முகிழ்த்தன.

காரணங்கள் சில உண்டென்றாலும் முன்றில் அறிமுகத்தால் ஏற்பட்ட இலக்கியக் கிளர்ச்சியின் ஆதிக்கம் மிகைக்க, நான் அப்போது பார்த்துக்கொண்டிருந்த ஒரு வேலையை விட்டுவிட்டு, முன்றிலில் அமர்ந்து இச்செய்தியை அரங்கநாதன் அறியத் தந்தேன். என் சிறுபிள்ளைத்தனத்தை நினைத்து மிகவும் ஆதங்கம் கொண்டார் அவர். 'இனி என்ன செய்யப்போகிறாய்?' என்று பரிதவித்தார். அங்கு வருபவர் சிலரிடத்தும் ஆற்றமாட்டாமல் சொல்லிப் புலம்பினார் என்று பிறகு தெரிந்தது.

சில தினங்கள் கடந்த மதியமொன்றில் புத்தகக் கடைப் பணியாளரும் நானும் சோம்பியிருக்கையில் ஒருவர் வந்தார். தோல் பையை ஓரத்தில் வைத்துவிட்டுச் சட்டையின் மேல் பித்தானைக் கழற்றி காலரை மேலேற்றிவிட்டபடி என் பக்கத்து நாற்காலியில் சாய்ந்தமர்ந்தார். பணியாளர் அவருக்கு என்னை அறிமுகப்படுத்தினார்: "இவர்தான் யூமா வாசுகி..."

"ஓ, தெரியும். 'பாத்துக்கிட்டிருந்த வேலையை விட்டுவிட்டு ஒருவன் இலக்கியவாதி ஆகணும்னு வந்து நிக்கிறான், என்னத்தச் சொல்றது' என்று அரங்கநாதன் வருத்தப்பட்டாரே, அவர்தானே நீங்கள்?"

சி. மோகனுக்கு முதலில் நான் இப்படித்தான் அறிமுகம் ஆனேன். அவருடனான தொடர்ந்த சந்திப்புகள் என்னைப் பொருட்படுத்தும்படி எனக்குப் பூடக அழுத்தம் கொடுத்தபடியிருந்தன. அவருடைய உடல்மொழியும் பேச்சுத் தொனியும், தோரணையும், அவரில் தோய்ந்து ஊறி அனிச்சையாகச் சிதறித் தெறிக்கும் இலக்கியமும், அனைத்துக்கும் மேலாக உள்ளும்

புறமுமான, கலைநேயச் சித்திர வேலைப்பாடுகளுடைய அவரது தனிமையும் என்னைத் தம் வசமாக்கின. பிறகு, அவரைச் சந்திப்பதற்காக மட்டுமே தினமும் முன்றில் செல்பவனானேன். என்னைப்போன்றே மிக இயல்பாக, இலகுவாக அனேக இளைஞர்கள் அவர்பால் ஈர்க்கப்பட்டிருந்தார்கள். மெத்தனமும் மேன்மையுமான அவரது மாயநுண் வசீகரம், அவர் வரவை எதிர்பார்த்து எங்களை நாள் முழுதும் காத்திருக்கச்செய்த சந்தர்ப்பங்கள் உண்டு. அல்லலுற்ற கடுங்காலத்தில் மோகனுடனும் நண்பர்களுடனும் முன்றிலில் தஞ்சமடைந்திருந்த ஒரு பொழுதை இறுத்து வைத்த கவிதை இது.

இப்பெருநகரில்
பூட்டப்படும்வரை அமர்ந்திருக்க அனுமதிக்கிற
ஒரு புத்தகக் கடையுண்டு.
சூரியக் கொடுக்குகள் துளையிட்டுறிஞ்சிய
வியர்வை காய்ந்து
அன்றைய தினத்தைத் துரத்திச்
சோர்ந்த கால்களுடன்
நாங்கள் மாலையில் கூடும் இடம்.
நண்பர்கள் சந்திக்கையில்
வணக்கம் சொல்லிக்கொள்வதற்குப் பதிலாக
இது எத்தனையாவது நாள் பட்டினியென்று
பரஸ்பரம் கேட்டறிகிறோம்.
ஒவ்வொருவராய்ச் சேர்ந்து – மேலும் யாரையோ
எதிர்பார்க்கிறோம்.
அனைவரும் தேநீர் பருகுமளவுக்குப் பணம் வைத்திருக்கிற
யாராவது ஒருவர் வந்தாகவேண்டியிருக்கிறது.
எல்லோருடைய கடைசிச் சில்லறைகளையும் திரட்டி
பசி தாங்கவியலாத அல்சர்கார நண்பனுக்கு
சிற்றுண்டி வாங்கிவர ஆளனுப்புகிறோம்.
காத்திருப்பமைதியைச் சற்று நகர்த்தி,

டிக்கெட் இல்லாமல் பயணம் செய்து
பரிசோதகரிடம் சிக்கித் தப்பிய கதையை
சுய எள்ளலுடன் சொல்லிச் சிரிக்கிறான் ஒருவன்.
எதிர்காலத்தைப் பணயம் வைத்து உழைத்த சினிமா
திரைக்கு வராமலேயே முடங்கிற்றென வருந்தும்
உதவி இயக்குநன்,
சட்டைப் பையிலிருந்த கவிதையொன்றை மறுபடியும்
திருத்தியெழுதத் துவங்குகிறான்.
வேலை நீக்கம் பெற்ற
மருந்துக் கம்பெனியின் விற்பனைப் பிரதிநிதி
மனதில் உருவான கதையின் பரவசத்தால்
முதுகு நிமிர்த்தியமர்கிறான் – இன்னும் சிலர்
புத்தகங்களெடுத்துப் புரட்டிக்கொண்டிருக்கையில்
மழை வருகிறது.
புத்தகக்கடை மாடி விளிம்பில் நின்று
கீழே பார்க்கிறோம்.
எங்களுடைய அறைகளில்
எங்களுடைய இரவுகளில்
எவருக்கும் தொல்லையேற்படாதபடி
நாங்கள் தேர்ந்துகொண்ட தனிமையில்
ரகசியமாய் அழுத கண்ணீரில்
அழுகிக் கிடக்கிற
அசுரவித்துக்களை மறந்து
முழுமனதாய்க் குளிர்ந்து
பெருங்காதலாய்
பூரண சாந்தமாய்
மழையைப் பார்க்கிறோம்.
நான் காரோட்டியாக ஆகாதது, தையல் கற்றுக்கொள்ளாதது,
ஓவியக் கல்லூரிக்குச் சென்றதையெல்லாம் கொண்டு காலம் நான்
மோகனை வந்தடைவதற்கான வழி செய்ததாக எனக்கு விளங்கியது.

அவரது அண்மையில் என் நிராதரவு குலைந்தது. தனிமை இரவின் துயர்பாடுகள் தணிந்தன. சி.மோகன், என் சென்னை இருப்பின் ஆதாரமாக ஆனார்; மானசீகப் பரத்திலும் இக இருத்தலிலும். மேலெழுந்தவாரியாக எதிலும் பட்டும்படாமலும் வழுக்கிக் கலைந்துகொண்டிருந்த என் மருண்ட பார்வை, நடுக்கமற்று நின்று நிலைத்து அவதானம் அறிந்தது. நான் மோகனின் சொல்லிலும் செயலிலும் மிளிர்ந்த கலைநம்பிக்கையைச் சேகரித்துத் தொகுத்து, என் போக்குப் பாங்கை வடித்துக்கொண்டேன். இந்த இடத்தில், 'குதிரைவீரன் பயணம்' சி.மோகன் சிறப்பிதழின் என் முன்னுரை வரிகள் சில, பொருத்தம் நோக்கிச் சேர்ந்துகொள்கின்றன:

'இப்போது நினைக்கும்போது வியப்பான ஒரு சம்பவமாக இருக்கிறது; ஆயினும் அப்போது அது மிக எளிதாக நேர்ந்தது. நான், சி.மோகனைச் சந்தித்தேன். மிக இலகுவான தன்மையுடன் இதங்குளிர்ந்த பசுமையுடன் தனக்கு நிகராய் என்னை வைத்து அவர் ஓர் உரையாடலைத் தொடங்கினார். அது காலங்களில் ஊடுருவித் தொடர்ந்தது. அது என் புழுக்கத்திற்கொரு சாமரமாக அமைந்தது. அவநம்பிக்கையில் கன்றிப்போன மனதில் வெகு ஊக்கத்தைப் பரப்பியது. கலை என்பது மனிதத்தின் பேரர்த்தங்களில் ஒன்று என்று அவர் கனிந்து தணிந்து மொழிந்தபோது, ஏன் ஆன்மாவில் ஓர் அசரீரி 'ஆம்!' என்று ஒலித்தது. வெவ்வேறு கோணங்களில் வந்து ஒளியால் நிலம் தழுவும் கிரணங்களைப்போல, 'கலை நம்பிக்கை' எனும் ஒரு தரிசனத்தை அவர் முன்வைத்துக்கொண்டே இருந்தார். இன்றும் அதுதான் அவரின் உள்ளும் புறமுமாக இருக்கிறது. அவரது ஜீவாதாரமாக இருக்கிறது. அது அப்பழுக்கற்ற ஓர் உண்மையாக அவரிடத்தில் எளிதே நிலைபெற்றிருக்கிறது. நான் அதிலிருந்துதான் என் கைவிளக்கை சமைத்துக்கொண்டேன். கலையின்பாற்பட்ட அந்தப் பயணத்தில் மற்ற கணங்கள் கரைந்துபோயின. இன்றும் என் இருப்பை அதுவே அடைகாக்கிறது. ஆக, அவருக்கான என் கடப்பாடு என்பது நிரந்தரமானது. இந்த என் குரல் மற்ற அனேகரின் குரலாகவும் ஒலிக்கிறது என்பதை நான் உணர்கிறேன்.'

சுதந்திர ஓவியனாக நான் பத்திரிகைப் பக்கங்களில் கருங்கோடுகளைக் கொண்டு மட்டுமே சித்திரம் கூறிவந்தபோது மோகன், கதையாகவும் கவிதையாகவும் ஓவிய ரசனையாகவும் தோழமையாகவும் தன் வாழ்வைச் சீராட்டிக்கொண்டிருந்தார். ஆனால், வாழ்க்கை அவரக்குச் சிறுமை செய்ய பெருஞ்சிரத்தை கொண்டதுதான். அவர் இதயத்தில் ஆணிகளறைந்து

துயராடைகளைத் தொங்கவிடுவதற்குப் பிரயத்தனப்பட்டது. பயணிக்கும் பாதங்கள் வைக்கும் அடிகளில் எவற்றையெல்லாம் வீழ்ச்சியாக்கலாம் என்று, அவரது குதிகால்களைப் பின்தொடரும் கொடூரஒற்றனாக உற்றுநோக்கியிருந்தது. இடர்களின், இழப்புகளின், வறுமை அலைக்கழிப்புகளின் விதானம் ஒளிமறைத்து வெளியில் கவிந்திருந்தபோது, தன் அகம் திறந்து பூத்த கலையின் சுடர்கொண்டு அவர் கடந்து சென்றார். கலைஞரவர், அவர் காண்பதும் கருதுவதும் கனவும் அதுவாயிருக்கிறது. மலினங்கள் சூழச்சூழ எகிறி மகத்துவம் பற்றி மேவிக்கொள்ளும் மனமது; அந்த ஞானத்தின் களிப்புகூடியது.

புத்தகக்காட்சித் திடலிலொரு இரவு. காட்சி முடிந்து கதவு பூட்டும் நேரம். போதையின் ஆசி செறிந்து மோகன் தன் ஆழ் சுயத்தில் நின்று சில நண்பர்களுடன் பேசிக்கொண்டிருந்தார். அப்போது அவர் தன் ஒட்டுமொத்த ஜீவிதம் படர்ந்திருக்கும் கலையெனும் கொழுகொம்பில் மிக்கத் துயருற்றமர்ந்திருக்கும் சிறு பறவையாயிருந்தார். தான் ஆத்மார்த்தம் கொண்டு பின்தொடர்ந்திருந்த முன்னோடி ஒருவரின் மீதான தன் விமர்சன மனத்தாங்கல்களை, அந்த ஆளுமையின் பீடத்தில் சிறுதூசும் சேராதவாறு சொல்லிக்கொண்டிருந்தார். அந்த சொற்களெல்லாம் அவர் கண்களிலிருந்து கண்ணீர் சுரக்கச் செய்தன. ஆட்களெல்லாம் கலைந்துபோன அந்த முன்னிரவு அமைதியில், சில நண்பர்கள் நாங்கள் இருக்க, அந்தத் துளிகள் அவரது எழுத்து உறவின் தூயத் தழல்கள் திகழும் அகல்களாகி அமைந்தன. மோகனின் அந்த நிலை, பெரும்புனைவாளர் ஒருவரின் தெள்ளத்தெளிவான சாராம்சத்தையும் இலக்கியத்திற்கொண்ட மோன ஆவேசத்தையும் உரித்துவைத்த நிலை. நான் என் மானசீக வந்தனங்களை அவருக்கு அர்ப்பித்தேன்.

வைக்கம் முகம்மது பஷீர் இடம் மாறிச் செல்லும்போது, தன் கிராமபோனையும் சாய்வு நாற்காலியையும் சைக்கிளில் வைத்து எடுத்துச் செல்வார் என்று படித்திருக்கிறேன். தான் மாறும் அறைகளுக்கெல்லாம் மோகன் ஓவியங்களைக் கொண்டு செல்கிறார். சட்டகங்களுக்குள் ஓவியங்கள் இடையறாது நிகழ்ந்துகொண்டிருக்கும் அறையில், ‘விந்தைக் கலைஞனின் உருவச் சித்திரங்கள்’ உருவாகின்றன.

ராயப்பேட்டையில் அவர்தங்கியிருந்த காலம் குறித்த மனப்பதிவு இது: இருவர்கூட வசதியாகப் படுக்க இடமற்ற அந்தச் சிற்றறையில்,

புத்தகங்களுக்குக் கொடுத்ததுபோக மீந்த இடத்தில்தான் அவரது வசித்தல். அவ்வளவு சிறு இடம் அழகானதொரு நேர்த்தியின் பராமரிப்பிலிருந்தது. மிகச்சிறிய வாழ்க்கையை ஆன்மாவால் அழகுபடுத்துவதுபோல. எந்த ஆயத்தமுமற்று அணுக முடிகிற அவரைத் தேடிச் செல்கையில், அவரது அறையில் தொடங்கியது உரையாடல். பிறகு அங்கிருந்து வெளியேறி தேநீர்க்கடையில் அமர்ந்து பேசிக்கொண்டிருந்தோம். அப்புறம், கடல் நோக்கிய நடை. இரவு வர, கடற்கரைப் புல்மேட்டில் நிலவு பார்த்துப் படுத்தோம். இதமான குளிர், மேலே நட்சத்திரச் சிணுங்கல், தரையில் சில்வண்டுகளின் கீச்சிடல். அவர் வார்த்தைகளில் தஸ்தயேவ்ஸ்கியின் 'குற்றமும் தண்டனையும்' விரிந்தது. அந்தப் பரவசமலைப்பில், நூதனப் புதிர் உணர்வில் எனக்குக் குளிரேறியதோ, நேரம் கடந்ததோ தெரியவில்லை. அங்கிருந்து எழும்போது ஏறத்தாழ அதிகாலைக்குச் சமீபம். அரவமற்ற அகாலப் பாதையில் அவர் காலடிகளின் லயத்தோடு என் பாத ஒலி சேர்த்தவாறு திரும்பினேன். இப்படிப் பல இரவுகள். பல இடங்கள். அன்று அவர் அறையில் தூங்கினோம். மறுநாள் பேருந்து நிறுத்தத்தில் விட்டு விடைபெற்ற அவர், சென்று தெரு முடிவில் மறைவதுவரை பார்த்துக்கொண்டிருந்தேன். அந்தப் பிரிதல் மிகத் தற்காலிகம்தான் எனினும் அது மறுநாள் என் குறிப்பேட்டில் இப்படித் திரிந்து:

பள்ளம்

உன் இறுதி வார்த்தை விழுந்த பள்ளத்தில்
நான் நின்றிருக்கிறேன்.
நிகழ்வுக்கென்னை மறுத்து கடந்ததையும்
தாண்டிப் போகிறது விரைவு நடை.
உடையின் நிறம் அசைந்து
அடையாளமாகிறது ஜனங்களுக்கிடையில்
என் நம்பிக்கையின் நிறம்.
இந்தத் தெருவின் முனைவரையிலும்
உனக்கு வாய்ப்பிருக்கிறது
ஒரு தடவை திரும்பிப் பார்ப்பதற்கு.
தெரு நீளத்தில் நிறம் சிறுக்கிறது.
இதைவிடவும் அற்புதமான சூழல்

உனக்கு
ஒருபோதும் வாய்க்கப்போவதில்லை
தலை திருப்புவதற்கு.
தெருமுனையில் திரும்பிய பின் நீ
தொலை தூரப் பிரதேசத்துக்கு
இரண்டு டிக்கெட்டுகள்
பதிவு செய்துவிட்டுக் காத்திருக்கலாம்.
விடுதியொன்றில்
இரண்டு குவளை தேநீருக்கு
ஆர்டர் கொடுத்துவிட்டு
இரண்டில் ஒரு சிகரெட்டை
புகைத்தபடி காத்திருக்கலாம்.
குழிந்துகொண்டேபோகும் இந்தப்
பள்ளத்திலிருந்து
எதுவும் தெரியப்போவதில்லை
எப்போதும் எனக்கு.

'விஷ்ணுபுரம்' வெளிவந்தபோது அந்த நாவல் தமிழிலக்கியத்தின் சாதனைத் திருப்பமென்று போற்றி ஜெயமோகனின் ஊருக்குச் சென்று அவர் சிலாகித்ததும், 'அவுட்லுக்' பத்திரிகை கோணங்கியை இந்தியாவின் சிறந்த ஆளுமைகள் ஐம்பதுபேரில் ஒருவராகவும் 'கதை சொல்லி' யாகவும் அறிவித்திருந்தபோது, கோணங்கியின் புகைப்படத்தை நடுவில் வைத்து நண்பர்களுக்கு மதுவிருந்தளித்து அகம் மகிழ்ந்ததையும் நான் நினைக்கிறேன். அது, தன்னை ஈந்து கனிந்த கலைத்துவத்தின் வெளிப்பாடு.

நகரத் தெருக்களில் அவருடன் அலைந்தது நிறைய; எல்லாம் படைப்பனுபவம்தான். வேலை தேடி இருவரும் பத்திரிகைகளுக்குப் படையெடுத்த முயற்சிகள் சில; அந்தக் காலத்தின் கதிக்கேடு.

ஏதுமற்ற அவர் எளிமையழகில் ஆனந்திக்கிறார். நான் என் நகைச்சுவைகளை ஏசுவிடம் பகிர்ந்துகொள்வதுண்டு என்று ஒரு பிஷப் கூறியது, மோகனது இயல்புக்கும் இசைகிறது. அது, உரசி ரத்தக் கீறல்கள் உண்டாக்கக்கூடிய மிக இடுக்கமான சந்தர்ப்ப சூழ்நிலைகளையும் தளர்த்திப்போடுகிறது. வலுத்த கிலேசம் இது

என்று பாரம் தாளாது கொண்டு போவதையெல்லாம் பகடிகளிலும் தமாஷ்களிலும் பலவீனப்படுத்திய நாட்கள் பல. வேறு யாரைப் பற்றியும் என்னால் இப்படியெல்லாம் சொல்ல முடியுமா என்று தெரியவில்லை. ஆனும் இந்த வரிகளை நான் எழுதும்போது துன்பகரமாக உணர்கிறேன். ஏனெனில், மோகனின் இன்றியமையாமை குறித்து, அந்தச் சர்வ மலர்ச்சி குறித்து, தன் இயக்கத்தில் படைப்பு மனங்களைத் தோற்றுவித்துக்கொண்டிருக்கும் இயற்கை குறித்துச் சொல்ல என் முனைப்புகள் இயன்றவரை முட்டிமோதுகின்றன. இயலா வெறுமை கணிப்பொறியின் முன்னே என்னை நிராதரவாக்குகிறது. பல வருடங்களாகத் தொடரும், எந்தச் சிறுபிணக்கும் அற்ற அந்த நட்பை நான் பாடுகிறேன். பகட்டுகளும் பாசாங்குகளுமற்ற அந்த மனப்பூர்வத்தையும் குழந்தைமையையும் கொண்டாடுகிறேன். சில வருடங்களுக்கு ஓர் இடமெனை நிர்ப்பந்தக் குடிப்பெயர்ச்சியில் அறைகள் மாறிக்கொண்டிருக்கும் வறிய தனியர், எல்லாம் திகைந்த அரசனைப்போல அமர்ந்து எழுதிக்கொண்டிருக்கும் அந்த அருமையைச் சித்திரிக்கிறேன்.

'விந்தைக் கலைஞனின் உருவச் சித்திரம்' (நாவல்), 'ரகசிய வேட்கை', 'கடல்மனிதனின் வருகை' (சிறுகதைத் தொகுப்புகள்), 'தண்ணீர் சிற்பம்', 'எனக்கு வீடு நண்பர்களுக்கு அறை' (கவிதைத் தொகுப்புகள்), 'நடைவழிக் குறிப்புகள்', 'காலம் கலை கலைஞன்', 'சி.மோகன் கட்டுரைகள்' (கட்டுரை நூல்கள்), 'ஜி.நாகராஜன்' (இந்திய இலக்கியச் சிற்பிகள் வரிசை), 'அங்கீகரிக்கப்படாத கனவின் வலி நிறைந்த இடமாகக் கலைஞன் இருக்கிறான்' (உரையாடல்), 'நவீன உலகச் சிறுகதைகள்', 'பியானோ' (மொழிபெயர்ப்புச் சிறுகதை நூல்கள்), 'ஓநாய் குலச்சின்னம்' (மொழிபெயர்ப்பு நாவல்) 'ஜி.நாகராஜன் படைப்புகள்', 'சவாரி விளையாட்டு', 'கோபிகிருஷ்ணன் படைப்புகள்', 'ஆசை முகங்கள்' (தொகுப்பு நூல்கள்), 'புதுமைப்பித்தன் சிறுகதைகள்' (பொருள்ரீதியான பகுப்பு)...

ஏகாந்தக் கூடுகளிலிருந்து மன முகடுகளில் அடைகாத்துப் பிறப்பூட்டி, சி.மோகன் இவற்றைக் காலகாலங்களில் பறந்தலைய வைத்திருக்கிறார். உரையாடியும், தான் தோய்ந்த கலையைப் பற்றிப் படர்ந்தோங்கச் செய்திருக்கிறார்.

சுந்தர ராமசாயின் 'ஜே.ஜே.சில குறிப்புகள்', அசோகமித்திரனின் 'தண்ணீர்', சம்பத்தின் 'இடைவெளி' ஆகிய நாவல்களும் மற்றும்

பலரது படைப்புகளும் சி.மோகன் மேற்கொண்ட ஆசிரியத்தால் சிறந்திருக்கின்றன. பதிப்பாளர், சிற்றிதழ் ஆசிரியர், கலை இலக்கியத்தின் மிகத் தேர்ந்த விமர்சகர், நவீன ஓவியத்தையும் நவீன ஓவிய ஆளுமைகளையும் தொடர்ந்து துலக்கிக் காட்டி தமிழுக்கு அணுக்கமாக்கி வருபவர்.

புதுமைப்பித்தன் நினைவு 'விளக்கு' விருது உட்பட பல அங்கீகாரங்கள் இவரைச் சேர்ந்திருக்கின்றன. நம் கலாசாரத்தின் கவினுறு உப்பரிகையானவர். அங்கிருந்து நோக்கும்போது நம் பார்வையின் எல்லைகள் விரிகின்றன.

விகடன் 'தடம்'

மூன்று

பிதற்றி ஒலிக்கும் சில சொற்கள்

தமிழ்நதியின் 'மாயக் குதிரை' சிறுகதைத் தொகுப்புக்கான முன்னுரை

கனிந்து செறிந்த மன முதிர்விலிருந்து, வழியிடையே கவித்துவம் பளீரிடும் அனாயாச சொற்தொடுப்புகளில் வந்தடைந்திருக்கின்றன இந்தக் கதைகள். ஒவ்வொன்றும் தன் சகல தனித்துவத்துடனும் நம்பகத்துடனும் உணர்வுகளெல்லாம் நிரந்தரத்தில் துடித்திருக்க, அதனதன் முழுமையில் நம்முள் வாழ்வாகின்றன. இந்தக் கதைகள், என்னுள் சற்றே அசந்திருந்த, எழுத்தின் வலிமையையும் சாத்தியங்களையும் பற்றிய வியப்பையும் மதிப்பையும் மீண்டும் ஒரு முறை உசுப்பி மலர்த்தியிருக்கின்றன. அந்தளவில் கலைஞருக்கு என் நன்றி. இவை, மொழிகளிடையே கூடுபாய்ந்து மனங்களிலெல்லாம் கூடுகட்ட விழைவதாக உணர்கிறேன்.

அகழ்ந்தாய்ந்து கொணர்ந்திருக்கும் உயிர் வகைகள் கலை மிளிர்ந்து விரிகின்றன. பெயர்ந்த தேசத்துச் சித்திரங்களும் சொந்த நாட்டு வதைகளும் மாயத்தில் விளையும் கதைகளெனவும் தேர்ந்து சேர்த்த நூலில், தார்மிகத்தால் ஏந்தப்பட்ட 'ஆயி' கதை, தான் மயங்கித் தன்னில் கூடிப் பிரிந்து மொழியில் களியாடும் அந்தரப்

போக்கு. ஆயினும், 'நீளநீளமான விரல்களின் நுனியில் ரத்த மருதாணி' தோன்றுகையில், அமானுடமும் யதார்த்தமும் கலந்து கவிந்த அந்தச் சூழலில், கற்பனையின் வசீகர வெள்ளிவாள் வீச்சின் மின்னல்கள் உதிர்கின்றன. அங்கே 'மாயக்குதிரை' யில், சூதாட்ட விடுதிக்குச் செல்பவளும் நான்தான். எனக்குச் சூதாட்டமல்ல, கண்ணி. அதனிடத்தில் மற்றொன்று. அனேகருக்கும் இப்படி வெவ்வேறு பொறிகளாக இருக்கலாம். அதன் இடச் சூழலும் நுட்பமார்ந்த விவரணைகளும் பொருளின் சட்டகங்களுக்கு அப்பாற்பட்டு, பலவீன மனவிந்தையின் அதியீர்ப்பை, அழுதழுது தன்னைப் பலிகொடுக்கும் இயலாமையைப் பரப்புகிறது. மயிரிழையின் எஃகுறுதிக் கட்டாகிறது அது. எல்லாத் தடுப்புகளையும் மீறி, ஆட்படுதலின் போக்கில் அடித்துச் செல்லப்படும் கதி. மனதின் நெடிய பெருமூச்சில் அலைக்கழிந்து கிடக்கிறது அந்தப் புதிய கதை. மற்றொரு இடத்தில், 'நித்திலாவின் புத்தகங்க' ளில், "இந்தச் சனியன்களை விட்டொழித்தால்தான் நீ உருப்படுவாய்" என்று கத்தி அழுதபடியே அம்மாவால் வீசியெறியப்படுகின்றனபுத்தகங்கள். தெரிவாகவும் விருப்பமாகவும் சுதந்திரமாகவும் மகிழ்ச்சியாகவும் இருக்கும் மனதாழ இயல்பு ஒன்று, இகழ்ந்து எடுத்தெறியப்படுவதான சித்திரிப்பு. இது, புத்தகங்கள், வாசிப்பு ஆகியவற்றின் ஊடே நிகழ்ந்தேறி, அதற்குமப்பால் தன்னைப் பொதுமைப்படுத்திக்கொள்ள முனையும் கதை. அங்கே உக்கிரம் மூத்த முகூர்த்தமொன்றில் தூரிகைகள் எரிக்கப்படலாம், இசைக்கருவிகளின் தந்திகள் அறுக்கப்படலாம், பிள்ளைபோல கொஞ்சிக்கொண்டாடிக்கொண்டிருந்த ஒன்று நெஞ்சிலிருந்து ரத்தம் பீறிடப் பிடுங்கியெறியப்படலாம்... உன்னதங்களை இன்னதென்று உணரும் வழமையற்றுப்போன யதார்த்தத்தின் அப்பாவித் தாய், மானுடத்தின் வாய்கொண்டு கேட்கிறாள்: "மற்றப் பொம்பிளைப் பிள்ளையளைப் போலை நீ ஏன் இருக்க மாட்டேனென்கிறாய்?"

'மனக்கோலம்', 'மலைகள் இடம் பெயர்ந்து செல்வதில்லை', 'காத்திருப்பு' ஆகிய கதைகளை மனங்கொண்ட சோர்வு இன்னும் அகலவில்லை. இவை பற்றி குறிக்கத் துணியும்போது, "இதுபோன்ற நேரங்களில் மட்டும் அரக்கப் பரக்க எங்களைத் தேடுவாய் என்று தெரியும்" என வார்த்தைகள் அகன்றுபோகின்றன. நான் அவற்றிடம், படித்துப் பட்ட நோவுகளை ஒரு சிறிதேனும் உணர்த்த உதவி

செய்யும்படி கேட்டுக்கொள்கிறேன். அவை என் பதற்றத் திக்பிரமையை, செயலின்மையை ரசிக்கின்றன. இருக்கட்டும். ஆயினும், இந்த மூன்று கதைகளின் வழிகளில் என் இதயம் கிழியாதபடி காத்துக்கொண்டு, சித்தம் தறிகெட்டு வெருண்டு சிதறாதபடி அலைந்ததை, நான் பிதற்றியேனும் ஒலிக்கத்தான் வேண்டும். படித்து முடித்த பிறகான அந்தக் கொடூர அமைதியில், தடதடவென்று என் உடல் உதறிக்கொள்ளத் தொடங்கியது. மூச்சுக் குழலில் மண்ணடிந்ததுபோல இருமலும் திணறலும். அந்த நேரத்தில் என் நண்பர் ஒருவரின் தொலைபேசி அழைப்பு வந்து, நான் அவருடன் சில நிமிடங்கள் பேச வாய்த்திருக்காவிடில் மாரடைத்திருக்குமோ தெரியவில்லை, பொறுக்க முடியா ஓலம் பீறிட்டிருக்குமோ தெரியவில்லை. மேலும் மேலும் சரிந்து விழும் பாறைகளுக்கிடையே நான் எத்தனை நிமிடங்களைத்தான் கடப்பது!

என் போன்ஸாய் மனதின் சுயரூப மீட்சிக்காக, அவசியமான நிமிடத்தில் 'ஏதோ மருந்தின் திவ்ய சாந்நித்திய' மாக இந்தக் கதைகள் அமைந்தன. மலையாளக் கவிஞர் சியாம் சுதாகரின் கவிதையை நினைவுகூர்ந்து இதைச் சொல்கிறேன்.

போன்ஸாய்

வளர்ச்சியை வெட்டித் தடுத்து
கிளைகள் பத்து அங்குல நீளமும்
இலைகள் இரண்டு அங்குல நீளமும்
அனுமதிக்கப்பட்டது.

ஆசிடின் ஆல்க்கலியின்
துளைக்கும் நெடி...
குத்துவதற்கு இடமில்லாமல்
ஊசிகள் விறைத்தன.
கூட்டுக்கு இடமில்லாமல்
பறவைகள் அழுதன.

குளோரோபாம்
தேவையில்லை.

சயின்ஸ் லேபில்
மேடையற்ற ஒரு ஆலமரத்தின்
கலக்கமும் வெட்கமும் நிறைந்த
புகைப்படம்.
அவசியமான நிமிடத்தில்
ஏதோ மருந்தின்
திவ்ய சாந்நித்தியத்தில்
எல்லாவற்றையும் தகர்த்தெறிந்தது
ஒரு ஆலமரத்தின் ஆண்மையுடன்.
லேப் தரையில் தட்டிவிடப்பட்ட
தீப்பெட்டிக் கூடானது.

தடைகளைப் பொடித்துப்போட்டு பேருருவாய் எழுந்த என் ஆன்மாவின் இலைகளெல்லாம் கனத்து மூடிய இமைகளாயின. அத்தனை இமைகளிலும் துயர்ச்சூரியக் கனல் வழிகிறது...

கலைஞரே, நீங்கள் இந்தக் கதைகளை எனக்குப் படிக்கக் கொடுத்தது, 'மெத்தப் பெரிய உபகாரம்!' அந்தக் கதையில் வரும் மூதாட்டியைப்போலவே நானும் சொல்கிறேன், "என்றும் உங்கள் அண்மையிலிருக்க அனுமதியுங்கள்."

ஓவியவெளி

அஜயன்பாலாவின் கூட்ஸ் வண்டியின் கடைசிப்பெட்டி
சிறுகதைத் தொகுப்புக்கு எழுதிய முன்னுரை

பெருத்துக் கனத்த துன்பங்கள் பாறைகளாகப் பொழியும் காலம் அது. வறுமையின் அந்த ராட்சதப் பறவை தலைக்கு மேல் நித்யமாய்ச் சிறகு விரித்து ஒளி மறைத்த காலம். எனக்கும் அஜயன்பாலாவுக்கும் இப்படியிருந்தது. நாங்கள் பழவந்தாங்களில் அருகருகே வசித்தோம். ஏறத்தாழ பதினைந்து ஆண்டுகளுக்கு முன்பு. நான் என் அநாதைத்துவத்தையும், பெருநகரத்தில் எதிர்கொள்ளப்போகிற வாதைகளையும் எண்ணி அழுதபடி ரயிலில் சென்னை வந்து சேர்ந்த புதிது.

வழக்கப்படி காலையில் அறையைவிட்டுப் புறப்பட்டேன். நாள் முழுதும் தேடியலைந்தும் ஒற்றைத் தானியமணிபோலும் கிட்டாத குருவியாகத் திரும்பினேன். கடைசி ரயிலுக்கு முந்தைய ரயிலில்தான் திரும்பியது. பன்னிரண்டு மணி இரவு. தூக்கத்தின் பாதியில் எழுந்து எதற்கோ வெளியே வந்த அஜயன் தெரு விளக்கொளியில் என்னைப் பார்க்கிறார். "சாப்பிட்டீர்களா?" என்பது அவரது கேள்வி. நான் பதில் சொல்லவில்லை. அவருக்குப் புரிந்திருக்கும். அன்று அப்போது

அஜயன் ஒரு திரைப்பட உதவி இயக்குநர். வீட்டுச் சூழல் உவப்பானதாக இல்லை. பற்கடிப்பிலும் பகற்கனவிலும் உழன்று தனித்தொதுங்கிய இருப்பு.

நான் உறங்கிப்போனேன். இரவை மிகக் கவனமாக, கூர்மையாக அலங்கரித்துக்கொண்டிருந்தது அமைதி. யாரோ என் அறைக் கதவைத் தட்டினார்கள். சற்றே திரும்பிப் பார்த்துவிட்டு, அமைதி மீண்டும் தன் பணியைத் தொடங்கியிருக்கக்கூடும். கதவைத் திறந்தால் அஜயன்பாலா, இரவுக் கருமையோடு சேர்ந்து நிற்கிறார். அவர் கையிலொரு பாத்திரம்.

“இதைச் சாப்பிட்டுப் படுங்கள்...”

வீட்டில் எல்லோரும் உறங்கிய பிறகு சமையலறையில் மிச்சமிருந்த உணவைத் திரட்டி வந்து அகாலத்தில் ஏந்தி நிற்கிறார். அப்போது அந்தக் கண்களில் ஒளிர்ந்த பரிவும் கருணையும் இங்கே நீ தனியனல்ல என்று எனக்கு உணர்த்தியது.

இந்த நிகழ் கவிதையின் சாரத்தை அவர் கதைகளிலும் நான் பார்த்திருக்கிறேன். அஜயன்பாலா கவிதைகள் எழுதுகிறார். அவை கதை வடிவத்தில் அமைகின்றன. இவர் தன் கதையினுள் ஆழ்ந்துபோகும் தன்மை, இங்கு நான் நினைவுகூர விரும்பும் மற்றொரு மிகு உண்மை. இவர்தனித்திருந்து ஒரு கதை இயற்றுகிறார். கதையின் ஒரு பாத்திரத்துக்கு உடல் நலிவுறுகிறது. எழுத்தாளர் கூடுவிட்டுக் கூடுபாய்கிறார். அந்தப் பாத்திரத்தை விவரிக்கும் போக்கில், மிச்சசொச்சமிருந்த ‘தான்’ அம்சமும் இழந்து, பாத்திரத்தோடு உடனுறைகிறார். இந்த நிலையில் பாத்திரத்தின் உடல் பிரச்சினையையும் எழுத்தாளர் அனுபவிக்கிறார். ஆக, அஜயன்பாலா சில நாட்கள் காய்ச்சலாகக் கிடந்தார். இதை நான் அருகிலிருந்து பார்த்தேன். கதை மாந்தனின் பாடுகளும், படைப்பாளியின் பாடுகளும் ஒன்றேயாகும் அபூர்வம். பால்சாக் எழுதும்போது தனியறையில் தன் கதாபாத்திரத்துடன் உரத்துப் பேசி சச்சரவிடுவார் என்று படித்திருக்கிறேன். இந்த மனநிலையில்தான் அஜயன்பாலாவின் படைப்புகள் பிரசன்னமாகி வருகின்றன. படைப்பின் சகல முனைகளும் குவிந்து எரியும் ஒரு புள்ளியில் தன்னைப் பலி ஈனும் தன்மை அது.

தவிர, இயற்கையின் மீது, அதன் பரிமாணங்கள் மீது, மனிதர்களின் மீது அஜயன்பாலாவுக்கு அப்பழுக்கற்ற பரவசம் உண்டு. இயல்பில் இது இவருக்குச் சிறகுகள்போல. ஒரு இலைச் சருகிற்கோ, அல்லது

ஒரு திராட்சைக் கொத்திற்கோ, அல்லது ஒரு சிறுமியின் பின்னலில் உள்ள பூவிற்கோ இவரைத் தொலை தூரத்துக்குக் கொண்டு செல்லும் ஆற்றல் உண்டு. அதுபோன்ற தொடர் பயணங்களில்தான் அறியாத பல இடங்கள் நகர்ந்து வந்து தாமாகவே இவருக்குத் தங்களை இனங்காட்டிக்கொள்கின்றன. எதிலும் அரிதைக் கிரகிக்கும் இந்த சுபாவத்தால்தான், இன்றும் அவரது கதைகளின் நிகழ்ச்சிகள் பலவும், ரயில் பயணச் சன்னலோரம் எதிர்பாராத நேரத்தில் விளைநிலம் கடந்து செல்வதுபோல, அடிக்கடி என் மனதில் பசேலென்று தரிக்கின்றன.

இவர் எழுதிய கதையுடன்தான், எனது 'குதிரைவீரன் பயணம்' சிறுபத்திரிகையின் முதல் இதழ் வெளிவந்தது. அன்றிலிருந்து இவரது எழுத்து வகைகளைத் தொடர்ந்து படித்துவருகிறேன். இவரது, சினிமா மற்றும் பிற வகையான எழுத்துகள் மிகப் பரவலான வரவேற்பைப் பெற்றிருக்கின்றன. அத்துடன் இவரது கதைகளும், அவை வெளிவரும்போதே கூர்ந்த கவனம் பெற்றிருக்கின்றன. புறப்பட்டு வெகுநாள பின்னும் அந்த கூட்ஸ் வண்டி இன்னும்தானே பயணம் தொடர்ந்துகொண்டிருக்கிறது! மாறிப்போன தன் முகத்தை வீட்டுக்கார அம்மாவுக்கு மறைத்தபடி இப்போதும் ஓடிக்கொண்டிருக்கிறான் அந்த சினிமா உதவி இயக்குநன். பூங்காவில் ஒருவன் மழைக்கோட்டுடன் இப்போதும் உயிர்த்து அமர்ந்திருக்கிறானே!

வாழும் கதைகள் இவை. அனுபவத்துளைப்பிலிருந்து பொங்கும் மனச் சுனைகள். இவற்றிலிருந்து பெருகும் உதிரமும் உற்ற நிறங்களும் அடிச்சுவடுகளாக இவர் நடைவெளியெங்கும் பதிகின்றன. சற்று உயரத்திலிருந்து பார்க்கும்போது, நடந்த இடங்களிலிருந்தெல்லாம் ஓவியங்கள் மேலெழுந்து வருகின்றன. சற்றும் ஒப்பனையற்ற, எதையும் வலிந்தேற்கும் துருத்தலற்ற, மனப்பூர்வத்தில் சுடர்விடுபவை. அஜயன்பாலாவின் கதைகள் மீதில் எனக்கொரு இலக்கியக் கிரக்கம் உண்டு. அவற்றை முன்பு நான் ரகசியமாக உச்சிமுகர்ந்து சிலாகித்திருக்கிறேன் என்பதை வெளிப்படுத்திக்கொள்கிறேன், அவ்வளவுதான்.

கலைஞருக்கு என் பிரார்த்தனைகள். வரவிருக்கும் இன்னுமனேகப் படைப்புகளுக்காக என் நெஞ்சார்ந்த வாழ்த்துகள்!

08/01/2012

அவசத்தில் முகிழ்த்த சிறகுகள்

சி.மோகனின், 'விந்தைக் கலைஞனின் உருவுச்சித்திரம்' நாவலுக்கான முன்னுரை

சி. மோகனின் பிற இலக்கிய வடிவங்களோடு எனக்குப் பழக்கம் உண்டு. ஆனால், இந்த நாவலின் பிரதி எனக்குக் கிடைத்த நேரத்தில் நானும் பிரதியும், புத்தம் புதிய சந்திப்பில் ஏற்படும் ஆரம்பக் கூச்சம் தயக்கம்போல ஒருவரை ஒருவர் நோட்டமிட்டுக்கொண்டிருந்தோம். பரஸ்பரம் அணுகுவதற்கான பொழுது திறந்தபோது, மலைச்சுனை உந்திச் செல்லும் ஒரு கூழாங்கல்லென வழி கடந்து ஒரு இடத்தில் ஒதுங்கினேன். சுனை பெருகி தொடர்ந்தோடிக்கொண்டிருக்கிறது. ஈரம் சொட்ட நின்று அந்தப் போக்கை யோசிக்கிறேன்...

பெரும் கலைஞர் ஒருவரின் அதிசயங்களும் வதைகளும் நிறைந்ததொரு வாழ்வுச் சித்திரம். தன் கவசங்களையெல்லாம் கலைக்கு ஒப்புக்கொடுத்து ஏதுமற்றவராகி நின்று எல்லாமாகித் தீர்ந்தவரின் உலகம். நவீன சொல்முறையினூடே கலையின் ஆழங்களை நோக்கியும் அது சார்ந்த புரிதல் மற்றும் கலை மனதின் கவிதார்த்த தனித்துவங்களை நோக்கியும் ஒளியுறுத்திக் காட்டும் நாவல். லௌகிக மலட்டுப் பிரக்ஞையை கலையான்மிகத்தின் சுடரால் தீண்டுகிறது இது. ஓவியத்தை ஒரு குறியீடாகக் கொண்டு

சகல உயர் கலைகளின் உன்னதங்களின்பால் நம் மனம் விழைய இறைஞ்சுகிறது. எதிர் நின்ற கடும் அவமரியாதைகளும் புறக்கணிப்புகளும் இறுதியில் தோற்றுப்போக, காலத்தில் ஒரு பேராகிருதியாய் எழுந்த இந்த ஓவியரைப் பற்றிய அரும் புனைவு – சி. மோகனின் காலகாலக் கலை நம்பிக்கையாலும் அர்ப்பணிப்பாலும் எளிதில் சாத்தியமாகியிருக்கிறது. இவ்வகையில் தமிழின் அபூர்வ முதல் நிகழ்வு. ஒரு புதிய திசைவழியில் நம் கண் திறக்கும் ஓர் இலக்கியச் சம்பவம்.

சி.மோகனுடைய வாழ்வின் இனிது யாவற்றிலும் இடர்பாடு எதனினும் அவர் ஆன்மா, தூரிகை வெளிப்பாடுகளை அணைந்து உச்சிமுகர்ந்துகொண்டிருப்பது. மனமுவந்த தீற்றல்களை சிலாகித்து சிலாகித்துக் கரைவது. எங்கும், கலை நுண் செறிவுகளைக் கிரகித்துக்கொண்டிருப்பது. இன்னும் விவரிப்பதாயின், கலையுடனான கூடல் உச்சமான ஞானப் பரவசத்தை என்றும் தன்னுள் ஸ்திரப்படுத்திக்கொண்டது. இடையறா அதிர்வின் இந்த சலன கதி, இந்த நாவலை அதன் உயிரழகுப் பசுமையுடன் நிறைவேற்றியிருக்கிறது.

பக்கங்களில், விந்தையின் புதிய கலைஞர் தன் முழுமுற்றான இயல்பின் போக்கில் ஒளிர்கிறார். சிலருக்குக் கண்கூசி உறுத்தும் பிரகாசம் அது. கண்டடைவதற்கான வெகு தொலைவை சடுதியில் நீக்கி சிலர் முன், மனம் தீண்டும் அண்மையில் தரிசனத்தை நிறுத்துவது. மண்ணில் பிறந்த அவருக்கு முலையூட்ட வருகிறது வானம். அவர் தன் பாதங்களைக் கொஞ்சம் கொஞ்சமாய் புவியிலிருந்து அகற்றிக்கொண்டு இன்னொரு உலகில் குடியேறி அங்கே தன் பிரஜைகளை ஏற்படுத்தி சக்கரவர்த்தியாகிறார். மண்ணுறவின்போது அவர் திக்குவாய்க்காரர். உடற் பலவீனங்களின் பொருட்டு பரிகசிக்கப்படுபவர். பொழுதுபோக்காக இழிவுகளை எய்வதற்கு இலக்கு வைக்கப்படுபவர். ஆயினும் அவர் தன் கோட்டைத் துவக்கும்போது, களங்கமற்ற மச்சக்கன்னியைப்போல வாலைச் சொடுக்கி ஆழச் சஞ்சரித்து சேகரித்ததை அவர்கள் முன் விரிக்கிறார். அது அவர் வாழும் சொந்த தேசத்தின் பகுதிகள். நாம் அறிந்திராதது. அதி வினோதம் – மறு எதார்த்தம்.

தரிக்க வாய்த்த முள்முடியின் கூர் தைத்த துளைகளிலிருந்து வழியும் ரத்தத்தை, அந்நியப்படுத்தலின் தகிப்பை, ஏக்கத்தின் வண்டலை உருமாற்றி விதைகளாகத் தெளிக்க எழுந்த

வனமாயிருக்கிறது இது. அங்கே உலவுகையில், மறைந்து மறைந்து தோன்றும் பித்துக்களியின் நர்த்தனம் இயற்கையோடு பின்னிக்கொள்கிறது. அந்நிலத்தில் தேடிப் பூப்பறித்து சூடி மகிழும் மனித சாரம் இந்த வரிகளில் பற்றிப் படர்கிறது. கலையில் அலைபாயும் ஆளுமை, கடக்க முடியாத இடைவெளிப் பிளவுகளில் மிக எளிதாய் தன்னை இறுத்துச் சமன் செய்து கடக்கிறது. திசை பரவியிருக்கும் அகண்டத்திலிருந்து விழுதுகளாகக் கிளைக்கின்றன நிறங்கள். அவற்றைப் பிணைத்து ஊஞ்சலாடும் குழந்தைமை ஒவ்வொரு ஊசலிலும் நம்மைத் தொகுத்துக் குவிக்கிறது; கலைக்கவும் செய்கிறது, ஒரு சாகசமாக.

காணக்கிடைக்கும் கொண்டாட்டமும் மனப்பூடக அடுக்குகளும் தாகத்தின் பற்றுறுதியும் சித்திரிப்பின் நயமொழியும் அமைப்புமுறை மாற்றமும் நம்மை ஐக்கியம் கொள்கின்றன. முடிந்த பிறகும்கூட இனம்புரியாத முனைப்பொன்று ஆதங்கத்துடன் துடித்துக்கொண்டிருக்கிறது.

படைப்பவரும் படைப்பிலாடுபவருமான எதிர்நடையாளர் இருவரின் கலை செழித்த முத்தப் பரிமாற்றம். பிழம்பைப் பகுத்துக் கருகி இறுதியில் ஒரு நட்சத்திரமான பெரிய வாழ்க்கை நமக்குக் கிடைத்திருக்கிறது. நோவாவின் கப்பலுக்குத் திரும்பிய புறா, தன் அலகில் கொண்டுவந்த நம்பிக்கை.

அங்கே எப்போதும் புதிதான வெளி இருக்கிறத. அங்கே, காலப் பெருந்தளத்தில் வாழ்க்கை ஒரு ஓவியமாகவும், காகிதங்களில் ஓவியம் ஒரு வாழ்க்கையாகவும் மாறும் உயிரற்புதம் நடக்கிறது. இது படைக்கப்பட்டதல்ல, புனைவெனினும் நிஜமெனினும் அவை காரணம் கொண்டு வெளிப்படவில்லை, அவையேயாகி நிலைத்திருப்பதன் அடையாளமாகத் தோற்றம் பெற்றிருக்கின்றன.

●

இருக்குப் பாதையிலொரு பயணமெத்தனம்

எழுத்தாளர் த.அரவிந்தனின் 'உள்நாக்குகள் மாநாட்டின் பதினாங்கு தீர்மானங்கள்' சிறுகதைத் தொகுப்புக்கு எழுதிய முன்குறிப்பு

அரவிந்தன்,

உங்கள் சேகரங்களில் ஒன்றை அணுகும்போது அது ரத்தம் ஊறிக் குளிர்ந்திருக்கிறது. ஓடும் பேருந்தில் கருக்கலைந்து கட்டிக்கட்டியாக வெளியேறியதன் தடம் அது. அது முகிழ்த்த கனலில் என் மரத்தின் இலைகள் கருகிச் சுருள்வதை நான் வெறித்திருந்தேன். நுரை நுரையாகப் பொங்கி நொதிக்கிறது அந்தக் கருப்பிண்டங்களின் உயிர். இந்த நவீனக் கோர்வையின் படிகளில் ஏறிப் பார்க்கையில், தன்னைத்தானே முடிச்சுகளிட்டுக்கொண்டு நீண்டிருக்கும் நாகம்போன்ற நதி கிடக்கிறது கீழே. தன் சுயம் ஒளித்து, மேனிப் பளப்பளப்பு காட்டி ஈர்க்கிறது அது. பிறப்பித்தது நீங்களேயாயினும் என்னைப்போலவே நீங்களும் அதனொரு முடிச்சில் சிக்கி, போக்கு மறந்து துயரின் முடிவிலியைத் தியானித்திருப்பீர்கள் என்று அறிவேன்.

அந்த உள்நாக்கு. அகம்புறமென்ற எதிரெதிர் நிலைகளை நோக்கி ஒரே நேரத்தில் பயணிப்பது. நகைச்சுவையின், குறியீட்டின் உதடுகளுக்கிடையே இருந்து பிதுங்கும் அதன் பறக்கள்

பதியுமிடத்திலிருந்து கசிகின்றன விசாரணைகள், பரிசீலனைகள்... அறியாப் புதுச் சருமம் எடுத்த கற்பனை விசித்திரம், 'இருட்டாழி' கதையைப்போல.

மரணச்சுவை ஒழுகுகிறது, பற்றிக்கொள்ள உங்களுக்குக் கிடைத்த காமத்தின் விழுதுகளிலிருந்து. அதன் அசைவில் முத்தங்கள் மேலும் கீழுமென உதிர்கின்றன. மண் கொண்டவை மலர்கள். விண் பெற்றவை நட்சத்திரங்கள். அன்புறவின் மலரிதழில் பனிக் கண்ணீர். அத்துளியில் பிரதிபலிக்கின்றன நட்சத்திர மினுக்கங்கள். 'சொற்புணர்ச்சியின் சொற்திரள்' – சொற்கடக்கும் இடுக்குப் பாதையில் எத்தனிக்கிறது.

இப்படியாக,

இந்நூலை வாசித்த மனிநிலையின் அடிப்படையில்–தலைமுறை இடைவெளியின் பாதாளத்திலிருந்து எண்ணமிடும் முதியவரின் நிராதரவுப் பழங்கனவின் மூலமாக, அறுபட்டு இன்னும் துடித்துக்கொண்டிருக்கும் அவரது வேர்களின் வலியில், யதார்த்தத்தின் அனாயாச சித்திரிப்புகளின் வழி ஸ்தாபித்திருக்கும் மதி எனும் மனிதனின் நிகழ்காலப் பொருத்தம் மூலமாக, 'நடந்துகொண்டே நாவலைச் சொல்பவன்' வழியே வைக்கும் விமர்சன அவதானிப்பின் மூலமாக, 'மன்னியுங்கள் தோழர்களே' கதையில் சொல்லப்பட்டிருக்கும் மறுக்க முடியாத அந்தக் கோணம் மூலமாக, ஒவ்வொருவர் முகத்தின் முன்னாலும் தன் கண்ணாடிப் பரப்பை ஏந்தும் 'மூடுமணல்' கதையின் மூலமாக உங்கள் வரவு முதிர்ந்திருக்கிறது என்று என்னால் நம்பிக்கை கொள்ள முடிகிறது.

நிர்வாணத்தின் உள்ளாழத்தில் இயங்குகிற குணாம்சத்தின் இழை பேதங்களை, உங்களிடமுள்ள சிகிச்சைக் கத்தி வேறுபிரித்தறிய முயற்சிப்பதாக எனக்குத் தோன்றுகிறது. அந்தக் கத்தி கொண்டு படைத்த சிற்பங்களாகவே இக்கதைகளின் உருத் தோற்றங்களையும் கணிக்கலாம். சொல்லலின் பழகிய நிறங்களை நிர்தாட்சண்யமாக உதறிப் போக்க மேற்கொண்ட பாடுகள் அவற்றின் அடையாளங்களைத் தேக்கியிருக்கின்றன.

உங்கள் சேகரங்களைச் சுமந்து வருகிறீர்கள். சுதந்திரத்தின் வீச்சு நடை. நீர் வழியைத் தாண்டுதல். சரிவுகளிலே மெல்லோட்டம். ஏற்றத்தில் மெதுநடை.... கட்டு தளர்கிறது. சில உதிரவும் செய்கின்றன. அறியாது உதிர்வதன் கணக்கீடுகளை நீங்கள் உணரவும் இல்லை. அது படைப்பியற்கையின் சமன்பாட்டோடு சேர்ந்தது.

உங்கள் நிறுத்தத்தை அருகே அமைத்துக்கொள்ளவில்லை என்பதுதான், உங்கள் காலடிகள், விரிந்த பரப்பின் மாறுபட்ட பல இடங்களில் பட்டுப் பட்டெழுந்து தொடர்வதற்குக் காரணம். ஏற்ற இடம் நின்று சுமையைக் கீழிறக்கும்போது, காத்திருந்த நான் கட்டு பிரித்துப் பார்க்கிறேன். ஆமாம், என் சமையலுக்கானவை இவை. தொலைவான உழைப்பின் வழியே கொண்டு சேர்த்திருக்கிறீர்கள்.

மனசாட்சி என்ற ஒன்றை நோக்கி...

'அடைபட்ட கதவுகளின் முன்னால்...'

எனும் மொழிபெயர்ப்பு நூலுக்கான முன்னுரை

ஒருநாள் காலையில் தங்கை கவின்மலர், நண்பர்கள் ஆர். ஆர். சீனிவாசன், சாம்ராஜ் ஆகியோர் என்னைத் தொடர்புகொண்டார்கள்.

"பேரறிவாளின் தாயார் அற்புதம்மாள் அவர்களிடம் ஒரு மலையாளப் பிரதி இருக்கிறது. அதைப் படித்து அதில் என்ன எழுதப்பட்டிருக்கிறது என்று அவருக்கு விளக்க வேண்டும்."

இதுதான் செய்தி. நான் உடனடியாக ஏற்றுக்கொண்டேன்.

அடுத்த ஞாயிற்றுக்கிழமையே அம்மா என் வீட்டுக்கு வந்தார்.

தன்மகனுக்காக நீதி கேட்டு எங்கெங்கோ காத்திருந்த, எத்தனையோ படிகள் ஏறி இறங்கிய, தள்ளாமையிலும் துவளாது நம்பிக்கையையும் உறுதியையும் கொண்டு நீதிக்கான போராட்டப் பாதையில் நெடும் பயணம் செல்கிற அந்தப் பாதங்கள்தான் என் வீட்டிலும் பதிந்தன என்பது என் பெருமகிழ்ச்சி!

அந்த மலையாளப் பிரதியைப் படித்துத் தமிழில் சொல்லும் வேலைதான் எனக்குப் பணிக்கப்பட்டிருக்கிறது என்று கருதி, படித்து

விளக்க ஆரம்பித்தேன். ஒருசில பக்கங்களைக் கடந்த பிறகு அந்த நூலின் அருமையை, முக்கியத்துவத்தை உணர்ந்துகொண்டேன். அந்த நூல், அற்புதம்மா அவர்களின் அருமை மகன் பேரறிவாளனின் வாழ்க்கைக் கதை. மலையாளத்தில் எழுதியிருப்பது அனுஸ்ரீ (இவர்தான் முன்பே நீதிபதி கே.டி.தாமஸை நேர்காணல் செய்து 'மாத்யமம்' மலையாளப் பத்திரிகையில் பிரசுரித்தார்).

அனுஸ்ரீ, கேரளத்திலிருந்து இங்கு வந்து அம்மாவுடன் தங்கி விவரங்களையெல்லாம் உற்றறிந்து ஆராய்ந்து இந்த நூலை உருவாக்கியிருக்கிறார். மிகமிக ஆத்மார்த்தமாக, பேரன்பாக, வலிமையான சமூக அக்கறையுடன் எழுதப்பட்ட நூல் இது. இப்படியும் செய்யலாம் என்று இங்கே யாருக்கும் தோன்றாத விஷயத்தை சிரமேற்று சிரத்தையுடன் அனுஸ்ரீ செய்திருக்கிறார். இந்த வகையில் நாம் அவருக்குக் கடமைப்பட்டிருக்கிறோம். நியாயத்திற்கான கடும் பிரயத்தனத்தில், இப்போது அனுஸ்ரீ உருவாக்கியளித்திருக்கும் இந்தப் பரிமாணமும் சேர்ந்திருக்கிறது.

அந்த நூலின் பக்கங்கள், அம்மா, பேரறிவாளன், அவர்தம் குடும்பத்தில் நேர்ந்த பொறுக்க முடியாத வலியை, சமன் செய்ய இயலாத பேரிழப்பின் துயரத்தை, மறுக்கப்பட்ட நீதியை உதிரம் வழியச் சொல்கிறது. போலீஸ், பேரறிவாளனைத் தேடி வீட்டுக்கு வந்த சம்பவத்திலிருந்து இன்றுவரையுமான நிகழ்வுகளை அம்மாவின் வார்த்தைகள் கொண்டு விவரிக்கிறது. வாசிப்பவர்களின் மனதில் தர்மாவேசத்தின் தீ பற்றுமளவு உக்கிரமாகச் சித்திரிக்கிறது.

நான் படித்து பொருள் சொல்லிக்கொண்டிருக்கும்போது, அம்மா பலமுறை கண்ணீர் துளிர்க்கப் பேச்சற்றுப்போனார். அவருக்குள் குமுறிவரும் மௌன வேதனையால் அவரின் முகக் கண்ணாடி நடுங்கியது. அந்த எல்லையற்ற தாய்மையின் பெருமூச்சும் தவிப்பும் கண்டு நான் கலங்கி ஸ்தம்பித்தேன்.

படித்து முடித்த பிறகு, 'இந்த நூல் தமிழிலும் வரவேண்டும். அது தமிழ் மனங்களில் நல்ல விளைவுகளை ஏற்படுத்தும். நீங்கள் அனுமதியளித்தால் நான் தமிழில் மொழிபெயர்க்கிறேன்' என்று சொன்னேன். அம்மா அன்புடன் இசைந்தார். அதுதான் இந்த நூல்.

பேரறிவாளனுக்கு வழங்கப்பட்ட மரண தண்டனை முற்றிலும் நியாயமற்றது என்று மிகப் பலர் பேசியிருக்கிறார்கள். பத்திரிகைகளிலும் பதிவு செய்திருக்கிறார்கள். பெரும் பெரும் அரசியல் தலைவர்களும் உண்மைகளின் அடிப்படையில்,

பேரறிவாளன் விடுதலை செய்யப்பட வேண்டும் என்று வலியுறுத்தியிருக்கிறார்கள். நிரபராதிகள் தண்டிக்கப்பட்டால் அது மானுடப் பிழை என்று உரத்து முழங்கியிருக்கிறார்கள். இதற்காகப் பல்வேறு போராட்டங்கள் நடந்தன; நடைபெற்று வருகின்றன. பேரறிவாளின் வாக்குமூலத்தைப் பதிவு செய்த அந்த அதிகாரியே மிகவும் காலம் தாழ்ந்து மனந்திரும்புதலுக்கு ஆளாகி தர்மத்துக்கு வலு சேர்க்கும் வார்த்தைகளைப் பேசியிருக்கிறார். அறிவு, எவரும் மறுக்க முடியாத தன் வாதங்களை நிறுவி 'தூக்குக் கொட்டடியிலிருந்து ஒரு முறையீட்டு மடல்' எனும் நூலும் எழுதியுள்ளார். கடைசியாக, மரண தண்டனைக்கு எதிரான ஆவணப்படமான 'உயிர்வலி', உறுதியான நியாய தர்க்கத்தின் அடிப்படையில் விடுதலை பேசுகிறது.

இப்படியெல்லாம், அதிர்வுகளைப் பரவச் செய்யும் நிகழ்வுகள் பல தொடரும்போதும், எதிர் நிற்கும் பாதாள மௌனமும் இறுக்கமும் பாராமுகமும் இப்புவியில் மனித இருத்தல் குறித்த சந்தேகத்தையும் அவநம்பிக்கையையும் அச்சத்தையும் ஏற்படுத்துகின்றன. ஆயினும், சட்டங்கள் மனிதர்களால் இயற்றப்படுகின்றன, மனிதர்கள் ஊன் – உதிரம் – உணர்வுகளால் தோன்றுகிறார்கள், அவர்கள் உலோக வார்ப்புகள் அல்லவென்று நாம் நம்புகிறோம். அங்கே மனசாட்சி என்ற ஒன்று உண்டு, அதில் நீதிக்கான சார்பு உண்டு, பிழைகளைச் சரிசெய்வதற்கான அக்கறை உண்டு என்று நாம் நம்புகிறோம். அந்த நம்பிக்கைதான் இன்றும் அம்மாவை மீண்டும் மீண்டும் முயற்சி செய்யத் தூண்டுகிறது; அதுதான் மரண தண்டனை எதிர்ப்புப் போராளியாகவும் அவரை மாற்றியிருக்கிறது.

ஏற்கனவே மிக அதிகமான காலம் தாமதித்தாகிவிட்டது. இளமையின் 22 வருடங்கள் என்பது எவ்வளவு பெரிய பொக்கிஷம்! எவ்வளவு மதிப்பு வாய்ந்தது! அத்தனையும் முறையற்று சிறையில் கழிந்திருக்கிறது, கொள்ளைபோய்விட்டது. திசையெங்கும் பீறிடுகிறது பேரிழப்பின் வறுமை. அதன் முன்னால் நாம் எதை மாற்றுவைக்க முடியும்.

ஆயினும் அங்கே பேரறிவாளன் பல்துறையில் பயின்றிருக்கிறார். இலக்கியத்தில் ஈடுபடுகிறார். கற்பிக்கிறார். ஆழ்ந்த மனிதப் பற்றுடன் தோழமையைக் கொண்டாடுகிறார். விரக்தியில்லை, மன வறட்சியில்லை, கொள்கையில் மாறாட்டமில்லை. பேரார்வத்துடன் வாழ்க்கையைக் கவனித்துக்கொண்டிருக்கிறார், பெருந்தகை!

இதன் பிறகாவது நியாயங்கள் கவனத்தில் கொள்ளப்பட வேண்டும். இழப்பின் வலி, அம்மாவின் காலகாலப் பெரும்பாடுகள் உணரப்பட வேண்டும். பீடாதிபதிகளின் தார்மீகம் விழித்தெழ வேண்டும்.

நண்பர்களே, நான் உங்கள் ஒவ்வொருவரின் கரம் பற்றியும் கேட்டுக்கொள்கிறேன். இந்த நூலைப் படிக்கும் வாய்ப்பைத் தவறவிட்டுவிடாதீர்கள். இதில் உங்களுக்கு அரிய செய்தி இருக்கிறது, பார்வை இருக்கிறது. கூடு சிதைந்த பறவைகளின் ஓலமும் நிராதரவும், வெட்ட வெட்ட கிளைத்துப் பரவும் நம்பிக்கையின் கம்பீரமும், மனித வாஞ்சையும், சமூக நீதியும் இருக்கின்றன. உலகத் தாய்மையை மாசற்றுப் பிரதிநிதித்துவப்படுத்தும் ஒரு அம்மாவைச் சந்திப்பீர்கள். நாம் அந்தத் தாய்மையில் அடைக்கலமாவோம். அதன் நிழலில் ஒன்றிணைவோம். நமக்கும் நம் தலைமுறைக்கும் நல்லது நடக்கும்.

இந்த நூலில் ஒரு இடத்தில் அம்மா, 'நீதி மறுக்கப்படும் ஒவ்வொரு முகத்திலும் நான் தங்கமான என் மகனின் முகத்தைப் பார்க்கிறேன்' என்று சொல்கிறார். அவர் அந்த முகங்களை நோக்கிப் பயணம் செய்துகொண்டிருக்கிறார், போராடுகிறார், பேசுகிறார், உயரிய நோக்கத்தின் இடையறாத இயக்கம்.

அம்மா...

உங்கள் எண்ணம் நிறைவேறும். குற்றுயிரான அறம் மீண்டெழுந்து வானளாவி நிற்கும். உங்களை அழைத்தபடியே வீட்டுப் படியேறி வரும் அறிவு, வாழ்க்கைக்குத் திரும்புவார்.

காலாதீத தூய்மையின் தூதன் கிருபா

ஜே.பிரான்சிஸ் கிருபாவின், 'சம்மனசுக்காடு'
கவிதைத் தொகுப்புக்கான முன்குறிப்பு

தமிழ் நவீன இலக்கியத்தில் மிக அரிதான ஒரு வகைமாதிரியாகத்தான் நான் பிரான்சிஸ் கிருபாவை பெரும்வலிமையாக உணர்கிறேன். கவிஞனுக்கு உரித்தான மிக எளிமையின் காரணத்தால் மொத்த தந்திகளின் இசைவிலிருந்து எப்போதுமே விலகி ஓங்கி மாறுபாடான ஸ்வரம் தெறிப்பதால், நியாயத்திற்கும் வெகு குறைவாகக்கூட அவருக்கான நீதி செய்யப்படவில்லை என்பது வலிக்கும் ஆதங்கம். ஆனால் இந்த நெடும்போக்காளருக்கு இது ஒரு பொருட்டில்லை. இரவில் படுப்பதற்கு முன்புதன்னருகேகாகிதமும் பேனாவும் இருக்கும்படிப் பார்த்துக்கொள்வதுதான் இவருக்கு முக்கியமாக இருக்கிறது.

கவிதையானது தன் காலாதீத தூய்மையை தன் கரங்களாகக் கொண்டு அவன் முகமேந்தி – என்னைக் கொஞ்சம் பாரேன் என்று உருகும் நேரத்திற்கானவை அவை.

மலையாள எழுத்தாளர் அமரர் ஓ.வி.விஜயனின் 'கசாக்கின் இதிகாசம்' நாவலில் வரும் காட்சி. ஒரு சிறுமி தன் ஆசிரியருக்கு

சாப்பாடு எடுத்துக்கொண்டு வன வழியே செல்கிறாள். அவளை மயில் கூட்டம் சூழ்கிறது. அவள் மனம் மயங்கி அப்பத்தைப் பிய்த்து இரை போடுகிறாள். தின்று முடித்த மயிலொன்று பின்னரும் கேட்டுத் தொடர்ந்து வந்து அவளைக் கொத்திவிடுகிறது; அவளுக்கு வலிக்கிறது. ஆயினும் அவள் தன் நண்பர்களிடம் மிகப் பெருமையாகச் சொல்லிக்கொள்கிறாள்: "என்னை மயில் கொத்தியது!"

உலகின் நிறமெல்லாம் கொண்ட பிரபஞ்சப் பெருமயில் பிரான்சிஸின் ஆன்மாவை மிக விழைகிறது. அது கவர்ந்ததால் ஏற்பட்ட காயங்கள் அவரில் அனேகமனேகம். ஆயினும் அவர் மாளாப் புன்னகையுடன், பரவசத்துடன் சொல்கிறார்: "என்னை மயில் கொத்தியது!"

அவற்றிலிருந்து அவர் உருவாக்கிய தன் மூச்சை ஊதிவிடுகிறார். அவை உயிர் பெற்று வந்து நமக்குத் திசைகளை உருவாக்குகின்றன.

என் நிலத்தில், மொழியில் இவர் நிகழ்கிறார் என்ற காரணத்தால் என்றும் நன்றி கொண்டிருப்பவனாவேன். எப்போதோ பெய்த மழையின் சொட்டுகளை ரகசியமாகக் காப்பாற்றி வைத்திருக்கும் மரமாக நான் ஆகவேண்டும் என்பது என் விருப்பம். நடைபொழுதில் நிழலணைய என்னருகே இவர் சற்று நின்றால், இந்த சுத்த சுயம்புவின் மீது பொழிந்து ஆறுதலடைவேன்.

கடவுளின் தாய்மை முகம் கனிந்த கவிஞன்

ஜே.பிரான்சிஸ் கிருபாவின் 'ஏழுவால் நட்சத்திரம்'
கவிதைத் தொகுப்புக்கான முன்குறிப்பு

வகை பலவான மன மேன்மைகளின் உயிர் ஆதாரங்களை, மறந்துவிட்டதாக நடித்து வேண்டுமென்றே பலவந்தமாகப் புறக்கணிக்கப்படும் கவிதையின் மிகு நுண் பெருவாழ்வை, உள்ளும் வெளியும் ஆன்மத்தாலும் அறிவாலும் உணரும் நோவா, ஒவ்வொன்றுக்குமான உச்ச அரும்பொருளைத் தன் அடித் தட்டையான கப்பலில் ஒன்றுதிரட்டிய இந்தப் புதிய நோவா, படுமுரட்டுச் சாலைகளிலே கட்டி இழுத்துவருகிறான். பாறைகள் குறுக்கிட்டுச் சிதைக்கின்றன வழியில். சமயங்களில் சதுப்பிலும் சிக்கிக்கொள்கிறது. சரிவுப் பள்ளங்களில் உருண்டு வீழும் அபாயம்.

கப்பலின் கயிறு அழுந்திய தோளில் எலும்புடைந்து தோல் கிழிந்து வழியெல்லாம் உதிரம் சிந்துகிறது. உள்ளங்கைத் தசை சிதறுகிறது. தன் கப்பலில் உள்ள பேரபூர்வ ஜீவிகளை தழைத்தோங்கிச் செழிக்க வைக்க, ஏற்ற இடம் தேடி அவன் நெடிது போகிறான்.

மோதித்தடுமாறும்போதெல்லாம் துணுக்குற்றுக்கப்பலிலிருந்து தெறித்த விதைகள் மண்ணில் பாவி முளைக்கின்றன. குப்பென்று எழுந்து ஆயிரம் திசைகளில் பறக்கின்றன பறவைகள் அனேகமனேகம். உருக்கொண்டு எழுந்த மேகம் உச்சியில் போய்க் கண்ணீராகப் பொழிகிறது. மேலும் மேலும் வாதைகளைத் தின்னும் மனம், உங்களுக்காக ஞானத்தின் வசந்தத்தைக் கூவிக் கதறி அழைக்கிறது; மிக்க மாபெரும் வறட்சியை எதிர்நின்று தன் பிள்ளைமைப் பசுமையால் வென்று வீழ்த்துகிறது. இந்த நிகழ்வுகளையெல்லாம் நாம் கிருபாவின் கவிதைகளெனக் காண்கிறோம். அவை, மனிதம் வேர்விடுதற்கேற்ற ஓர் உண்மை அகப்பருவத்தைக் கோரி இயங்குபவை.

இந்த நோவாவுக்குக் கடவுளெனும் கவியாசான் தன் தாய்மைப் பாகத்தைக் கையளித்திருப்பதாகக் கருதுகிறேன். கடவுளின் தாய்மை முகம் இந்தக் கவிதைகளில் கனிந்திருக்கிறது. இந்த இயல்பால் கிருபாவுக்குள் லௌகீகம் அகன்ற இடங்களிலெல்லாம் தெய்வீகம் கூடுகிறது. கவிதையின் இயற்கைக்குத் தன்னை ஒப்புக்கொடுத்து மாற்றாக, பிரபஞ்சம் உதிரமாக ஓடும் உள்ளுடல் சூட்சுமத்தைப் பெற்றிருக்கிறான் கிருபா; என் நண்பன்.

ஓர் நாடோடி இஸ்லாமியப் பக்கிரியைப்போல, என் தப்பு வாத்தியத்தைக் கொட்டி முழக்கி இந்தக் கவிஞனின் புகழ்பாடி நடக்கிறேன்.

●●●